രജത് കുറ്റ്യാട്ടൂർ

കണ്ണൂർ ജില്ലയിലെ കുറ്റ്യാട്ടൂർ സ്വദേശി. ബാംഗ്ലൂരിൽ ക്വസ്റ്റ് ഗ്ലോബൽ എന്ന സോഫ്റ്റ്‌വെയർ കമ്പനിയിൽ ടെക്നിക്കൽ ലീഡ് ആയി ജോലി ചെയ്യുന്നു.

അച്ഛൻ	:	രാഘവൻ നമ്പ്യാർ, അമ്മ : ജാനകി
ഭാര്യ	:	പൂർണിമ
മകൻ	:	ആര്യൻ രജത്
വിലാസം	:	രാഗം, വടുവൻകുളം,
		കുറ്റ്യാട്ടൂർ (പി.ഒ.) മയ്യിൽ വഴി,
		കണ്ണൂർ-670602
മൊബൈൽ	:	9880314945

Malayalam Language
Rajatharekhakal
(Stories)
by
Rejath Kuttiattoor
♦
Published in March 2024
by Kairali Books Private Limited
Thalikkavu Road, Kannur.
Ph : 0497-2761200
Email : kairalibooksknr@gmail.com
♦
Cover Design
Prasanth Mangad
♦

142/23-24//Sl.No.1567/300/NS 18.6
ISBN 978-93-5973-970-0

രജതരേഖകൾ

രജത് കുറ്റ്യാട്ടൂർ

കൈരളി ബുക്സ്

ഉള്ളടക്കം

രജതരേഖകളുടെ ഭംഗി
പി. സുരേന്ദ്രൻ

രജത് കുറ്റ്യാട്ടൂരിന്റെ രജതരേഖകൾ പല ഭാവത്തിലും പല ഘട നയിലും ഉള്ള കഥകൾകൊണ്ട് സമ്പന്നമാണ് ഒട്ടും സ്ഥൂലതയി ല്ലാത്ത കഥകളാണിവ. ഭൂരിഭാഗം കഥകളും കുറുക്കിയെഴുതിയതാ ണ്. ഏതൊരു എഴുത്തുകാരനും വേണ്ടത് കയ്യടക്കമാണ്. അത് വായനക്കാരന് ബോധ്യപ്പെടും ഈ കഥകൾ വായിക്കുമ്പോൾ. മനു ഷ്യകേന്ദ്രീകൃതമാണ് ഈ സമാഹാരത്തിലെ കഥകൾ. പശ്ചാത്തല ആവിഷ്കാരത്തിൽ മാത്രം പ്രകൃതി കടന്നു വരുന്നു എന്നേയു ള്ളൂ. മനുഷ്യനെ മാനകമാക്കി കഥ പറയുകയാണ് രജത്. മനുഷ്യ ജീവിതം തന്നെയാണ് ഈ കഥാകാരന് പ്രചോദനം.

ലണ്ടൻ നഗര പശ്ചാത്തലത്തിൽ ഒരു ഫുട്ബോൾ ഇതിഹാസ ത്തിന്റെ കഥ പറയുന്ന കനീജിയ ധനി സാന്ദ്രമായ കഥയാണ്. ലണ്ടൻ നഗരത്തിലെ കുലുക്കികുത്തിൽ നിന്ന് കഥ തുടങ്ങുന്നു. ഗ്ലാസുകൾക്കിടയിൽ ഒളിച്ചുവെച്ചിരിക്കുന്നത് ഒരു ബോളാണ്. ആ ബോൾ ഫുട്ബോളിന്റെ പ്രതീകം തന്നെ. ആ ബോളിലൂടെ കനീ ജിയയുടെ കഥ പറയുന്നു. മനുഷ്യജീവിതത്തിന്റെ ഉയർച്ച താഴ്ചകൾ ആവിഷ്കരിക്കുന്ന കഥകൂടിയാണിത്.

ഒരു സ്കൂൾ വരാന്തയിൽ നിന്ന് കഥ പറയുമ്പോൾ ഒരു വിദ്യാർത്ഥിയുടെ നോട്ടത്തെ പ്രശ്നവൽക്കരിക്കുന്നു. ഗൃഹാതു രത്വം നിറഞ്ഞ കഥയാണിത്. ഇത്തരം ധാരാളം അനുഭവങ്ങൾ ഓരോ സ്കൂൾ കാലത്തിലും ഉയിർത്തുവരും. ഈ കഥ വായിച്ചു കഴിയുമ്പോൾ ഒരു തുള്ളി കണ്ണുനീർ കൊണ്ട് നമ്മുടെ ഉള്ള് മുറിയും.

ലെയ്സുകൾ തുന്നിച്ചേർത്ത തട്ടങ്ങൾ എന്ന കഥയും സ്കൂൾ പശ്ചാത്തലത്തിലേതാണ്. ഇതൊരു ട്രാൻസ്ജെന്റർ ജീവിതത്തിന്റെ കഥയുമാണ്. ഈ വിഷയത്തിൽ അപൂർവ്വമായി മാത്രമേ കഥകൾ പിറന്നിട്ടുള്ളൂ. സംഗീതിൽ നിന്ന് സബീനയിലേക്കുള്ള അവന്റെ

(അവളുടെ) യാത്ര ഒരു ഐഡന്റിറ്റി സ്ഥാപിച്ചെടുക്കുന്നതിന്റെ പോരാട്ടത്തിന്റെ കഥയാണ്. ഒമ്പതാം ക്ലാസ്സിലെ തുന്നൽ ടീച്ചർ നൽകിയ പാഠത്തിൽനിന്ന് ജീവിതം തുന്നിയെടുക്കുകയാണ് സംഗീത് എന്ന സബീന. സബീനയുടെ തൊഴിൽ എന്നത് അർഥ പൂർണ്ണമായ തെരഞ്ഞെടുപ്പാണ്. ഒരു കഥാകാരൻ എത്ര ഭാവനാ ശാലിയാണെന്ന് നമ്മൾ തിരിച്ചറിയുന്ന സന്ദർഭമാണത്.

സോനാപ്പൂരിലെ ഗംഗ ഒരു പാൻ ഇന്ത്യൻ കഥയാണ്. ആഖ്യാ നഭംഗി കൊണ്ടു മികച്ച കഥ. ലേലം വിളിക്കാൻ പാകത്തിലുള്ള ഒരു ചരക്ക് മാത്രമായി മാറുന്ന ഒരു പെൺജീവിതത്തിന്റെ കഥ ഗംഗാ നദിയിലൂടെ പറയുകയാണ്. അവളെ രക്ഷിച്ചെടുക്കുന്ന സാഹസികതയുടെ കഥയുമാണിത്. വിസ്തൃതമായ ഭൂഭാഗങ്ങൾ കടന്നുവരുന്ന കഥ ഒരിന്ത്യൻ ഭാവാവിഷ്കാരമാണ്. നദിയും സ്ത്രീയും ഒന്നായി മാറുകയാണ്. ഈ കഥാസമാഹാരത്തിലെ മികച്ച രചനയാണിത്.

ഒരു വൻമരം വീഴുമ്പോൾ എന്ന കഥ പാരിസ്ഥിതിക ജാഗ്രത യുടേതാണ്. ഇത്തരമൊരു പ്രമേയം കടന്നുവരുന്ന അപൂർവ്വം രച ന. പരിസ്ഥിതി സ്നേഹികൾക്കുള്ള പാഠപുസ്തകമാണിത്. ഒരു മഹാമരം വെട്ടിവീഴ്ത്തപ്പെടുമ്പോൾ ഉയരുന്ന കാക്കകളുടെ നില വിളി. പ്രകൃതിയുടെ വിലാപം കൂടിയാണ്. മരം അപ്രത്യക്ഷമാവു മ്പോൾ കിണറുകൾ വറ്റുന്നു. ആർദ്രതകൾ മാഞ്ഞുപോകുന്ന ഒരു കാലത്തിന്റെ കഥയുമാണിത്.

ഇച്ചാക്കിന്റെ പരിണാമം ഒരു സ്കൂൾ പശ്ചാത്തലത്തിൽ പറയു കയാണ്. ഇച്ചാക്കിനെപ്പോലുള്ള വില്ലന്മാരെ നമുക്കറിയാം. ഇച്ചാക്ക് എന്ന വില്ലൻ പിൽക്കാലം നാടിന്റെ നായകനാവുന്നു. കഥാപാത്ര സൃഷ്ടിയിലെ കരവിരുത് പ്രകടമാവുന്ന കഥയാണിത്. കഥാസ ന്ദർഭങ്ങൾ ചാരുതയോടെ അടുക്കിവെച്ച് ഒരു വലിയജീവിതം കുറു ക്കിയെഴുതുന്നു രജത്.

കൈതക്കടവിലെ മൂന്നാം കണ്ണിൽ എത്ര മനോഹരമായാണ് ഉത്തരമലബാറിലെ ഗ്രാമജീവിതം തെളിയുന്നത്. മനോഹരമായ ആഖ്യാനം. മനുഷ്യർ പാർക്കുന്ന പൂന്തോട്ടങ്ങളുടെ സൃഷ്ടി. കഥാ പാത്രങ്ങൾ പൂത്തും കായ്ച്ചും നിൽക്കുന്നത് കാണാൻ എന്തൊരു ഭംഗിയാണ്.

പുതിയ കാലത്തിന്റെ കഥയാണ് രജത് കൂടുതലും പറയുന്നത്.

അതിന്റെ വ്യാകുലതകൾ, സംഘർഷങ്ങൾ എല്ലാമുണ്ട്. ആഴത്തിലും പരപ്പിലും പുതിയ കാലം തന്നെയാണുള്ളത്. പുതിയ കാലത്തിന്റെ ജീവിതം ആവിഷ്ക്കരിക്കുമ്പോൾ തന്നെ ഭൂതകാല മഹിമകളി ലേക്കും ഈ യുവാവ് സഞ്ചരിക്കുന്നു.

ഗ്രാമജീവിതാവിഷ്ക്കാരങ്ങളിൽ മനുഷ്യബന്ധങ്ങളുടെ ചേതോ ഹരമായ സന്ദർഭങ്ങൾ ഇതൾ വിരിയുന്നു. മനുഷ്യപ്പറ്റുള്ള കഥക ളെന്ന് ഈ സമാഹാരത്തിലെ രചനകളെ വിലയിരുത്താം. നന്മക ളാണ് കൂടുതലും ആവിഷ്ക്കരിക്കപ്പെടുന്നത്. മനുഷ്യന്റെ ഭാഗ ധേയം അവനവനിൽ തന്നെയാണ് കുടികൊള്ളുന്നത്. വീഴ്ചകൾ സ്വാഭാവികം. വീഴ്ചയിൽ നിന്ന് നിവർന്ന് നമ്മൾ സഞ്ചരിക്കുന്നു. ഒരേ സമയം നഗരങ്ങളും ഗ്രാമങ്ങളും ഈ പുസ്തകത്തിൽ സന്ധി ക്കുന്നു. കഥ പറഞ്ഞ് പറഞ്ഞ് പോകുമ്പോൾ ഇന്ത്യയെന്ന മഹാ വിസ്തൃതി കഥാകാരനുമുമ്പിൽ തെളിയുന്നു. രാജ്യാതിർത്തി തന്നെയും മായ്ക്കപ്പെടുന്നു. കഥയിലെ രജതരേഖകൾക്കു നന്ദി.

□

നിശ്ശബ്ദതയുടെ സൗന്ദര്യം
പ്രേമകുമാരി എം.കെ.

"നല്ലൊരു കഥാകാരൻ കഥകൊണ്ട് കാലത്തെയും ജയിക്കുന്ന വനത്രേ"! കാഥികന്റെ കലയിൽ എംടി ഇങ്ങനെ പറയുന്നു. നല്ല കഥയെഴുതാൻ അനുഭവങ്ങളെ അടിസ്ഥാനവിഭവമായി ഉപയോഗ പ്പെടുത്തുമ്പോൾ അതിന് തീക്ഷ്ണത കൂടുമെന്നത് സ്വാഭാവികമാ ണ്. രജത് കുറ്റ്യാട്ടൂരും തന്റെ അനുഭവങ്ങളിൽ നിന്നും കഥ മെന ഞ്ഞെടുക്കാനുള്ള പരിശ്രമമാണ് തന്റെ ആദ്യത്തെ കഥാസമാഹാ രത്തിലൂടെ നടത്തുന്നത് എന്നു പറയാം.

സമൂഹത്തിൽ നായകനും പ്രതിനായകനും ആകാൻ വിധിക്ക പ്പെട്ട മനുഷ്യരുടെ, വിങ്ങിപ്പൊട്ടാൻ കൂടി വഴിയില്ലാതെ നിൽക്കേ ണ്ടിവരുന്ന ചിലരുടെയൊക്കെ നിശ്ശബ്ദവും നിഗൂഢവുമായ വ്യഥ കൾ അനാവരണം ചെയ്യാൻ 'രജതരേഖകൾ' എന്ന ഈ കഥാസ മാഹാരത്തിലൂടെ രജത് കുറ്റ്യാട്ടൂർ എന്ന ഈ നവാഗതപ്രതിഭ പരി ശ്രമിച്ചിട്ടുണ്ട് എന്ന് നിസ്സംശയം പറയാം. സോഫ്റ്റ്‌വെയർ എൻജി നീയറായ രജത് ജോലിയുടെ വിരസതകൾക്കിടയിൽ മനസ്സിലേക്ക് വീണ ചെറിയ സ്പാർക്കുകളെ വികസിപ്പിക്കാനും അതിനെ ചെറു കഥകളായി രൂപാന്തരപ്പെടുത്താനും ശ്രമിച്ചിട്ടുണ്ട്. ശില്പി പാറ ക്കല്ലിൽ നിന്നും ശില്പത്തെ ഉരുവാക്കിയെടുക്കുന്നതുപോലെ വീണുകിട്ടുന്ന ചില സന്ദർഭങ്ങളെ കഥകളാക്കി മാറ്റിയെടുക്കുക യാണ് കഥാകൃത്ത് ചെയ്യുന്നത്.

കണ്ണും കാതും തുറന്നിട്ട് ഹൃദയത്തിന്റെ അറകളിൽ ജീവിത ത്തിന്റെ സ്പന്ദനങ്ങൾ പിടിച്ചെടുക്കാൻ കഥാകാരന് കാവലിരി ക്കേണ്ടി വരും. അത്തരം അനേകം ദിവസങ്ങളുടെ കാവലുകൾക്കി ടയിൽ മനഃക്കണ്ണിൽ തെളിയുന്ന കാഴ്ചകളെ പരത്തിപ്പറയാതെ, കേന്ദ്രാശയത്തിൽ നിന്നു മാറിപ്പോകാതെ, ഭദ്രമായി ഒതുക്കിപ്പറ യാനും, ബോറടിപ്പിക്കാതെ വായനക്കാരെ കഥാവസാനം വരെ കൂടെക്കൊണ്ടുപോകാനും ഉള്ള രചനാതന്ത്രം പ്രയോഗിക്കുന്നതിൽ

കഥാകൃത്ത് വിജയിച്ചിട്ടുണ്ട്. ഓരോ കഥയിലും കഥ പറഞ്ഞു നിർത്തിയതിനപ്പുറമുള്ള നിശ്ശബ്ദത കഥകൾക്ക് മനോഹരമായ പരിവേഷം തന്നെ ചാർത്തുന്നതായി അനുഭവപ്പെടുന്നു.

മുപ്പത് ചെറുകഥകളാണ് 'രജതരേഖ' യിൽ ഉൾക്കൊള്ളിച്ചിട്ടു ള്ളത്. ലണ്ടൻ നഗരത്തിന്റെ പശ്ചാത്തലത്തിൽ ബിഗ്ബെന്നു മുന്നിൽ വെസ്റ്റ് മിനിസ്റ്റർ ബ്രിഡ്ജിനടുത്ത് 90 ലെ വേൾഡ്കപ്പ് ഫുട്ബോൾ പ്രൊഫഷണൽ അത്ലറ്റ് ആയ 'ക്ലോഡിയോ കനീ ജിയ' യുമായി ബന്ധപ്പെട്ട കഥയാണ് കനീജിയ. പോക്കറ്റടിക്കാരും പിടിച്ചുപറിക്കാരും നിറയെ ഉണ്ടെന്ന ഒറ്റ വാചകത്തിൽ തന്നെ നഗരത്തിന്റെ അവസ്ഥയും അത് നേരിടുന്ന അധഃപ്പതനവും വ്യക്ത മാണ്. ലോകം ആരാധിച്ചിരുന്ന ഒരു ഫുട്ബോളറുടെ വ്യക്തിജീ വിതത്തിലുണ്ടായ തകർച്ചയും കുലുക്കിക്കുത്ത് കളിക്കാരനായി മാറുന്ന അയാളുടെ അധഃപതനത്തിന്റെ ചിത്രവും വ്യക്തമാകുന്നു. തുലനം ചെയ്യാൻ കഴിയാത്ത മനുഷ്യാവസ്ഥകളുടെ ഇടയിൽ പെട്ടു പോകുന്ന, പോക്കറ്റടിക്കാരനായി മാറുന്ന കനീജിയയെ വെറുക്കാൻ കഴിയാതെ നിന്ന കഥാകൃത്തിനെപ്പോലെ വായനക്കാരനും ആ ഹീറോയെ നോക്കിനിന്നു പോകും!

ഭാഷ എന്നത് ഒരാളുടെ ജൈവിക പ്രകൃതിയുടെ പ്രതിഫലന മാകാം. അല്ലെങ്കിൽ അയാളുടെ സഞ്ചിതാവബോധത്തിന്റെ പുനരാവിഷ്കരണമാകാം. ഏതായാലും അത് കാണുന്നതിനപ്പുറം മറഞ്ഞിരിക്കുന്നതിനെയും ആരായുന്നുണ്ട്. 'കനീജിയ' എന്ന കഥ അത്തരത്തിലുള്ള ഒന്നാണ്. നടന്നു നീങ്ങുന്ന കനീജിയയെക്കു റിച്ച് കൂടുതൽ ആരായാൻ നമ്മെ പ്രേരിപ്പിക്കുന്ന ഒന്ന്!

'അന്വേഷണം' എന്ന കഥയിൽ മലയോരമേഖലയിലെ ഒരു പോലീസ് സ്റ്റേഷനിലെ പോലീസ് ഓഫീസറുടെയും മോഷണശ്ര മത്തിനിടയിൽ പിടിക്കപ്പെട്ട കള്ളന്റെയും കഥ പറയുന്നു. മോഷ ണശ്രമത്തിനിടയിൽ കാല് തെറ്റിവീണതല്ലെന്നും അവനെ ആരോ ചവിട്ടിത്തെറിപ്പിച്ചതാണെന്നും കള്ളൻ പറയുന്നു. കോവിഡ് കാലത്തെ മകന്റെ മരണം ഉൾക്കൊള്ളാൻ കഴിയാത്ത മാതാപിതാ ക്കൾ മകന്റെ പ്രസൻസ് റീക്രിയേറ്റ് ചെയ്യുന്നതാണോ അതല്ല മകൻ മരിച്ചിട്ടില്ലേ എന്നൊരു സംശയവും കൂടി അന്വേഷണം എന്ന ഈ കഥയിലുണ്ട്. (കോവിഡ് കാലത്ത് മരിച്ച ഈ ചെറുപ്പക്കാരന്റെ ബോഡി നാട്ടുകാരാരും കണ്ടിട്ടില്ല.) വാർദ്ധക്യത്തിലെ ഒറ്റപ്പെടലും

വേദനയും സുരക്ഷിതത്വപ്രശ്നങ്ങളും ചുരുങ്ങിയ വാക്കുകളിലൂടെ ഫലപ്രദമായി ഈ കഥയിൽ വരച്ചുകാണിക്കുന്നുണ്ട്.

ധൈര്യം മാത്രം പോരാ, സങ്കടപ്പെടാനും മറ്റുള്ളവരെക്കുറിച്ചു ചിന്തിക്കാനും കരയാനുമുള്ള ഒരു മനസ്സുണ്ടെങ്കിലേ നമുക്ക് മറ്റു ള്ളവർക്കുവേണ്ടി എന്തെങ്കിലും ചെയ്യാൻ പറ്റൂ എന്ന് 'സോനപ്പൂരി ലൂടെ ഒഴുകിയ ഗംഗ' എന്ന കഥയിലൂടെ വ്യക്തമാക്കുന്നു. സ്വത ന്ത്ര ഇന്ത്യയിലെ എന്നു മാത്രമല്ല, ഏഷ്യയിലെ തന്നെ ഏറ്റവും വലിയ വ്യാപാരമേളയായ സോനപ്പൂരിൽ- സോനപ്പൂർ ഗംഗയും ഘണ്ടക്കും സംഗമിക്കുന്നിടത്തുള്ള മേളയിൽ ഡ്രൈവർ പവൻലാ ലിനോടൊപ്പം അവിടെയെത്തിയ നായകൻ ലേലത്തിന് വിധേയ മാകേണ്ടിവരുന്ന പെൺകുട്ടിയെ രക്ഷിക്കാൻ നടത്തുന്ന സാഹ സികശ്രമങ്ങളാണ് 'സോനപ്പൂരിലൂടെ ഒഴുകിയ ഗംഗ' എന്ന കഥ പറയുന്നത്. നായകന്റെ എല്ലാ ശ്രമങ്ങളെയും പരാജയപ്പെടുത്തി ക്കൊണ്ട് ഗംഗ എന്ന പെൺകുട്ടിയെയും വഹിച്ചുകൊണ്ട് സോനാ പ്പൂരിലൂടെ ഗംഗാനദി ഒഴുകി നീങ്ങുകയാണ്... അവിരാമമായി ഒഴു കുന്ന ജീവിതനദിയുടെ കലക്കത്തിനിടയിലും കഥയുടെ സൗന്ദര്യം തെളിഞ്ഞുകാണാം.

പല കഥകളിലും കഥ പറഞ്ഞു നിർത്തിയേടത്തിനപ്പുറത്തെ നിശ്ശബ്ദത കഥകളെ ആകർഷകമാക്കുന്നു. വളച്ചുകെട്ടില്ലാത്ത ലളി തമായ ഭാഷാശൈലി രജതിന്റെ കഥകൾക്ക് മിഴിവ് പകരുന്നു. 'ലോക്ഡൗൺ' എന്ന കഥയിൽ കൃത്യമായി പ്ലാൻ ചെയ്യുന്ന ഒരു ബാങ്ക് മോഷണമാണ് കേന്ദ്രബിന്ദു. ലോക്കർ തുറക്കാനുള്ള പ്രയ ത്നങ്ങൾ വിശദമായി അവതരിപ്പിക്കുന്നുണ്ട്. ലോക്കർ തുറന്ന സന്തോഷത്തിൽ ടൂൾസ് ഉള്ള ഷോൾഡർ ബാഗ് പുറത്തുവെച്ച് ലോക്കറിനുള്ളിൽ കയറുന്നു. താക്കോൽ ആണെങ്കിൽ വാതിലിനു മീതേ! ലോക്കർ തുറക്കാൻ കഴിയാത്ത വിധത്തിൽ അടഞ്ഞുപോ കുന്നു. ലോക്കറിൽ കുടുങ്ങിയ കള്ളൻ പിറ്റേദിവസം ആരെങ്കിലു മെത്തി ലോക്കർ തുറക്കുന്നതു സ്വപ്നം കണ്ടിരിക്കുമ്പോൾ കോവിഡ് കാരണം രാജ്യത്ത് 21 ദിവസം കംപ്ലീറ്റ് ലോക്ഡൗൺ പ്രഖ്യാപിക്കുന്നു.

'ഏവം മൊട്ടിനകത്തിരുന്നളി
മനോരാജ്യം തുടർന്നീടവേ
ദൈവത്തിൻ മനമാരു കണ്ടു....' എന്നിടത്ത് നാടകീയമായി കഥ

യവസാനിക്കുന്നത് ഈ കഥയെ മനോഹരമാക്കുന്നു.

ജീവിതഭദ്രതയ്ക്ക് നേരെ ഉയർന്നുവരുന്ന സാമ്പത്തികപ്രശ്ന ങ്ങൾ സങ്കീർണ്ണതകൾ സൃഷ്ടിക്കുന്നതിനനുസരിച്ച് വ്യക്തിജീ വിതം ചോദ്യമുയർത്തുന്നു. ആ സമസ്യ പൂരിപ്പിച്ചെടുക്കാനുള്ള ഉത്തരമാണ് മനുഷ്യമനസ്സ് തേടുന്നത് എന്ന് വ്യക്തമാക്കുന്ന കഥ യാണ് 'ഒഴിവുദിവസത്തെ അധികജോലി' എന്ന കഥ. മണിചെ യിൻ എന്ന ഏർപ്പാടിന്റെ മറ്റൊരു പതിപ്പ്. എങ്ങനെയാണ് ആളു കൾ ഇത്തരം തട്ടിപ്പുകളിൽ അകപ്പെടുന്നതെന്നും പിന്നീട് ഭക്തി യെന്ന മുതൽമുടക്കില്ലാത്ത കച്ചവടത്തിന്റെ ഇരയായി മാറുന്ന ആ ചെറുപ്പക്കാരൻ ചിന്തിക്കാനിട നൽകുന്നു എന്നതാണ് യാഥാർത്ഥ്യം.

'കാട്ടുചോലകൾ ചുവക്കുമ്പോൾ' എന്ന കഥ ചായക്കടയിലെ കുറേപ്പേരുടെ സംസാരത്തിലൂടെ ഇതൾ വിരിയുന്നൊരു കഥയാ ണ്. വിദേശത്ത് പോയി വിദ്യാഭ്യാസം ചെയ്തിട്ടും പണമെന്നത് ലക്ഷ്യമാക്കാതെ സേവനതാല്പര്യം മുൻനിർത്തി ആദിവാസി ഊരി ലെത്തുന്ന ഡോക്ടർ! മാവോയിസ്റ്റ് സാന്നിധ്യമുണ്ടെന്ന പോലീ സ്ഭാഷ്യം. സുകുവിന് കിട്ടുന്ന ഡോക്ടറുടെ ബാഗ്. മൂന്ന് മാവോ യിസ്റ്റുകളെ കൊലപ്പെടുത്തി എന്നു പറയുന്ന പോലീസ്. (ഒരാൾ ഡോക്ടറും രണ്ടുപേർ ആദിവാസികളുമാണെന്ന് വ്യക്തം!) എന്നിട്ടും ഉത്തരേന്ത്യയിൽ ആൾക്കൂട്ടം ഒരാളെ തല്ലിക്കൊന്നു എന്ന വാർത്തയെക്കുറിച്ച് ചർച്ച ചെയ്യുന്ന നാട്ടുകാർ... മൂന്നുപേരെ തങ്ങ ളുടെ നാട്ടിൽത്തന്നെ വെടിവെച്ചു കൊന്നതിനെക്കുറിച്ച് ചർച്ച ചെയ്യാൻ മടിക്കുന്ന പ്രതികരണശേഷിയില്ലാത്തവർ...! ആധുനിക കാലത്തെ 'ഏറ്റുമുട്ടൽ കൊലപാതകങ്ങൾ' എന്ന പോലീസ് ഭാഷ്യ ത്തിലുള്ള വ്യാജ ഏറ്റുമുട്ടലുകളെ സൂചിപ്പിക്കുകയാണ് ഈ കഥ യിൽ.

അചേതന വസ്തുക്കൾക്കു പോലും ആത്മാവുണ്ടോ എന്ന് സംശയം ജനിപ്പിക്കുന്നതാണ് 'ഒരു പഴഞ്ചൻ ക്രക്സ് കഥ.' സ്വകാ ര്യത നഷ്ടപ്പെടുന്ന ആധുനിക സമൂഹത്തിന്റെ വിഹ്വലതകൾ 'നിങ്ങൾ നിരീക്ഷണത്തിലാണ്' എന്ന കഥയിലൂടെ അനാവരണം ചെയ്യുന്നു.

ഫേസ്ബുക്ക് കൂട്ടായ്മയിലൂടെ പരിചയപ്പെട്ട പൊതുവാളി നെയും ജോബിനെയും കൂട്ടി ഒഴിഞ്ഞുകിടക്കുന്ന തറവാട്ടിലെത്തുന്ന

അഭി നേരിടുന്ന പ്രശ്നങ്ങളാണ് 'നാഗലാന്റിലെ ഉടുമ്പുവേട്ടക്കാർ'. നാഗലാന്റ് എന്നു നാട്ടുകാർ പേരിട്ടുവിളിക്കുന്ന കാവിനടുത്തുള്ള പരിസരത്തിൽ ഒരു രാത്രി കഴിച്ചുകൂട്ടി തിരിച്ചുപോകുന്ന അഭിയെ ഞെട്ടിച്ചുകൊണ്ട് ജീപ്പിൽ കെട്ടിവെച്ച ഉടുമ്പുകളെയും കഴുത്തിൽ നിന്നും ഇറ്റുവീഴുന്ന ഉടുമ്പിൻ രക്തം പാത്രത്തിലേക്ക് ശേഖരിക്കുന്ന രീതിയിൽ സൂക്ഷിച്ചുവച്ചതുമാണ് കാണുന്നത്. യഥാർത്ഥത്തിൽ മുഖപുസ്തകകൂട്ടായ്മയിലൂടെ പരിചയപ്പെട്ട ഇവ രാരാണ്? എന്തായിരുന്നു ഇവരുടെ യാത്രോദ്ദേശ്യം? എന്ന് അത്ഭുതം കൂറിക്കൊണ്ട് അവരുടെ ദുരൂഹതയെക്കുറിച്ചുള്ള കെട്ട ഴിക്കാൻ അഭിയെ പ്രേരിപ്പിച്ചുകൊണ്ടാണ് കഥ അവസാനിക്കുന്ന ത്. യഥാർത്ഥമുഖം മറച്ചുവെച്ച് പൊയ്മുഖമണിയുന്ന സോഷ്യൽമീ ഡിയ സൗഹൃദങ്ങളെ നൂറ് ശതമാനം വിശ്വാസത്തിലെടുക്കരുത് എന്നൊരു സന്ദേശം കൂടി നൽകുന്നുണ്ട് ഈ കഥ.

'അവസാനത്തെ അത്താഴം', 'ഒരു ഡെലിവറിക്കഥ', 'ഇരുമ്പുദ ണ്ഡുകൾ', 'ഒരു സാധാരണക്കാരന്റെ പ്രതികാരം' എന്നീ കഥ കളും ആധുനിക സമൂഹത്തിൽ നേരിടുന്ന വിവിധ പ്രശ്നങ്ങളെ അഡ്രസ്സ് ചെയ്യുന്നവ തന്നെ.

'ഇച്ചാക്കിന്റെ പാന്റ്', 'ഒരു സ്കൂൾ വരാന്തയിൽ നിന്ന്' എന്നീ കഥകൾ സ്കൂൾ ഓർമകൾ ഉണർത്തുന്നവയാണ്. അധ്യാപകരുടെ മുൻവിധിയെക്കുറിച്ചും അത് വിദ്യാർത്ഥികളിലുണ്ടാക്കുന്ന പ്രശ്ന ങ്ങളെക്കുറിച്ചും ഓർമ്മിപ്പിക്കുന്ന കഥയാണ് 'ഒരു സ്കൂൾ വരാന്ത യിൽ നിന്ന്'. ഇച്ചാക്കിന്റെ പാന്റ് ആകട്ടെ ദരിദ്രനും നിഷ്കളങ്കനു മായ ഒരു വിദ്യാർത്ഥിയുടെ നിയുക്ത വ്യവസായമന്ത്രിയിലേക്കുള്ള വളർച്ചയുടെ കഥ ചുരുങ്ങിയ വാക്കുകളിൽ മനസ്സിൽ തട്ടുന്ന വിധ ത്തിൽ അവതരിപ്പിച്ചിട്ടുണ്ടെന്നു പറയാം.

'മതിൽക്കെട്ടുകൾ' എന്ന കഥ വാർദ്ധക്യത്തിലെ ഒറ്റപ്പെടൽ ചില വ്യക്തികളിലുണ്ടാക്കുന്ന സ്വഭാവമാറ്റങ്ങളെയും അവരുടെ നിസ്സ ഹായതയെയും സൂചിപ്പിക്കുന്നു. 'ഒരു വാലന്റൈൻസ് ഡേ' എന്ന കഥയിൽ പ്രായമായി ഓർമ്മകൾ നശിച്ചിട്ടും നഷ്ടപ്പെടാത്ത പ്രണ യത്തെയാണ് ചിത്രീകരിച്ചിട്ടുള്ളത്.

ലളിതമായ ഭാഷയിൽ വായനക്കാരുമായി സംവദിക്കുന്ന 30 കഥ കളാണ് രജത് കുറ്റ്യാട്ടൂരിന്റെ 'രജതരേഖകൾ' എന്നു പറയാം. സാഹിത്യലോകത്തേക്കുള്ള ആദ്യചുവടുവെയ്പ് എന്ന നിലയിൽ

ഈ ഉദ്യമം തീർച്ചയായയും അഭിനന്ദനമർഹിക്കുന്നു. 'രജതരേഖ കൾ' ആധുനികകാലത്തിന്റെ വിഹ്വലതകളും പഴയ കാലത്തിന്റെ നൈർമല്യതകളും ഏതുകാലത്തും പ്രസക്തമായ ശുഭാപ്തിവിശ്വാ സവും നന്മയും ഒരുപോലെ കയ്യടക്കത്തോടെ കൈകാര്യം ചെയ്യാൻ എഴുത്തുകാരന്റെ രചനാതന്ത്രത്തിന് സാധിച്ചിട്ടുണ്ട്. ചെറിയ എന്തെ ങ്കിലും പാളിച്ചകളുണ്ടായിട്ടുണ്ടെങ്കിൽ ആദ്യ സംരംഭം എന്ന നില യിൽ വിട്ടുകളയാവുന്നതേയുള്ളൂ.

വരും കാലങ്ങളിലും ജന്മം കൊള്ളാനിരിക്കുന്ന രചനകളും സാഹിത്യലോകത്തിന് രജതരേഖകളായി തിളങ്ങി നിൽക്കാനിട യാകട്ടെ എന്നുമാത്രം ആത്മാർത്ഥമായി ആശംസിക്കുന്നു.

□

കനീജിയ

പകലിനു ദൈർഘ്യം കൂടിയ ഒരു യൂറോപ്യൻ വേനൽ സായാഹ്നം. സൂര്യൻ ഉത്തരധ്രുവത്തിലായതിനാൽ പ്രകാശരശ്മികൾ ലംബമായി പതിക്കുന്നു. പതിവിലേറെ തിരക്കുള്ളവരായിരുന്നു ആ തെരുവിലെ സഞ്ചാരികളിൽ അധികവും. രാജപ്രൗഢിയുടെ പ്രതീകമായ ബിഗ് ബെൻ ക്ലോക്കിൽ മണി 8 എന്ന് കാണിച്ചു. തെംസ്‌നദി പാലത്തിന്റെ കീഴെ ശാന്തമായി ഒഴുകുന്നു. ടൂറിസ്റ്റുകളെ വഹിച്ചുള്ള ക്രൂയിസ്‌കളുടെ ഹോ ണടി ദൂരത്തിൽനിന്നും കേൾക്കാം.. ആളുകൾക്ക് ലണ്ടൻ ഫുൾ വ്യൂ കാണിച്ചുകൊണ്ട് ലണ്ടൻ ഐ സാവധാനം കറങ്ങുന്നു.. ഒരുപാട് കേട്ടി ട്ടുണ്ട് ഈ വെസ്റ്റ് മിനിസ്റ്റർ ബ്രിഡ്‌ജിനെ പറ്റി. പോക്കറ്റടിക്കാരും പിടി ച്ചുപറിക്കാരും നിറയെ ഉണ്ടെന്ന്..

കൂടെ വന്ന കൂട്ടുകാരൻ സന്തോഷ് സെൽഫി മൂഡിലാണ്. കണ്ണിറു ക്കിയും മുഖം വക്രിച്ചും അവന്റെ ബാലക്രീഡകൾ ലണ്ടൻ ഐ പശ്ചാ ത്തലത്തിൽ ഒപ്പിയെടുക്കുന്നുണ്ട്. പല ഭാഷ സംസാരിക്കുന്നവരും പല രൂപത്തിലുള്ളവരും നമ്മളെ മുട്ടിയുരുമ്മി കടന്നുപോകുന്നു. ആദ്യം സ മീപിച്ചത് പാലത്തിന്റെ അരികിൽ നിർത്തിയിട്ടുള്ള സൈക്കിൾ റിക്ഷ ക്കാരെയാണ്. പത്ത് പൗണ്ടിനു ലണ്ടൻനഗരം ചുറ്റിക്കാണിക്കും. പിന്നെ യും മുന്നോട്ടുപോയപ്പോൾ വഴിവാണിഭക്കാരുടെ ബഹളങ്ങൾ. ഇംഗ്ലീ ഷ്, സ്പാനിഷ്, ഫ്രഞ്ച് ഭാഷയിൽ ഉള്ള സംസാരങ്ങൾ കൂടുതലായി കേൾക്കാം.. ഒരിടത്തു ആളുകൾ കൂടിനിൽക്കുന്നു. സഹജമായ മലയാ ളിസ്വഭാവം എന്താണെന്ന് നോക്കണ്ടേ.. സന്തോഷും പ്രോത്സാഹിപ്പി ച്ചു. റോഡിനു നടുവിൽ സീബ്ര കളർ ഡ്രസ്സ് ധരിച്ച ഒരു പെണ്ണും കൗ ബോയ് ലുക്ക് ഉള്ള ഒരു മധ്യവയസ്കനും... ഒറ്റനോട്ടത്തിൽ സംഭവം മ നസിലായി.. നമ്മുടെ നാട്ടിലെ കുലുക്കിക്കുത്ത്. തറയിൽ വിരിച്ച പ്ലാ സ്റ്റിക് പേപ്പറിൽ മൂന്ന് സ്റ്റീൽഗ്ലാസ് കമിഴ്ത്തി വച്ചിട്ടുണ്ട്. കൂടെ ഒരു ചെ റിയ ബോളും. എത്ര പേരെ പറ്റിച്ചുകാണും ഇവർ.. എന്തായാലും ഒന്ന് നോക്കിയേക്കാം. സ്പാനിഷ് ചുവയുള്ള ഇംഗ്ലീഷിൽ ആ പെണ്ണ് വിളി

ച്ചു പറയുന്നുണ്ടായിരുന്നു. "if you bet for 50 we will give you 100 tell me where is the ball?" കറുത്ത കോട്ട് ഇട്ട ഒരു നീഗ്രോ മുന്നോട്ടു വന്നു... കൂടെയുള്ള റഷ്യൻ പെണ്ണ് അയാളെ തടയാൻ ശ്രമിച്ചു. സീബ്രപ്പെണ്ണ് ചോദിച്ചു "show me the money?" അയാൾ പോക്കറ്റിൽനിന്ന് ചുവന്ന 50 പൗണ്ട് നോട്ട് എടുത്തു. സീബ്രപ്പെണ്ണ് അവളുടെ പാർട്ണറുടെ ചെവിയിൽ എന്തോ മന്ത്രിച്ചു.... അയാൾ തൊപ്പി തിരിച്ചു കൊണ്ട് ജനക്കൂട്ടത്തെ ഒന്ന് നോക്കി. പിന്നെ ബോൾ ഗ്ലാസുകൾക്ക് ഉള്ളിലേക്കു സാവധാനം മാറ്റി തുടങ്ങി... നാലഞ്ചു തവണ അത് ആവർത്തിച്ചു. ഒടുവിൽ ചോദിച്ചു "where is the ball? " നീഗ്രോകാരൻ മൂന്നാമത്തെ ഗ്ലാസ്സിനു നേരെ ചൂണ്ടി... അത് കറക്റ്റ് ആയിരുന്നു... അയാൾ വിജയഭാവത്തിൽ നൂറ് പൗണ്ട് വാങ്ങി. എല്ലാവരും കയ്യടിച്ചു. അയാൾ വീണ്ടും ഗ്ലാസ് അടുക്കി വച്ചു.. എഴുന്നേറ്റു നിന്ന് തൊപ്പിയൂരി തറയിൽ വച്ചു. അയാളുടെ സ്വർണ്ണ തലമുടി ചുമലിൽ വരെ തൂങ്ങി കിടക്കുന്നുണ്ടായിരുന്നു...കോട്ടിന്റെ പോക്കറ്റിൽനിന്ന് ഒരു ടിൻ റം കാൻ എടുത്തു വായിലോട്ടു കമിഴ്ത്തി.. സെയിലർ ജെറി. കുരുമുളക് ചുവയുള്ള കരീബിയൻ റം. എരിവുള്ള മദ്യം..രണ്ടു തുള്ളി കുടിച്ചശേഷം ആ നീഗ്രോയെ നോക്കി പറഞ്ഞു.."if you bet for 100 ,we will give you 200 ,are you ready?" നീഗ്രോ തല കുലുക്കി. കൂട്ടുകാരൻ സന്തോഷ് ആവേശത്തോടെ കയ്യടിച്ചു. പത്തിരുപതു കണ്ണുകൾ ആ പ്ലാസ്റ്റിക് ഷീറ്റിലേക്ക് നോക്കി. അയാളുടെ കൈകൾ ഒരു മാന്ത്രികനെ പോലെ വേഗത്തിൽ സഞ്ചരിച്ചു.. എതിർ പോസ്റ്റിലേക്കു പന്ത് റാഞ്ചിപറക്കുന്ന തന്ത്രശാലിയായ ഒരു വിങ്ങറെ പ്പോലെ. "show me where is the ball? " ആ നീഗ്രോകാരൻ രണ്ടാമത്തെ ഗ്ലാസ്സിനു നേരെ ചൂണ്ടി... അയാൾ ആ ഗ്ലാസ് മലർത്തി. കാലിയായിരുന്നു അത്. 100 പോയി അയാൾക്ക്.. കാണികളിൽ നിരാശ.. "അത് മൂന്നാമത്തെ ഗ്ലാസിൽ ആണ്." സന്തോഷ് എന്നോട് മന്ത്രിച്ചു. അത് കേട്ടതും ആ നീളൻ മുടികാരൻ നമ്മുടെ നേരെ നോക്കി പറഞ്ഞു... "Only two glasses are there ,tell me where is the ball.if you bet for 50, l will give you 100..are you ready? " സന്തോഷ് ശങ്കയോടെ മുന്നോട്ട് വച്ചു..

ഭാഗ്യം അഞ്ച് പൗണ്ടിൽ കൂടുതൽ ക്യാഷ് കയ്യിൽ കരുതാറില്ല...ഇല്ലെങ്കിൽ ഞാനും ഈ പ്രലോഭനത്തിൽ വീണേനെ..

അയാൾ സന്തോഷിനെ നോക്കി വീണ്ടും ചോദിച്ചു "where is the ball?" അവന്റെ കണ്ണുകൾ എന്റെ നേർക്കു നീണ്ടു. "One , two..." പല ആളുകൾ പല അഭിപ്രായം പറയുന്നു... അവൻ ഒന്നാമത്തെ ഗ്ലാസിൽ ചൂണ്ടി.. അവന്റെ അമ്പത് പോയി... സന്തോഷ് കുലദൈവങ്ങളെ ശപി

ച്ചുകൊണ്ട് അവിടം വിട്ട് ഇറങ്ങി... അയാൾ ചിരിച്ചുകൊണ്ട് കാൻ റം വീണ്ടും വായിലേക്ക് ഒഴിച്ചു...തിരക്കിലൂടെ മുന്നോട്ടു പോവുമ്പോഴും എന്റെ മനസ്സ് മുഴുവനും ആ നീളൻമുടിയുള്ള മധ്യവയസ്കനായിരു ന്നു. ഇയാളെ ഇതിന് മുൻപ് എവിടെയോ വച്ചു കണ്ടിട്ടുണ്ട്. പത്തിരുപ തുവർഷത്തെ ഓർമയുടെ ഗാലറി ഒന്ന് റിഫ്രഷ് ചെയ്തു നോക്കി.. മറ ന്നുപോയ ഒരു ബ്ലാക്ക് ആൻഡ് വൈറ്റ് ഫോട്ടോ.. അതും ഇരുപത്തി യഞ്ച് വർഷങ്ങൾക്കു മുൻപ് ഒരു ടീവി ഫ്രെയിമിൽ ഒരു സ്വർണ മുടി ക്കാരന്റെ പ്രകടനം കണ്ടു കോരിത്തരിച്ചുപോയ ബാല്യം... കനീജിയ എനിക്ക് എങ്ങനെ മറക്കാനാവും നിങ്ങളെ... 90 കളിലെ അർജന്റീന ടീ മിന്റെ നെടുംതൂണിനെ..ചരിത്രം മറഡോണയെയും ബാറ്റിസ്റ്റൂട്ടയെയും ഓർക്കും.. കനീജിയയെ മറക്കും... അല്ലേലും ഗോൾ അടിച്ചവനെ മാത്ര മല്ലേ ലോകം ഓർക്കൂ.. അതിനു വേണ്ടി അധ്വാനിച്ചവരെ ആരും കാണി ല്ലല്ലോ. കുതിരയെപ്പോലെ ഓടുന്ന നിങ്ങളുടെ വേഗതയോട് പിടിച്ചുനി ൽക്കാൻ സാക്ഷാൽ മറഡോണ വരെ വിയർക്കുന്നത് ഞാൻ കണ്ടിട്ടു ണ്ട്.. നിങ്ങൾ ഈ അവസ്ഥയിൽ ഇവിടെ... മുഖത്തു വാർദ്ധക്യം അതി ന്റെ അടയാളം കാണിച്ചിട്ടുണ്ട്. ആ മുടിക്കും ബോധിഷേപ്പിനും ഒരു വ്യത്യാസവും ഇല്ല. ഒരു പ്രൊഫഷണൽ അത്‌ലറ്റ് ആയിരുന്നില്ലേ നി ങ്ങൾ. പെരുമാറ്റത്തിൽ പരുക്കനും. ഇപ്പോഴും ഓർക്കും, 90ലെ വേൾഡ് കപ്പ്... ലീഗ് റൗണ്ടിൽ ബ്രസീലിനെതിരെ മറഡോണ തന്ന ഡ്രിബ്ലിങ് പാസിൽ ഗോളി ടഫറേലിനെ സ്തബ്ധനാക്കി ഗോൾ അടിച്ചത്.. സാമ്പ താളം നിശ്ചലമായ നിമിഷം.. സെമിയിൽ ഇറ്റലിക്കെതിരെ വാൾട്ടർ സിംഗ എന്ന അതികായൻ ഗോളിയെ വെട്ടിച്ചു നിങ്ങൾ തൊടുത്ത സമനില ഹെഡ്ഡർ.. ആ ടൂർണമെന്റിൽ സിംഗ വഴങ്ങിയ ആദ്യഗോൾ അതായി രുന്നു... ഒടുവിൽ ഫൈനലിൽ തന്റെ ടീം ജർമ്മനിയോട് തോൽക്കുമ്പോൾ റോമിലെ ഗാലറിയിൽനിന്ന് കരഞ്ഞുകൊണ്ടു കളി കാണേണ്ടിവന്ന നി ർഭാഗ്യവാനും താങ്കൾ തന്നെ.. ഈ രീതിയിൽ കണ്ടുമുട്ടും എന്ന് ഒരി ക്കലും പ്രതീക്ഷിച്ചില്ല പണ്ടേ നിങ്ങളുടെ കോച്ച് പാസറെല്ലയ്ക്കു നി ങ്ങളെ ഇഷ്ടമല്ലായിരുന്നു... മുടി വെട്ടാൻ വിസമ്മതിച്ചതിന്റെ പേരിൽ ടീ മിൽനിന്ന് പുറത്താക്കപ്പെട്ട ലോകത്തിലെ ഒരേ ഒരു കളിക്കാരൻ നിങ്ങ ളായിരിക്കും... എന്താണ് പറ്റിയത് സുഹൃത്തേ.. 96 ലെ ഒരു സ്പോർട്സ് പേജിൽ അഞ്ചാംനിലയിൽ നിന്ന് ചാടി ആത്മഹത്യ ചെയ്ത നിങ്ങളു ടെ അമ്മയുടെ മരണവാർത്ത എന്നെ ഞെട്ടിച്ചിരുന്നു.. അവസാനമായി നിങ്ങളെ കണ്ടത് 2002 ലെ അർജന്റീന ടീമിന്റെ റിസേർവ് ബെഞ്ചിൽ. സ്വീഡനെതിരെയുള്ള ലീഗ് മാച്ചിൽ റഫറിയോട് തർക്കിച്ചു റിസേർവ്

ബെഞ്ചിൽനിന്ന് റെഡ്കാർഡ് വാങ്ങി സ്ഥലം വിട്ടയാളാണ് നിങ്ങൾ... അതിനുശേഷം കണ്ടിട്ടേ ഇല്ല... റിവർപ്ലേറ്റിലോ ബൊക്കാ ജൂനിയർസി ലോ പോലും...

ചെറിയ തോതിൽ ഇരുട്ട് പരന്നു തുടങ്ങി. സന്തോഷ് എപ്പോഴും നി രാശയിൽ പുഴയോരത്തു നോക്കി നിൽപ്പാണ്... നമ്മുടെ താരം അവിടെ കലാപരിപാടികൾ മതിയാക്കി ബാഗും എടുത്തു നടക്കാൻ തുടങ്ങിയി ട്ടുണ്ട്. കൈക്ക് ചുറ്റിപ്പിടിച്ചുകൊണ്ട് ആ പെണ്ണും കൂടെയുണ്ട്....പുറകെ വച്ചുപിടിച്ചാലോ.. ഒന്ന് നടന്നിട്ട് വരാം.. കുറച്ചുദൂരം പിന്നിട്ടു. വഴിയിൽ വെട്ടമൊന്നും ഇല്ല. ബോട്ട്ജെട്ടി ലക്ഷ്യമാക്കിയാണവർ പോകുന്നത്. ഒ രു അരണ്ട വെളിച്ചം ദൂരത്തായി കാണുന്നുണ്ട്. ഞാൻ പിന്നാലെ ത ന്നെയുണ്ട്. ഇടക്ക് ഒന്ന് നിർത്തി അയാൾ തിരിഞ്ഞുനോക്കി. പുറകി ലൊന്നും ആളില്ല. എന്റെ കാലിന് വിറയൽ വന്നു തുടങ്ങി. സർവ്വ ശ ക്തിയും എടുത്ത് ഉച്ചത്തിൽ ചോദിച്ചു, " are you ക്ലോഡിയോ കനീജി യ..?" അയാൾ ശാന്തനായി എന്റെ നേർക്ക് നോക്കി. പിന്നെ നടന്ന് അ ടുത്തേക്ക് വന്നു. സ്വർണമുടിയുള്ള ആജാനബാഹു. നിലാവെളിച്ചത്തിൽ അത് തിളങ്ങുന്നു...

എന്റെ പഴയ മൺചുമരിൽ അലങ്കരിച്ച മൂന്നു പടങ്ങളിൽ ഒന്ന് താങ്ക ളായിരുന്നു. മറ്റു രണ്ടുപേരിൽ ഒരാൾ നൈജീരിയൻ സ്ട്രൈക്കർ റഷീ ദി യേകിനിയും മറ്റെയാൾ 94 ഫൈനലിലെ പെനാൽറ്റി തുലച്ച റോബർ ട്ടോ ബാജിയോയും... യേകിനി ഇന്ന് ജീവിച്ചിരിപ്പില്ല.. റൊമാരിയോയെ എനിക്കിഷ്ടമല്ലായിരുന്നു. അയാളുടെ ഫോട്ടോയുടെ മേലേയാണ് താങ്ക ളെ പതിപ്പിച്ചിച്ചത്. എന്റെ മനസ്സിലും...

കണ്ണടച്ചു ഒരു നിമിഷം ശ്വാസം ഉള്ളിലേക്കെടുത്തു. തണുത്ത എ ന്തോ ഒന്ന് എന്റെ കഴുത്തിൽ സ്പർശിക്കുന്നു...ഒരു തോക്ക്... ദൈവമേ പണി പാളി.... ആദ്യമായിട്ടാണ് ഇങ്ങനെ ഒരു അനുഭവം.. ഒന്ന് കുതറാ ൻ ശ്രമിച്ചു.. കിട്ടി ഉടനെ, അടി വയറ്റിനിട്ടു ഒരു ഡ്രിബ്ലിങ് പഞ്ച്.. കണ്ണി ൽ ഇരുട്ട് കയറി. അടിവയറ്റിൽ പാൻക്രിയാസും കിഡ്നികളും സംഗമി ക്കുന്ന അവസ്ഥ...ഞാൻ വിറയ്ക്കുന്ന കൈകൾ ആകാശത്തേക്ക് ഉയർ ത്തി... ആ സീബ്രാ പെണ്ണ് എന്റെ ബാഗ് പിടിച്ചുവാങ്ങി. അവളുടെ കൈ കൾ എന്റെ പോക്കറ്റിലും ബാഗിലും തപ്പാൻ തുടങ്ങി. പണ്ടേ പേഴ്സ് ഉ പയോഗിക്കുന്ന ശീലം എനിക്കില്ല. പിന്നെ എന്തൊക്കെ എവിടൊക്കെ സൂക്ഷിക്കണം എന്നുള്ളത് രണ്ടുമാസത്തെ വിദേശവാസത്തിനിടയിൽ ഞാൻ പഠിച്ചിട്ടുണ്ട്. ഒന്നുമില്ലേലും ഞാനും വരുന്നത് ചെഗുവേരയെ ആരാധിക്കുന്ന നാട്ടിൽ നിന്നാണല്ലോ.. ആകെ കിട്ടിയ അഞ്ച് പൗണ്ട്

നോട്ടവൾ ചുരുട്ടി പിടിച്ചു.. ക്വീൻ എലിസബത്ത് അവളുടെ കയ്യിൽ കി ടന്നു വീർപ്പുമുട്ടുന്നുണ്ടായിരുന്നു. രണ്ടുപേരും സ്പാനിഷ് ഭാഷയിൽ എന്തോ പിറുപിറുക്കുന്നുണ്ടായിരുന്നു. ദരിദ്രവാസി എന്നായിരിക്കാം.. . അയാൾ തോക്ക് മാറ്റി പിടിച്ചു.. ദേഹം മുഴുവനും ടാറ്റൂ കുത്തിയിട്ടുണ്ട്.. കരണം പൊട്ടുമാറു മുഖത്തേക്ക് ഒരെണ്ണം സമ്മാനിച്ചു... അയാൾ മു ന്നോട്ടു നടന്നു ... ഞാൻ കുനിഞ്ഞിരുന്ന് പോയി.. തൊണ്ട പൊട്ടുമാറു ച്ചത്തിൽ എനിക്കറിയുന്ന സ്പാനിഷിൽ ഞാൻ വിളിച്ചു പറഞ്ഞു.. "ബ്രാ വോ (well done)കനീജിയ.. വാമോസ് അർജന്റീന വാമോസ് അർ ജന്റീന..."

ഒരു നിമിഷത്തേക്കയാൾ നിശ്ചലനായി..തിരിഞ്ഞുനോക്കി.

ബാഗ് എന്റെ നേർക്ക് വലിച്ചെറിഞ്ഞുകൊണ്ട് പറഞ്ഞു "ഗ്രേയ്ഷ്യാ സ്" (thanks). എന്നിട്ട് വെച്ചു വെച്ചു നടന്നുപോയി. മറഡോണയെയും ബാറ്റിസ്റ്റൂട്ടയെയും ഗോളടിപ്പിച്ച കാലുകൾ കൊണ്ട്...

ഞാനും മുറിഞ്ഞ ചുണ്ടുകൾ കൊണ്ട് മന്ത്രിച്ചു, ഗ്രെയ്ഷ്യസ് കനീ ജിയ you are my hero...

ഒരു സ്കൂൾവരാന്തയിൽനിന്ന്

ഏകദേശം മൂന്ന് ആഴ്ച മുൻപാണ് ഞാൻ അവനെ ആദ്യമായി കാ
ണുന്നത്. പ്രിൻസിപ്പലിന്റെ മുറിയിൽനിന്നും നടന്നകന്നുപോകുകയാ
യിരുന്നു അവൻ. കൂടെ ആരോ ഉണ്ടായിരുന്നു. കറ പിടിച്ച ഷർട്ട്, അല
ങ്കോലമായി പാറിപറക്കുന്ന മുടികൾ. മുഖത്തു ഒരു നിഷേധ ഭാവവും.
ഒറ്റ നോട്ടത്തിൽ എനിക്ക് കലി വന്നു, അവനെ കണ്ടപ്പോൾ.

'പുതിയ അഡ്മിഷൻ ആണെടോ, തന്റെ ക്ലാസ്സിലേക്കാ. കണ്ടിട്ട് ഒ
രു വിളഞ്ഞ വിത്താണെന്ന് തോന്നുന്നു'.

ശരിയാ സ്കൂൾ തുറന്നിട്ട് മൂന്നു മാസം കഴിഞ്ഞു, ഉറപ്പായിട്ടും പഴ
യ സ്കൂളിൽ നിന്നും ടിസി കൊടുത്തു വിട്ടതായിരിക്കും, എല്ലാ മാര
ണങ്ങളും വരുന്നത് നമ്മുടെ തലേലൊട്ടാണല്ലോ.

ആദ്യത്തെ ക്ലാസ്സിൽ തന്നെയവൻ എന്റെ കണ്ണിലെ കരടായി.

ക്ലാസ് എടുത്തുകൊണ്ടിരുന്നപ്പോൾ പുറകിലെ ബെഞ്ചിൽ നിന്നൊ
രു അനക്കം. ഇവന്റെ സൈഡിൽനിന്നാണ്. തൊട്ടടുത്തവന്റെ കയ്യിൽ
ഒരു ബാലരമ. അവനെ പൊക്കിയപ്പോൾ ഇവൻ ഒന്നും അറിയാത്തവ
നെപ്പോലെ മുകളിൽ നോക്കിയിരിക്കുന്നു. നീട്ടെടാ കൈ എന്നു പറ
ഞ്ഞപ്പോൾ ഒരു കൂസലും കൂടാതെ കൈ നീട്ടി. അടുത്ത ദിവസവും
ക്ലാസ് എടുക്കുമ്പോൾ ഇവൻ മുകളിലേക്ക് തന്നെ നോക്കിയിരിക്കുന്നു.
ആ പിരീഡ് മൊത്തം എഴുന്നേറ്റ് നിൽക്കാൻ പറഞ്ഞു.

മൂന്നാമത്തെ ദിവസവും ഇതേ പരിപാടി. ഇറങ്ങിപ്പോടാ വെളിയിൽ
എന്നലറി. തലകുനിച്ചു അവൻ വെളിയിലേക്ക് നടന്നു.

ഞാൻ ആകെ അസ്വസ്ഥനാണ്. സ്റ്റാഫ് റൂമിൽ ഇതേപ്പറ്റി പറഞ്ഞ
പ്പോൾ സംസ്കൃതം മാഷുടെ വക ഒരു കുത്ത്. 'കുട്ടികൾക്കു താൻ
പഠിപ്പിക്കുന്നത് മനസിലാവുന്നുണ്ടാവില്ല, അതായിരിക്കും അവർ ശ്ര
ദ്ധിക്കാതെ ഇരിക്കുന്നത്.'

അതെനിക്ക് ശരിക്കും കൊണ്ടു. പത്തുപതിനാറു വർഷമായി ഈ
പണിക്ക് കേറീട്ട്. ഇതുവരെ ആരും അങ്ങനെ പറഞ്ഞിട്ടില്ല. സുധാക

രൻമാഷുടെ ക്ലാസ്സ് ടോപ് ആണെന്ന് സ്റ്റാഫ്റൂമിൽ ടീച്ചേർസ് അട ക്കം പറയുന്നത് ഞാൻ പലതവണ കേട്ടതാണ്. ഈ നശിച്ചവൻ കാര ണം എല്ലാം പോകും.

ഒരു ഞായറാഴ്ച വായനശാലറോഡിൽ വച്ച് ഒരു മിന്നായം പോലെ അവനെ കണ്ടു. അവൻ എന്നെ കണ്ടപ്പോൾ മാറി കളഞ്ഞതാണ് എന്ന് വ്യക്തമാണ്.

ഓഹോ അങ്ങനെ ആണോ.. ഞാനൊരു അധ്യാപകൻ ആണ്. എ ന്റെ പണി പഠിപ്പിക്കൽ ആണ്, മര്യാദ ! അത് ഇവനെ ഞാൻ പഠിപ്പി ക്കും. അതിപ്പോ വടി കൊണ്ടാണെങ്കിൽ അങ്ങനെ.

മനസ്സിൽ തീരുമാനമെടുത്തു.

പിറ്റേന്ന് ക്ലാസ്സിൽ ചെന്നപ്പോൾ കണ്ണുകൾ ആദ്യം പരതിയത് പുറ കിലെ ബെഞ്ചിലേക്ക് ആണ്. ഇല്ല അവൻ വന്നിട്ടില്ല.

പെട്ടെന്ന് വാതിൽക്കൽ ഒരു കിതപ്പുശബ്ദം.

വിയർത്തു കുളിച്ച് അവൻ ഓടി വന്നിരിക്കുന്നു.

ഒരു ചോറ്റുപാത്രവും രണ്ട് കീറിപ്പറിഞ്ഞ പുസ്തകങ്ങളും നെഞ്ചോ ടുചേർത്ത് വച്ചിട്ടുണ്ട്.

'പുറത്തു നിൽക്കേടാ, കൃത്യസമയത്തു വന്നവർ മാത്രം ക്ലാസ്സിൽ കേറിയാൽ മതി,'

ഞാൻ ചൂരൽ എടുത്തു മേശയിൽ ആഞ്ഞടിച്ചു.

ക്ലാസ് നിശബ്ദമായി.

' ഉം... പുറത്തേക്ക് പോകൂ...' വീണ്ടും പറഞ്ഞു.

അന്ന് എന്താണ് പഠിപ്പിച്ചത് എന്ന് പോലും ഓർക്കുന്നില്ല, മനസ്സിൽ മുഴുവനും ദേഷ്യമായിരുന്നു.

പുറത്തിറങ്ങിയപ്പോൾ അവനെ നോക്കി, അവന്റെ കണ്ണുകൾ നിറ ഞ്ഞൊഴുകുന്നു. കണ്ടപ്പോൾ മനസ്സ് വല്ലാതെ ആയി. അടുത്തേക്ക് വി ളിച്ചപ്പോൾ അവന്റെ കരച്ചിൽ ഉച്ചത്തിൽ ആയി. മറ്റു സ്റ്റാഫുകൾ ശ്ര ദ്ധിക്കുന്നു.

'എടാ നീ വൈകി വന്നത് കൊണ്ടല്ലേ ഞാൻ പുറത്തു നിർത്തിയ ത്, നീ ക്ലാസ്സിൽ ശ്രദ്ധിക്കാതെ ഇരിക്കുന്നോണ്ടല്ലേ ഞാൻ നിന്നെ വഴ ക്ക് പറയുന്നേ.'

'ഞാൻ ക്ലാസ്സിൽ ശ്രദ്ധിക്കുന്നുണ്ട് മാഷേ.' വീണ്ടുമൊരു തേങ്ങൽ

'എന്നിട്ടാണോ ഞാൻ ക്ലാസ്സ് എടുക്കുമ്പോൾ നീ മോളിലോട്ട് നോ ക്കി ഇരിക്കുന്നെ' ഞാൻ അവന്റെ പുറത്തു തട്ടി.

'ഇതെന്റെ മൂന്നാമത്തെ സ്കൂളാ മാഷേ, ഇവിടുന്നും പുറത്താക്കി

യാൽ മാമൻ എന്റെ പഠിപ്പ് നിർത്തും. എല്ലായിടത്തും ഇങ്ങനെ തന്നെ യാ . എല്ലാരും എന്നെ കളിയാക്കുന്നു.'

'എന്തിന്?'

'മാഷേ ക്ലാസ്സിൽ ഞാൻ മാഷേ തന്നെയാ നോക്കുന്നത്, എനിക്ക് കോങ്കണ്ണാണ് മാഷേ. എനിക്കു ദൈവം കാഴ്ചശക്തി തന്നിട്ടുണ്ടല്ലോ, അതുതന്നെ മഹാഭാഗ്യം അല്ലേ, എത്ര പേരാ മാഷേ കാഴ്ചയില്ലാതെ കഷ്ടപ്പെടുന്നേ.'

'എടാ അത്.....ഞാൻ... അറിയാതെ..'

'ഇല്ല മാഷേ എനിക്ക് വിഷമം ഒന്നും ഇല്ല. ഇതൊക്കെ ശീലമായി, ഇതൊന്നും തിരിച്ചറിയാനുള്ള ഉൾക്കാഴ്ച നിങ്ങളുടെ കണ്ണിനൊന്നും ഇല്ലേ മാഷേ?'

കൂരമ്പ് പോലെ മുനയുള്ള വാക്കുകൾ.

അടുത്ത ബെല്ലടിച്ചു. അവൻ കണ്ണു തുടച്ചു ക്ലാസ്സിലേക്ക് കയറി.

ഞാൻ ഇപ്പോഴും ആ സ്കൂൾ വരാന്തയിൽ തന്നെയാണ്. അവന്റെ വിതുമ്പലുകൾ ഇപ്പോഴും ഹൃദയത്തിൽ അലയടിക്കുന്നു ..

അന്വേഷണം

'സാർ ചായ.'

ഒരു നല്ല സ്വപ്നത്തിൽ നിന്നുണർത്തിയപ്പോൾ പതിവില്ലാതെ ദേ ഷ്യമാണ് തോന്നിയത്. ഇനിയും ഒരുപാട് നേരം വള്ളിക്കാവ് അമ്പല ത്തിന്റെ മുന്നിലെ വഴിയിലൂടെ നടക്കണം എന്നുണ്ടായിരുന്നു. സാരമി ല്ല ഇനി ഒരാഴ്ച കൂടി അല്ലേ ഉള്ളൂ. ഒരു പ്രത്യേക ഫീലിംഗ് ആണ് ജ നിച്ചുവളർന്ന നാട്ടിൽത്തന്നെ ജോലി ചെയ്യാൻ പറ്റുന്നത്. എത്ര പെട്ടെ ന്നാണ് ഒരു വർഷം കടന്നുപോയത്. ഉത്തരമലബാർ എന്ന് കേട്ടാലേ ഒ രു വിറയൽ ആയിരുന്നു. അതിന്റെ കൂടെ കണ്ണൂരിലെ മലയോര മേഖല യിലെ ഒരു പോലീസ്സ്റ്റേഷനിൽ. പക്ഷേ ഭയന്നത് പോലെ ഒന്നും ഉ ണ്ടായില്ല. എന്ത് നല്ല സ്ഥലം. ഒരു വർഷത്തെ പ്രൊബേഷൻ കഴിഞ്ഞു. ഇനി ഇപ്പോൾ പിരിയുന്നതാണ് പ്രയാസം. നൈറ്റ്പെട്രോളും അലച്ചി ലും കൊണ്ടാവാം കൊച്ചു വെളുപ്പാൻ കാലത്ത് നല്ല ഉറക്കം പിടിച്ചത്. എസ്.ഐ ഗണേഷ് സാർ വരുന്നതിനു മുൻപ് ഫ്രഷ് ആയി വരാം.

ഗണേഷ് സാർ പതിവ് പോലെ ടെൻഷനിൽ ആയിരുന്നു.

'എന്തൊക്കെ ഉണ്ടെടോ, പോകാൻ തയ്യാറായയോ?'

'ഓ അതൊക്കെ നടക്കുന്നു, ഒരു മോഷണശ്രമം റിപ്പോർട്ട് ചെയ്തി ട്ടുണ്ട്. ഇന്നലെ രാത്രിയാണ്, പാറക്കടവ് സബ് സ്റ്റേഷന്റെ അടുത്തുള്ള വീട്ടിലാണ്. നാട്ടുകാർ ആളെ പിടികൂടിയിട്ടുണ്ട്. സൺഷേഡിൽ നിന്ന് കാല് തെറ്റി താഴെ വീണു കെണിയിൽ ആയതാണ്. രവിസാറും ഗിരീ ഷും ആണ് പോയത്. ആൾക്ക് നല്ല പരിക്കുണ്ട് കാലിനും തലയിലും. ഹോസ്പിറ്റലിലേക്ക് മാറ്റിയിട്ടുണ്ട്.'

'ഏത് നാട്ടുകാരനാണ്, ബംഗാളിയോ അസ്സാമിയോ?'

'ഒരു മംഗലാപുരം മലയാളം.'

'ആൾത്താമസം ഉള്ള വീടാണോ?'

'ഉണ്ട് സാർ. ഒരു റിട്ടയേർഡ് ദമ്പതിമാർ. മക്കളൊന്നും സ്ഥലത്തി ല്ല.'

'അതു പിന്നെ അങ്ങനെ തന്നെ അല്ലെ, വയസ്സായ ആൾക്കാർ താമ
സിക്കുന്ന വീടുകൾ ആണല്ലോ ഇവരുടെയൊക്കെ ടാർഗറ്റ്, താൻ ഹോ
സ്പിറ്റലിലേക്ക് വിട്ടോ, അവിടുത്തെ ഫോർമാലിറ്റി കഴിഞ്ഞെങ്കിൽ ബാ
ക്കി കാര്യങ്ങൾ നോക്കിക്കോ, അവൻ ഇനി പുറംലോകം കാണണ്ട.'

ഹോസ്പിറ്റലിൽ സാമാന്യം നല്ല തിരക്ക് ഉണ്ടായിരുന്നു. നല്ല തടിച്ച
ശരീരം ഉണ്ടായിട്ടും അവൻ അവശനായിരുന്നു. കാലിൽ പ്ലാസ്റ്റർ ഇട്ടിട്ടു
ണ്ട്. തലയിൽ ഒരു കെട്ടും. കവിളിൽ കുറേ വിരൽപ്പാടുകളും നാട്ടുകാർ
കൈ വെച്ചതുപോലെ.

കള്ളനെ കൊണ്ടുവന്നത് കാണാനായിരിക്കും പതിവിലേറെ ജനക്കൂ
ട്ടം. ഒരു കോർണറിൽ സ്ഥിതിചെയ്യുന്ന വീട്. രണ്ടു വശത്തു കൂടെയും
റോഡ് ഉണ്ട്. വീടിനു ഒരു പത്തിരുപത്തഞ്ച് വർഷം പഴക്കം കാണും.
പെയിന്റ് നല്ല പോലെ മങ്ങിയിട്ടുണ്ട്.

ഒരു റൗണ്ട് ചോദ്യം സ്റ്റേഷനിൽ വച്ചു കഴിഞ്ഞതാണ്. കാര്യങ്ങൾ ഒ
ക്കെ ക്ലിയർ ആണ്. മോഷണ ശ്രമം, വീഴ്ച... ബഹളം കേട്ട് നാട്ടുകാർ
പിടികൂടി. ഒരു കാര്യത്തിൽ ചെറിയ സംശയം അവൻ വണ്ടിയിൽ വച്ചാ
ണ് അത് പറഞ്ഞത്. അവൻ കാല് തെറ്റി വീണതല്ല പോലും, അവനെ
ആരോ ചവിട്ടി താഴേക്കു തെറിപ്പിച്ചതാണ്. ആളെ കണ്ടാൽ തിരിച്ചറി
യാം എന്ന്. ഇതു ഇവന്മാരുടെ സ്ഥിരം ഐറ്റം ആണ് പിടിക്കപ്പെട്ടാൽ
ഓരോ കഥയുണ്ടാക്കും, അന്വേഷണം വഴി തെറ്റിക്കാൻ. ഇന്നലെത്ത
ന്നെ ഫിംഗർപ്രിന്റ് ഒക്കെ ശേഖരിച്ചതാണ്. ആകെ ടെറസിന്റെ സൈ
ഡിൽ നിന്ന് മൂന്നു ഫിംഗർ പ്രിന്റ് ആണ് കിട്ടിയത്. ഇവന്റെയും ആ വീ
ട്ടിലെ അച്ഛന്റെയും, വേലക്കാരിയുടെയും. വേലക്കാരി രാത്രി അവിടെ
താമസിക്കാറില്ല. പിന്നെ ആ അച്ഛനെക്കൊണ്ടു ഇവനെ ചവിട്ടി തെറിപ്പി
ക്കാനും പറ്റില്ല. എന്തോ ഇത് വിശ്വസിക്കാനേ പ്രയാസം.

വീട്ടുകാരുടെ മൊഴി എടുത്തു, എന്തോ ബഹളം കേട്ട് രാത്രി ഞെട്ടി
ഉണർന്നതാണ്. അപ്പോഴേക്കും നാട്ടുകാർ ഓടിക്കൂടി. മുറ്റത്തു തലയിൽ
ചോരയൊലിപ്പിച്ചു കിടക്കുന്നതാണ് കണ്ടത്. മുറ്റത്തു ചായിപ്പിലെ ഏ
ണി ചാരിവച്ച നിലയിൽ കണ്ടു. ഒരു ഇരുമ്പിന്റെ പൈപ്പ് കഷ്ണം കിട
ക്കുന്നത് കണ്ടു. മൂന്നു സി.സി.ടി.വി ക്യാമറ ഉണ്ട് വീട്ടിൽ. അത് പരി
ശോധിച്ചു. അവന്റെ മുഖം വ്യക്തമായി തെളിഞ്ഞിട്ടുണ്ട്. അവൻ ഇപ്പോ
ഴും വണ്ടിയിൽ തന്നെയാണ്. സി.സി.ടി.വിയിൽ എല്ലാം വ്യക്തമാണ്.
കൃത്യം 1.05നു അവൻ മുറ്റത്തുനിന്ന് മുകളിലേക്കു നോക്കുന്നു. മതിൽ
ചാടി വന്നതാവാം. അവൻ ഏണിയും ആയി നടക്കുന്നത് സൈഡ് ക്യാ
മറ പിടിച്ചിട്ടുണ്ട്. ഏണി വച്ചുകയറുന്നത് പകുതിവരെ വ്യക്തം. പിന്നെ

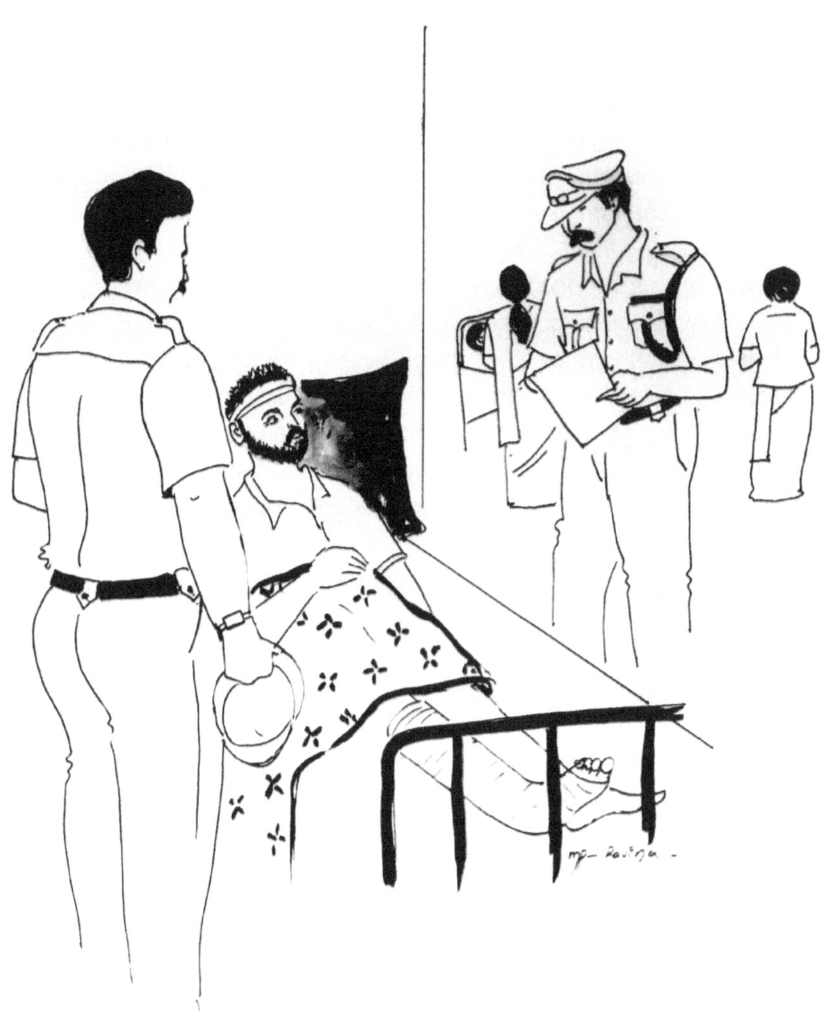

തെറിച്ചുവീഴുന്നതും. പക്ഷേ ഏണിയുടെ സ്ഥാനവും അവൻ വീണ സ്ഥാ നവും തമ്മിൽ ഒരു മൂന്നു മൂന്നര മീറ്റർ വ്യത്യാസം ഉണ്ട്. ഒരാൾ ഏണി കയറുമ്പോൾ വീണാലും, ടെറസിൽ തെന്നിവീണാലും ഇത്രയും ദൂരം തെറിച്ചു വീഴത്തില്ല. അവൻ പറയുന്നതിൽ കാര്യമുണ്ട്. ഏതോ ഒരു ബാഹ്യശക്തിയുടെ ഇടപെടൽ അവിടെ സംഭവിച്ചിട്ടുണ്ട്. സി.സി.ടി.വി ഫൂട്ടേജ് ബാക്ക് അപ്പ് എടുത്തു. ഒന്നും സംഭവിക്കാത്തപോലെ പുറ ത്തിറങ്ങി. അഞ്ചാറ് അയൽപക്കക്കാരെയും ബന്ധുക്കളെയും ചോദ്യം ചെയ്തു. മെയിനായിട്ട് വീട്ടുകാരെ പറ്റി തിരക്കി. പൊതുവെ നല്ല അഭി പ്രായം. രണ്ടുമക്കൾ ആയിരുന്നു. മകൻ ആറുമാസം മുൻപ് മരിച്ചുപോ യി. മകൾ കല്യാണം കഴിച്ചു സ്വന്തം വീട്ടിലാണ്. അധികം സോഷ്യൽ അല്ല. മകന്റെ മരണശേഷം ഒതുങ്ങികൂടിയതാണ്. വേറെ ആരും ആ വീട്ടിൽ താമസിക്കാറില്ല. അധികം ആരുമായി അടുപ്പവും ഇല്ല.

രവിസാർ പ്രതിയെ പുറത്തിറക്കി. ആ ദമ്പതികൾ അവനെ തിരിച്ച റിഞ്ഞു. ഏണി എടുത്ത സ്ഥലവും കേറാൻ ശ്രമിച്ച വിധവും അവൻ വിവരിച്ചു. എല്ലാം കഴിഞ്ഞപ്പോൾ അവന് ഒടുക്കത്തെ ദാഹം. ഒരു സ്റ്റീൽ കപ്പിൽ വെള്ളവുമായി ആ അമ്മ വന്നു. അവനാ സിറ്റൗട്ടിലെ തറയിൽ നിരങ്ങിയിരുന്നു ഗ്ലാസ് വാങ്ങി. പിന്നെ എന്തോ കണ്ടു പേടിച്ചപോലെ ഒരു ശബ്ദം ഉണ്ടാക്കി. ഗ്ലാസ് അവന്റെ കയ്യിൽ കിടന്നു വിറക്കുന്നുണ്ടാ യിരുന്നു. വെള്ളം പുറത്തേക്കും.

അവന്റെ നോട്ടം സെന്റർഹാളിലെ മാലയിട്ട ചെറുപ്പക്കാരന്റെ ഫോ ട്ടോയിലേക്കാണ്.

'എന്തെടാ നീ കിടന്നു വെറക്കുന്നത്?'

'സാറെ ഇയാളെയാ ഞാൻ കണ്ടത്, ഇയാളാ എന്നെ ചവിട്ടി താഴെ യിട്ടത്, എനിക്കുറപ്പാ.'

ശരിക്കും ഞാൻ ഞെട്ടി. പക്ഷെ എന്നേക്കാൾ ഏറെ അവിടെ കൂടി നിന്ന അയൽപക്കക്കാരും നാട്ടുകാരും.

'ചുമ്മാ കഥയിറക്കാതെ എണീറ്റ് വാടാ, പിന്നെ മരിച്ചുപോയ ആളു നിന്നെ തള്ളി താഴെയിട്ടു...'

രവി സാർ അവനെ പൊക്കിയെടുത്ത് വണ്ടിയിൽ ഇട്ടു. ആളുകൾ അവ്യക്തമായി എന്തൊക്കെയോ പിറുപിറുക്കുന്നുണ്ടായിരുന്നു.

ദിവസം മൂന്നു കഴിഞ്ഞു. പ്രതി റിമാൻഡിൽ ആണ്. വേറെ ഒന്ന് ര ണ്ടു കേസുകൾ വന്നു പെട്ടതിനാൽ ശ്രദ്ധ അങ്ങോട്ട് തിരിഞ്ഞു. ഒരു നാൾ ആ ഹാർഡ് ഡിസ്ക് വീട്ടിൽ കൊടുത്തിട്ട് മടങ്ങുംവഴി നാട്ടുകാ രിൽ രണ്ടുമൂന്നു പേരെ കണ്ടു. എല്ലാവർക്കും ഒരേ ചോദ്യം ആ കള്ളൻ

ശരിക്കും ആ മരിച്ചുപോയ ചെക്കനെ കണ്ടുവോ എന്ന്. അവനെ വേറെ ചില പേരും കണ്ടിട്ടുണ്ട് പോലും. കശുവണ്ടി തോട്ടത്തിൽ കാടു വെട്ടി ത്തെളിക്കാൻ വന്ന സ്ത്രീ അവനെ കണ്ടിട്ട് ബോധം കെട്ടു എന്ന് പറ യുന്നു . അയാൾ സ്ഥിരം വൈകുന്നേരം വന്നിരിക്കാറുള്ള കൂട്ടുകാരന്റെ കടയുടെ വരാന്തയിൽ അവനെ രാത്രി ആരോ കണ്ടെന്ന്. പോരാത്തതി ന് അമ്പലത്തിൽ ഒരു സ്വർണപ്രശ്നം വെച്ചപ്പോൾ പറഞ്ഞത്രേ ഈ ഏരിയയിൽ കൊറേ ദുർമരണങ്ങൾ നടന്നിട്ടുണ്ട്. അവരുടെ ആത്മാക്കൾ ഗതി കിട്ടാതെ അലയുന്നുണ്ടെന്നും അവരുടെ സാന്നിധ്യം പ്രകടമായേ ക്കാം എന്നും. പോരാത്തതിന് വാട്സ്ആപ്പ് ഗ്രൂപ്പ് മെസ്സേജസും.

ഇതൊക്കെ കേട്ടപ്പോൾ ഇന്റെറെസ്റ്റിങ് ആയി തോന്നി. അതായിരി ക്കാം ആ ചെറുപ്പക്കാരനെപ്പറ്റി കൂടുതൽ അന്വേഷിക്കാൻ പ്രേരിപ്പിച്ചത്. ആരും മോശം അഭിപ്രായം പറഞ്ഞില്ല. എല്ലാവരോടും നല്ല പെരുമാറ്റം. പുറത്തെവിടെയോ ആണ് ജോലി എങ്കിലും നാട്ടിൽ നല്ല സൗഹൃദം സൂക്ഷിച്ചിരുന്നു. അവൻ പോയത് ഇപ്പോഴും എല്ലാവർക്കും വിശ്വസി ക്കാൻ പറ്റുന്നില്ല. അവന്റെ മരണത്തെപ്പറ്റി അന്വേഷിച്ചപ്പോളാണ് മന സ്സിലായത് പഴയ കോവിഡ് 19 കേസ്. നാട്ടിലേക്ക് മടങ്ങുമ്പോഴാണ് അ സുഖം സ്ഥിരീകരിച്ചത്. ബാംഗ്ലൂർ എയർപോർട്ടിൽവച്ചുതന്നെ ഐസൊ ലേഷൻ വാർഡിലേക്ക് മാറ്റി. 12 ദിവസം കഴിഞ്ഞു മരിച്ചു. പ്രോട്ടോ കോൾ കാരണം ബോഡി വിട്ടുകിട്ടിയില്ല. അടുത്ത ബന്ധുക്കൾ മാത്ര മേ കണ്ടിട്ടുള്ളൂ. ഇപ്പോഴും അവൻ പുറത്തെവിടെയോ ജീവിച്ചിരിപ്പുണ്ടെ ന്ന് അവന്റെ അടുത്ത കൂട്ടുകാർ വിശ്വസിക്കുന്നു. അവന് ഈ നാട് അ ത്രയ്ക്കു ഇഷ്ടമായിരുന്നത്രെ. അത് ശരിയാ ഇഷ്ടമുള്ളവരെ വിട്ട് അത്ര പെട്ടെന്നൊന്നും ആർക്കും പോകാൻ സാധിക്കില്ല എങ്ങോട്ടേക്കും. ഒന്ന് രണ്ടു ദിവസം കൂടി ഈ കഥകൾക്ക് പിറകെ അലഞ്ഞു. വേറെ കാര്യ മായിട്ടൊന്നും കിട്ടിയില്ല. ആ വീട്ടുകാരോട് ആർക്കെങ്കിലും ശത്രുതയു ണ്ടോ എന്നും അന്വേഷിച്ചു. മൂന്നുമാസം മുൻപ് ഒരു അതിർത്തി തർക്ക ത്തിൽ നാട്ടിൽ ആരോ ആ അച്ഛന്റെ കോളർ പിടിച്ചുവലിച്ചതായും അ ത് പിന്നെ നാട്ടുകാർ ഇടപെട്ടു സോൾവ് ആക്കിയതായും കേട്ടു. അത് പിന്നെ ചോദിക്കാനും പറയാനും ആരും ഇല്ല എന്ന് ഉറപ്പുള്ളവരുടെ മെ ക്കിട്ടാണല്ലോ കേറുക. നാളെ തിരിച്ചു നാട്ടിലേക്ക് മടങ്ങണം. ഈ കേ സിനെ പറ്റി അധികം അന്വേഷിക്കാൻ ആരും പ്രോത്സാഹനം തന്നില്ല. പ്രത്യേകിച്ച് ഗണേഷ് സാർ.

'താൻ ഇതിന്റെ കാര്യത്തിൽ അധികം ആലോചിക്കുകയെന്നും വേ ണ്ട, ഒരു മോഷണ ശ്രമം ഐ.പി.സി 511, കൂടെ ഒരു 445 ഭവനഭേദനം.

അങ്ങ് പൂട്ടിക്കോ. പിന്നെ ആ ചെക്കനെപ്പറ്റി അന്വേഷിച്ചോ, നാട്ടുകാരു ടെ പ്രേത കഥ?'

'സാർ കഴിഞ്ഞ ഒരാഴ്ചയായി അവന്റെ പിറകെ ആണ്. അത് കൊ റോണ കോവിഡ് 19 കേസ് ആണ്. ബാംഗ്ലൂരിൽനിന്ന് ഡീറ്റെയിൽസ് ക ളക്ട് ചെയ്തു. അതിന്റെ പുറകെ പോയിട്ട് കാര്യമൊന്നുമില്ല. പിന്നെ ര ണ്ടു പോസ്സിബിലിറ്റി ആണ് ഉള്ളത്. ഈ കഴിഞ്ഞ രണ്ടു വർഷക്കാലം ആയിട്ട് ഈ ജില്ലയിൽ ഏറ്റവും കൂടുതൽ മോഷണവും മർഡറും റി പ്പോർട്ട് ചെയ്തിട്ടുള്ളത് വയസ്സായ മാതാപിതാക്കൾ താമസിക്കുന്ന സ്ഥ ലത്താണ്. ഇതിൽ കഴിഞ്ഞമാസം നടന്ന മാട്ടറ ഇരട്ടക്കൊലപാതകം ഉൾപ്പെടെ.'

'അപ്പൊ താൻ പറഞ്ഞു കൊണ്ടുവരുന്നത്...?'

'ഈ സംഭവങ്ങളെല്ലാംതന്നെ എല്ലാവരിലും നല്ല ഭയം ഉണ്ടാക്കിയി ട്ടുണ്ട്, പ്രത്യേകിച്ചു വയസ്സായി ഒറ്റയ്ക്ക് താമസിക്കുന്നവരിൽ. ആ വൃ ദ്ധദമ്പതികൾ അവിചാരിതമായി ഒറ്റപ്പെട്ടു പോയവരാണ്. അവർക്കിപ്പോ ഴും മകന്റെ നഷ്ടം ഉൾക്കൊള്ളാൻ ആയിട്ടില്ല. ഞാൻ വീടും പരിസരവും ശരിക്ക് പരിശോധിച്ചു. മകന്റെ മുറി ഇപ്പോഴും ഫ്രഷ് ആയിട്ടുതന്നെ സൂക്ഷിക്കുന്നു. അവന്റെ പുസ്തകങ്ങളും വസ്ത്രങ്ങളും എല്ലാം അങ്ങ നെ തന്നെ. അവിടെ ആ മകന്റെ സാന്നിധ്യം ഫീൽ ചെയ്യാൻ കഴിയു ന്നുണ്ട്. ഇതാണ് ആ മകന്റെ ഫോട്ടോ, ഇത് അച്ഛന്റെ ഫോട്ടോ ഇവർ തമ്മിൽ കാര്യമായ വ്യത്യാസം ഒരു കഷണ്ടിയും കുടവയറും മാത്രം ആണ്. ചെറുക്കന് ഒരു നീണ്ട മുടിയും കണ്ണടയും ഉണ്ട്. ഞാൻ ആ സി. സി.ടി.വി പരിശോധിച്ചു. കഴിഞ്ഞ മൂന്ന് ആഴ്ചയായി ഈ പ്രതി വീട്ടി ന്റെ പരിസരത്തു നിന്ന് കറങ്ങുന്നുണ്ട്. അത് ഉറപ്പായും ഈ വീട്ടുകാ രൻ ശ്രദ്ധിച്ചിരിക്കും. ലൈവ് ആയി ഇതു മൊബൈലിൽ കാണാം. ഇ താണ് ആ ടെറസിന്റെ ഫോട്ടോ. ഈ തുണിന്റെ സൈഡിൽ കൂടിയാ ണ് ഇവൻ ഏണിവച്ചു മുകളിൽ കയറാൻ ശ്രമിച്ചത്. ആ തുണ് മറ ഞ്ഞുനിന്ന് അപ്രതീക്ഷിതമായി ഏണി കേറി വരുന്ന ആളെ ചവിട്ടിയാൽ ഉറപ്പായും തെറിച്ചുവീഴും. അതിനു ഒരു ആവറേജ് ആരോഗ്യം ഉള്ള ആൾക്കും സാധിക്കും. ഒരു പക്ഷെ ഇങ്ങനെ ഒരാൾ വരാൻ സാധ്യത ഉ ണ്ടെന്ന് മുൻകൂട്ടി കണ്ടു മുൻകരുതൽ എടുത്തു നിൽക്കുന്നയാളാണെ ങ്കിലോ. എങ്കിൽ വളരെ എളുപ്പം. ആ നിൽക്കുന്നയാൾ ആ മകന്റെ വേ ഷത്തിൽ നിന്നാലോ രാത്രിയല്ലേ...'

'അപ്പോ, ആ അച്ഛൻ മകന്റെ പ്രെസെൻസ് റീ ക്രിയേറ്റ് ചെയ്തത് ആകാം '

'ആയിരിക്കാം ഒരു പക്ഷെ ആ പ്രതി ഒരു ഇര മാത്രം, ആളുകളിൽ വിശ്വാസം ജനിപ്പിക്കാൻ. എന്തെങ്കിലും കിട്ടിയാൽ മതി, ബാക്കി പറ ഞ്ഞു പെരുപ്പിച്ചോളും. ചിലർ മരിക്കുമ്പോൾ ഓർമകളിലൂടെ വീണ്ടും ജീവിക്കും. മറ്റു ചിലർ ചിലരുടെ സാന്നിധ്യം കൊണ്ടും. ഏതായാലും ആ മകന്റെ സാന്നിധ്യം അവർക്ക് ഒരു അദൃശ്യമായ സംരക്ഷണം നൽ കുന്നുണ്ടാവാം. ഏറ്റവും വലിയ വേദന അല്ലെ സാർ വാർദ്ധക്യത്തിലെ ഒറ്റപ്പെടൽ.'

'നമ്മുടെ കയ്യിൽ തെളിവ് ഒന്നും തന്നെയില്ലല്ലോ, വിട്ടേക്ക് ഈ കാ ര്യം. ഇന്ന് തൊട്ട് നൈറ്റ് പെട്രോളിംഗ് കുറേക്കൂടി സ്ട്രിക്ക് ആക്കണം. എല്ലാവർക്കും പ്രൊട്ടക്ഷൻ കൊടുക്കാനൊന്നും നമ്മുക്ക് കഴിഞ്ഞേക്കി ല്ല. ഇവരൊക്കെ ഇങ്ങനെ ആശ്വസിക്കട്ടെ..താൻ പറഞ്ഞ രണ്ടാമത്തെ പോസ്സിബിലിറ്റി എന്താ?'

'അത് ഒരുപക്ഷേ അയാൾ ശരിക്കും ജീവിച്ചിരിപ്പുണ്ടാകും.'

സോനപ്പൂരിലൂടെ ഒഴുകിയ ഗംഗ

ആദ്യമായിട്ടാണ് സോനപ്പൂർ മേള കാണാനൊരു അവസരം ഒത്തു വന്നത്. അതിനു നിമിത്തമായത് നമ്മുടെ ഡ്രൈവർ പവൻലാലും. അ വനെപ്പോഴും പറയാറുണ്ട് ഏഷ്യയിലെ ഏറ്റവും വലിയ വ്യാപാരമേള യാണിത്. കണ്ടില്ലെങ്കിൽ തീരാനഷ്ടംതന്നെയാണ് എന്നൊക്കെ. ശരിയാ ണ് അത്. ചന്ദ്രഗുപ്തമൗര്യന്റെ കാലത്തു തുടങ്ങിയതാണ്. പൗരാണി കകാലം മുതലുള്ള ആചാരം ഇന്നും തുടർന്നുപോകുന്നു. സോനപൂർ ഗംഗയും പോഷകനദിയായ ഘണ്ടക്കും സംഗമിക്കുന്ന സ്ഥലം. അവി ടെ വച്ചാണീമേള. കരകൗശലമേളയും പക്ഷിമൃഗാദികളുടെ മേളയും പ്രത്യേകമായുണ്ട്. നാനാദേശങ്ങളിൽനിന്നുള്ള ആനയും കുതിരയും ക ന്നുകാലികളും ഇവിടെ വ്യാപാരം ചെയ്യപ്പെടുന്നു. കാർത്തികമാസത്തി ലെ പൗർണമി നാൾ മുതൽ രണ്ടാഴ്ചക്കാലം പല ദേശക്കാരാൽ ഇവി ടം നിറയും.

ഘണ്ടക്ക് പാലത്തിന്റെ അപ്പുറം വണ്ടി നിർത്തി പവൻലാലിന്റെ കൂ ടെ തിരക്കിലൂടെ നടക്കുമ്പോൾ ആദ്യം കണ്ണുടക്കിയതു അവിടെയുള്ള ഫ്ലെക്സ് ബോർഡുകളിലാണ്. ശോഭ സാമ്രാട്ട് തിയേറ്റർ. ഇതും മേള യുടെ ഭാഗമാണ്. ഒരു തരത്തിൽ പറഞ്ഞാൽ ഡാൻസ് ബാർ. ദൂരദേശ ങ്ങളിൽ നിന്നുവരുന്ന നർത്തകിമാർ നൃത്തമാടുന്ന ഡാൻസ് തിയേററ റുകൾ ഒരുപാട് ഉണ്ടിവിടെ. ലൈസൻസ് ഉള്ളവയും ഇല്ലാത്തവയും. ഇ ത് തന്നെയാണ് ഇവിടുത്തെ മുഖ്യ ആകർഷണവും. അടുത്ത് നിന്നു കാണുന്നതിനാണു വില കൂടുതൽ. പശ്ചാത്തലത്തിൽ കാതടപ്പിക്കു ന്ന രീതിയിലുള്ള ഭോജ്പുരി സംഗീതം. തൽക്കാലം ആശ ദൂരത്തേക്ക് മാറ്റി വച്ചുകൊണ്ട് മുന്നോട്ട് നീങ്ങി. നിരനിരയായി കൊമ്പ് കുലുക്കുന്ന കരിവീരന്മാരുടെ മുന്നിലൂടെ നടന്നുപോകുമ്പോൾ പിന്നിൽ നിന്നൊരു വിളി. പവൻലാലാണ്. 'സാബ്ജി ആ തീയേറ്ററിന്റെ പുറകിൽ ഒരു സംഭ വം നടക്കുന്നുണ്ട്. ഒന്നു പോയി നോക്കിയാലോ.' ഒരു ലേലം നടക്കു ന്നു. ഒരു പെൺകുട്ടിയെ.. മനുഷ്യ ലേലം... ഇതിനെ കുറിച്ചു ഞാൻ പ ത്രങ്ങളിൽ വായിച്ചിട്ടുണ്ട്. ബിഹാറിലെ ഉൾഗ്രാമത്തിൽ വച്ചു ഒരു പെ

ണ്ണിനെ വിൽക്കാൻ ശ്രമിച്ചുവെന്നോ അതിനുത്തരവാദികളെ പോലീസ് അറസ്റ്റ് ചെയ്തുവെന്നോ. ചെന്ന് നോക്കിയപ്പോൾ രണ്ടു പോലീസ് വ ണ്ടികൾ അവിടെ നിർത്തിയിട്ടുണ്ട്. ഡി.ജി.പി റാങ്കിലുള്ള ഒരു പോലീ സുകാരൻ മൊബൈലിൽ സംസാരിച്ചുകൊണ്ടിരിക്കുന്നു.

എവിടെ എന്ന് ചോദിച്ചപ്പോൾ അതിനപ്പുറമുള്ള കൂടാരത്തിലേക്ക് പവൻലാൽ കൈ ചൂണ്ടി.

അപ്പോ പോലീസ്?

ഒന്നു പോ സാബ്ജി ഇവരൊക്കെ ഒരു ടീം ആണ്.

അറബിക്കഥകളെ അനുസ്മരിപ്പിക്കുന്ന ഒരു കൂടാരം. നടുവിൽ ഒരു പെൺകുട്ടി നിൽക്കുന്നു. അവളുടെ നേരെ വിരൽ ചൂണ്ടിക്കൊണ്ട് ഒരു മെലിഞ്ഞ മനുഷ്യനുമുണ്ട്. അയാളുടെ തല മുണ്ഡനം ചെയ്തിട്ടുണ്ട്. കൈകളിൽ പുകയില തിരുമ്മിക്കൊണ്ട് അടിസ്ഥാനവില ഇരുപതിനാ യിരം എന്ന് വിളിച്ചുപറയുന്നു. കഷ്ടിച്ചു ഒരു പതിനാറു വയസ്സ് കാണും ആ പെണ്ണിന്. മെലിഞ്ഞു ശോഷിച്ചു ഒരു ചുള്ളിക്കമ്പിൽ ഒരു തുണി ചുറ്റിയ പോലെയുണ്ട്. നിർവികാരം ആയിരുന്നു അവളുടെ മുഖം. കറു ത്ത മുഖത്തു ഒരു പാട് ചായങ്ങൾ പൂശിയിട്ടുണ്ട്. 'മുപ്പതിനായിരം' ഒ രു മൂലയിൽനിന്നും ഒരു മുടന്തന്റെ ശബ്ദം. ആ മൊട്ട അത് ഏറ്റു പിടി ച്ചു. പിന്നെയും പല പ്രമാണിമാരും ആഞ്ഞുവിളിച്ചു. ഒടുവിൽ വെള്ള പൈജാമയിട്ട ആജാനബാഹുവിന്റെ വിളി 'അറുപതിനായിരം'. ഒരു നി മിഷം നിശ്ചലം. ചുറ്റും നോക്കി ആരും ഒന്നും ശബ്ദിക്കുന്നില്ല. ആറേഴു തടിമാടന്മാർ കൂടാരത്തിനു മുന്നിൽ റോന്ത് ചുറ്റുന്നു. തൊട്ടപ്പുറത്തു പോലീസും. അറുപതിനായിരം ഒരു തരം അകത്തു ശബ്ദം മുഴങ്ങി. അ തി ക്രൂരമായ മനുഷ്യ കച്ചവടം. പെട്ടെന്ന് പോക്കറ്റിൽ ഒരു കിരുകിരുപ്പ്. ഒരു മെസ്സേജ് വന്നതാണ്. അക്കൗണ്ടിൽ എഴുപത്തിരണ്ടായിരം ക്രെ ഡിറ്റ് ആയിട്ടുണ്ട്. എംപ്ലോയീസിന്റെ സാലറി വന്നതാണ്, നാളെ കൊ ടുക്കാൻ. കമ്പനി അക്കൗണ്ടിലേക്ക്..

ആ പഴഞ്ചൻ ഓട്ടോറിക്ഷ ഗാന്ധി സേതു പാലത്തിലൂടെ ഇഴഞ്ഞു നീങ്ങുന്നു. അറ്റകുറ്റപണികൾ കാരണം ഒരു വശത്തു കൂടി മാത്രമേ ഗ താഗതം ഇപ്പോൾ അനുവദിക്കുന്നുള്ളൂ. പതിവിലേറെ ട്രാഫിക് ബ്ലോ ക്ക് ആണ്. പിൻസീറ്റിൽ പുറത്തേക്ക് നോക്കി അവൾ ഇരിക്കുന്നു. ദുപ്പ ട്ട കൊണ്ടു തലയും മുഖവും മറച്ചുവെച്ചിട്ടുണ്ട്. ഒരു ഗട്ടറിൽ തട്ടി ഓട്ടോ ശക്തമായി കുലുങ്ങി. കൂടെ അവളും. കണ്ണു തുറന്നപ്പോൾ എന്റെ ആ ദ്യ ചോദ്യം എന്താ നിന്റെ പേര്. അവഗണിച്ചു കൊണ്ട് അവൾ പുറ ത്തേക്കു നോക്കി. കൈയിൽ തട്ടി ശക്തമായി ചോദിച്ചപ്പോൾ അവളൊ ന്നു വിറച്ചു. പിന്നെ പാലത്തിന്റെ അടിയിലെ പുഴയിലേക്ക് ചൂണ്ടി. ഗംഗ!.

പിന്നെ ദയനീയമായി തനിക്കു സംസാരശേഷിയില്ല എന്നൊരു ആംഗ്യ
വും ഓട്ടോ വീണ്ടും ശക്തമായി കുലുങ്ങി എന്റെ മനസ്സും...

ഹാജിപൂർ ബസ് സ്റ്റാൻഡിലെ ആരോ മുറുക്കി തുപ്പിയ സീറ്റിൽ ഇ
രുന്നു കൊണ്ടു അവൾ സമോസ കഴിക്കുന്നു. ആർത്തിയോടെ. നേരെ
ചൊവ്വേ ഭക്ഷണം കഴിച്ചിട്ട് ദിവസങ്ങൾ ആയെന്ന് തോന്നുന്നു. എതിരെ
ഒരു ലോക്കൽ ബസ് വന്നു നിന്നു. മധുബനി എന്ന് ഹിന്ദിയിൽ എഴുതി
യിട്ടുണ്ട്. അവൾ തല ഉയർത്തി നോക്കി. അതായിരിക്കും അവളുടെ നാ
ട്ടിലേക്കുള്ള ബസ്. കൈയിലെ തോൾ സഞ്ചിയും എടുത്തവൾ ബസ്സി
ലേക്ക് കയറി. രണ്ടാമത്തെ സീറ്റിൽ ഇരിപ്പ് ഉറപ്പിച്ചു. അപ്പോഴേക്കും ബ
സ് നിറഞ്ഞു. ആളുകൾ ബസ്സിന്റെ മുകളിൽ കയറി തുടങ്ങി. പേഴ്സിൽ
ബാക്കിയുള്ള 650 രൂപ താഴെ നിന്നു ബസ്സിന്റെ ജനാലയിലൂടെ അവൾ
ക്ക് നേരെ നീട്ടി. അവൾ കൃതജ്ഞതയോടെ എന്നെ നോക്കി. ഞാൻ
എ.ടി.എമ്മിൽ പോയി കുറച്ചു പൈസയുമായി തിരിച്ചെത്തി. ബസ് ഇ
നിയും പുറപ്പെട്ടിട്ടില്ല. നേരെ ബസിന്റെ അടുത്തെത്തി നോക്കി. സീറ്റിൽ
അവളില്ല. പിന്നെ എങ്ങോട്ട് പോയി. ബസ് മൊത്തം അരിച്ചു പൊറുക്കി
അവളെ മാത്രം കണ്ടില്ല. ഒരുപാട് അലഞ്ഞു..

റയിൽവേ ട്രാക്കിനടുത്തുള്ള വിജനമായ റോഡ്. എത്ര ദൂരം അതി
ലൂടെ മുന്നോട്ട് പോയി എന്നറിയില്ല. അങ്ങ് ദൂരെ മുന്നിലൂടെ അവളെ
കൈയിൽ പിടിച്ചു വലിച്ചു കൊണ്ടയാൾ നടക്കുന്നു. ലേല സ്ഥലത്തു
വച്ചു കണ്ട അതേ മൊട്ട. കൂടെ ആ മുടന്തനും ഉണ്ട്. അവളുടെ കുതറ
ലും നിലവിളിയും നിഷ്പ്രഭമാക്കികൊണ്ടായിരുന്നു അയാളുടെ നട
ത്തം. എന്തെങ്കിലും ചെയ്തേ പറ്റൂ. ഇവരെ രണ്ടുപേരെയും കീഴ്പെടു
ത്താൻ എനിക്കു സാധിച്ചേക്കും. പക്ഷെ ഇതു ഇവരുടെ താവളമാണ്.
ഇവിടെ നിന്നും അവളെയും കൊണ്ടു രക്ഷപെടുക അസാധ്യമാണ്. ര
ണ്ടും കല്പിച്ചു മുന്നോട്ട് ഓടി. ആ മൊട്ടയെ പിന്നിൽ നിന്ന് ആഞ്ഞു ത
ള്ളി. അപ്രതീക്ഷിതമായ ആക്രമണം. അയാൾ കമിഴ്ന്നു വീണു. കൂടെ
അവളും. ആ മുടന്തൻ എന്റെ നേർക്ക് കുതിച്ചു. കിട്ടിയത് ഒരു തടികഷ്
ണം ആയിരുന്നു. അതവനു നേർക്ക് ആഞ്ഞു. നിലവിളിയോടെ അയാ
ളും പിന്നോക്കം പോയി. ആ ഇടവേളയിൽ അവളുടെ കൈയിൽ പിടി
ച്ചു കൊണ്ടു സർവ്വ ശക്തിയോടെ ഓടി. പിന്നാലെ അവർ രണ്ടുപേരും
ഉണ്ട്. ആളുകൾ കൂടിയോ എന്ന് സംശയം. ഒരു ലക്ഷ്യവും ഇല്ലാതെ മു
ന്നോട്ടു ഓടുകയാണ്. കൂടെ അവളും. ഇരുട്ടിൽ എതിരെ കുറെ രൂപ
ങ്ങൾ നടന്നു വരുന്നത് പോലെ തോന്നി. സ്ത്രീ രൂപങ്ങൾ, ഹിജഡക
ളാണ്... അഞ്ചാറു പേരുണ്ട്. 'രക്ഷിക്കണം അവർ ഞങ്ങളുടെ പുറകെ
യുണ്ട്.' കിതച്ചുകൊണ്ടുള്ള എന്റെ നിലവിളി അവരെ തടഞ്ഞു നിർ

ത്തി. കയ്യിൽ തിരുമ്മികൊണ്ടുള്ള പുകയില തുണ്ട് വായിൽ തള്ളിക്കൊ
ണ്ട് ഒരു കുറ്റൻ രൂപം എന്നോട് പോയിക്കോളാൻ ആംഗ്യം കാണിച്ചു.
അവരുടെ നേതാവാണ് എന്ന് തോന്നുന്നു. അവർ മുഴുവൻ പേരും ശ
ക്തമായ ഉച്ചത്തിൽ കൈ കൊട്ടി. ഭിന്നലിംഗക്കാരിൽ നിന്നു കേട്ട വിഭി
ന്നമായ സ്വരം. പിറകിൽ എന്താണ് സംഭവിക്കുന്നത് എന്ന് തിരിഞ്ഞു
നോക്കിയില്ല. അതേ വേഗതയിൽ തന്നെ ഓടുകയാണ്. സ്റ്റേഷനടുത്തെ
ത്താറായി. ഒരു ട്രെയിൻ മെല്ലെ നീങ്ങാൻ തുടങ്ങുന്നു. അതിന്റെ അവ
സാന ബോഗിയിലേക്ക് ഏതാനും മീറ്റർ മാത്രമേയുള്ളൂ. ബോർഡ് കാ
ണാൻ പറ്റും. എറണാകുളം പട്ന എക്സ്പ്രസ്സ്...

വണ്ടി സാധാരണ സ്പീഡിൽ ഓടിത്തുടങ്ങി. ചെന്നെയിലേക്ക് ര
ണ്ട് സീറ്റ് തരപ്പെടുത്തിയിട്ടുണ്ട്. ലോവർ സീറ്റിന്റെ മുലയിൽ കൂനിക്കൂ
ടി ഗംഗ ഇരിക്കുന്നു. രണ്ടു കൂപ്പ അപ്പുറത്ത് ആണ് എന്റെ സീറ്റ്. കൈ
മുട്ടിൽ നിന്ന് ചോര ഒലിക്കുന്നു. വാഷ് റൂമിൽ പോയി കൈ കഴുകി സീ
റ്റിൽ വന്നപ്പോൾ വല്ലാത്ത ക്ഷീണം. കുറച്ചൊന്നുമല്ലല്ലോ ഓടിയത്. ര
ണ്ടു നിമിഷം കണ്ണടച്ച് കിടന്നു. ഞാൻ എന്താണ് ചെയ്തു കൊണ്ടിരി
ക്കുന്നത്. ഒരിക്കലും പ്രതീക്ഷിക്കാത്ത കാര്യങ്ങളാണ് കഴിഞ്ഞ മൂന്നു
മണിക്കൂറിൽ തനിക്കു നേരിടേണ്ടി വന്നത്. ഇനി എങ്ങോട്ടാണ്. ചെ
ന്നെയിൽ സെഷെയർ ഹോംസിന്റെ ഓർഫണേജുണ്ട്. കാവേരി ടീച്ചർ
നടത്തുന്നത്. തിലക് നഗറിലൊ മറ്റോ ആണ്. ഓഫീസിനു വേണ്ടി ഒരു
തവണ അവിടെ പോയിട്ടുണ്ട്. അവിടെ കൊണ്ടാക്കാം. പിന്നെ ഹ്യൂമൻ
റൈറ്റ്സിൽ വിവരം അറിയിക്കാം. ഇനിയാരും ലേലത്തിൽ വെക്കാത്ത
പുതിയ ലോകം അവൾക്കായി കൊടുക്കാൻ ഒരു പക്ഷെ തനിക്കു സാ
ധിച്ചേക്കും. കണ്ണു തുറന്നപ്പോൾ നിർത്തിയിട്ട വണ്ടി പെട്ടെന്ന് സ്റ്റാർട്ട്
ചെയ്ത പോലെ തോന്നി. ജനാലയിലൂടെ നോക്കിയപ്പോൾ ഒരു പാലം.
വണ്ടി ചെറുതായി അനങ്ങി തുടങ്ങി. എന്തിനാണ് ഇവിടെ നിർത്തിയ
ത്. ആരോ ചങ്ങല വലിച്ചതാണെന്നു ആരൊക്കെയെ അടക്കം പറയു
ന്നത് പോലെ കേട്ടു. നേരെ അവളുടെ കൂപ്പയിലേക്ക് നടന്നു. വഴിയിൽ
ചായക്കാരനോട് കാര്യം തിരക്കി. അത് സാബ് ട്രെയിനിൽ നിന്നും ആ
രോ പുഴയിലേക്ക് ചാടിയിട്ടുണ്ട്. ഒരു പെൺകുട്ടിയാണെന്ന് തോന്നുന്നു.
ദൈവമേ ചതിച്ചോ.. അവൾ അവിടെയില്ല, അവളുടെ സീറ്റിൽ ആ തോൾ
സഞ്ചി മാത്രമേയുള്ളൂ. ആർക്കും ഒന്നും അറിയില്ല. അവിടെ ഒന്നും സം
ഭവിച്ചതായി ഭാവിക്കുന്നില്ല. നേരെ ഡോറിലൂടെ പുറത്തേക്കു നോക്കി.
ട്രെയിൻ വളരെ ദൂരം പിന്നിട്ടിരിക്കുന്നു. വിദൂരതയിൽ നിലാവെളിച്ചത്തിൽ
ഗംഗാനദി തെളിഞ്ഞു കാണാം. അതും ശാന്തമായി ഒഴുകിക്കൊണ്ടിരി
ക്കുന്നു. ഒരു പക്ഷെ ഗംഗയെയും വഹിച്ചുകൊണ്ട്, അവൾക്കു ഏറ്റവും
സുരക്ഷിതമായ ലോകത്തിലേക്ക്...

അവസാനത്തെ അത്താഴം

ഇൻബോക്സിലേക്ക് വളരെ യാദൃച്ഛികമായാണ് ഒരു ഓർഡർ മെ സ്സേജ് വരുന്നത്. ഇന്ന് രാത്രിയോടെ ടേസ്റ്റി ബൈറ്റ്സിന്റെ ആപ് പൂട്ട ണം എന്ന് കരുതിയതാണ്. മൂന്നു മാസമായി എംപ്ലോയീസിന് ശമ്പളം കൊടുത്തിട്ട്. എല്ലാ അക്കൗണ്ടും ഫ്രീസ് ആണ്. അടിയന്തിരമായി അമ്പ തിനായിരം അടച്ചാൽ മാത്രമേ ക്രെഡിറ്റ് കാർഡെങ്കിലും ആക്റ്റീവ് ആ കു... പ്രതീക്ഷയോടെ ഒൻപത് പേരുമായി തുടങ്ങിയ ഫുഡ് ഡെലിവ റി സ്റ്റാർട്ട് അപ്പ് ഇന്ന് എന്നിലേക്കു ചുരുങ്ങിയിരിക്കുന്നു. മാനേജരും, ടീം ലീഡും ഡെലിവറി ബോയിയും ഞാൻ തന്നെ.....

ആര്യ ഇന്റർനാഷണൽ ഹോട്ടൽ റൂം നമ്പർ 302 ലേക്ക് ഒരു ചി ക്കൻ ബിരിയാണിയും ഫുൾഅൽഫാമും... ഭാഗ്യം. എംപൈർ ഹോട്ട ലിൽ അൽഫാമിനു കോംപ്ലിമെന്റ് ആയി ഒരു ഷവർമയും സ്പ്രൈറ്റും കിട്ടും.. രാവിലെ മുതൽ പട്ടിണിയാണ്. കോംപ്ലിമെൻറ് എന്റെ വിശപ്പു മാറ്റും ബാക്കിയുള്ളത് ഓർഡർ ചെയ്ത ആളുടെയും.. ബൈക്ക് സ്റ്റാർ ട്ടാക്കി നേരെ എമ്പയറിലേക്ക്... പെട്രോൾ ടാങ്ക് മിന്നി തുടങ്ങിയിട്ടുണ്ട്. അധികം ഓടുമെന്നു പ്രതീക്ഷയില്ല പോകുന്നത് വരെ പോകട്ടെ. സാ ധനം വാങ്ങി അതിൽ ടേസ്റ്റി ബൈറ്റ്സ് സ്റ്റിക്കർ ഒട്ടിച്ചു പുറത്തിറങ്ങി.. വണ്ടി ആര്യ ഇന്റർനാഷണൽ പാർക്കിങ്ങിൽ വച്ചു നേരെ ലിഫ്റ്റിലേ ക്ക്. മൂന്നാം ഫ്ലോർ 302 ലെ കാളിങ്ബില്ലിൽ വിരൽ അമർത്തി. സുമു ഖനായ ഒരു ചെറുപ്പക്കാരൻ വാതിൽ തുറന്നു. നല്ല ഉയരം വെളുത്തു കഷണ്ടിയുള്ള മുഖം.. ടേബിളിലേക്ക് വെക്കാൻ പറഞ്ഞു. ടേബിളിന്റെ പുറത്തു ഒരു വാച്ചും കണ്ണടയും ഒരു ഹാൻഡ് ബാഗും ഉണ്ട്.. നല്ല വാ ച്ച്... കാർട്ടിയർ ആണ് കമ്പനി.. ഒന്നൊന്നര ലക്ഷം രൂപ വരും... രാവ ണ പ്രഭുവിലെ ലാലേട്ടന്റെ വാച്ച്... കൈ ഒന്നു വിറച്ചു... അയാൾ വാ ച്ചും കണ്ണടയും ഹാൻഡ് ബാഗിൽ ആക്കി സൈഡിലോട്ട് നീക്കി വച്ചു. ഒരു അഞ്ഞൂറിന്റെ ഒരു നോട്ട് എടുത്ത് എന്റെ നേരെ നീട്ടി. 'സർ ചേ ഞ്ച് ഇല്ല 280 ആയി.' നോക്കട്ടെ എന്നു പറഞ്ഞു അലമാരയുടെ നേരെ

TASTY
BITES
anil

തിരിഞ്ഞു. നടക്കുമ്പോൾ കസേരയിൽ കാല് തട്ടി ടേബിൾ ശക്തമായി ഒന്നു കുലുങ്ങി... ബാഗ് തെറിച്ചു താഴെ വച്ച വേസ്റ്റ് സഞ്ചിയിൽ വീണു... അയാൾ അതൊന്നും ശ്രദ്ധിക്കാതെ തൂക്കിയിട്ട ഷർട്ടിന്റെ പോക്കറ്റിൽ നിന്നും കാശ് എണ്ണുകയാണ്... എന്റെ നേർക്ക് വന്നു ഇതാ മൊത്തം ഉണ്ട്... ഞാൻ എണ്ണിയില്ല.. എന്റെ മനസു മുഴുവൻ അടക്കാനുള്ള 50000 ആണ്. ശബ്ദം ഉയരുന്നില്ല.. ആ വേസ്റ്റ് ബാഗിന്റെ നേരെ കൈ ചൂണ്ടി. അയാൾ അത്ഭുതത്തോടെ ആ സഞ്ചിഎടുത്ത് എന്റെ നേരെ നീട്ടി.. 'ഇതൊന്നു താഴെ കളയാൻ പറ്റുമോ റൂം സർവിസ് വിളിച്ചിട്ട് ഇത് വരെ വന്നില്ല പറ്റുമെങ്കിൽ വലിയ ഉപകാരം...'താങ്ക്സ് പറഞ്ഞു സഞ്ചിയുമായി പുറത്തിറങ്ങി. ക്ഷണനേരം കൊണ്ടു ബൈക്ക് പോർച്ച് വിട്ടു... റോഡ് അരികിലെ ചവറു കൂനയ്ക്കരിക്കിൽ നിർത്തി. ഭാഗ്യം ഹാൻഡ് ബാഗ് അതിലുണ്ട്. ബാഗ് എടുത്തു അരയിൽ തിരുകി സഞ്ചി വലിച്ചെറിഞ്ഞു.... അറിഞ്ഞോ അറിയാതെയോ നടത്തിയ മോഷണം ജീവിതത്തിലെ ആദ്യത്തെ കളവ്.. ഇല്ല ഞാൻ മോഷ്ടിച്ചില്ല... ദൈവം എനിക്കു കൊണ്ട് തന്നതാണ്.. കൃത്യം ഫിലോമിന ചർച്ചിന്റെ നടയിൽ എത്തിയപ്പോഴേക്കും വണ്ടി ഓഫായി.. പെട്രോൾ വറ്റിയതാണ്... ഇനിയെന്ത്. അകത്തു പോയി പ്രാർത്ഥിക്കാം ചെയ്ത തെറ്റിന് പ്രായശ്ചിത്തം. തിരക്ക് കുറവായിരുന്നു അകത്ത്... ഒരു മൂലയിലേക്ക് മാറി മുട്ടുകുത്തി നിന്നു. അരയിൽ നിന്നു ബാഗ് തുറന്നു.. അകത്തു വാച്ച് ഭദ്രമായിട്ടുണ്ട്.. വേറെ ഒരു ആധാർ കാർഡും പേനയും കൂടെ എന്തോ എഴുതി മടക്കിയ പേപ്പറും.... ആ കടലാസ് നിവർത്തി..

'സുഹൃത്തേ ഞാൻ പോവുകയാണ്.. എന്റേത് മാത്രമായ ഒരു ലോകത്തേക്ക്... ഒരിക്കലും തിരിച്ചു വരാത്ത ഒരിടത്തേക്ക്....ഏതു ശുനകനും കവച്ചു നിന്നു മൂത്രശങ്ക പരിഹരിക്കാനുള്ള മയിൽകുറ്റിയായി നിൽക്കാൻ എനിക്കു താല്പര്യം ഇല്ല.. ജീവിതത്തിൽ കുറെയേറെ നാഴിക കല്ലുകൾ ഞാൻ പിന്നിട്ടു കഴിഞ്ഞു.. ഇനിയൊരു തിരിച്ചു വരവില്ല... സ്വാർത്ഥതയില്ലാത്ത ലോകത്തേക്ക് പോകാൻ ഞാൻ സ്വാർത്ഥതയോടെ എടുത്ത തീരുമാനം... ഗുഡ് ബൈ...'

ആ കടലാസ് കഷ്ണം കൈയിൽ കിടന്നു വിറച്ചു... പ്രാർത്ഥന ഹാളിന്റെ ചുവരിൽ തിരു അത്താഴത്തിന്റെ മനോഹര പെയിന്റിംഗ്... ഞാൻ അയാൾക്ക് കൊണ്ട് കൊടുത്തതോ...അവസാനത്തെ അത്താഴം ?.. പള്ളി മണികൾ ശക്തമായി മുഴങ്ങി.

ഒരു പഴഞ്ചൻ ക്രക്സ് കഥ

മൂന്ന് നാല് മാസങ്ങൾക്ക് മുൻപാണ് അവനെന്റെ കയ്യിൽ വന്നു പെ
ട്ടത്. റൂംമേറ്റ് കുങ്കനാണ് എനിക്കവനെ തന്നത്. മൈലേജ് കുറവായിരു
ന്നു നല്ല പഴക്കവും ഉണ്ട്. പക്ഷെ കുങ്കൻ നല്ല രീതിയിൽ അവനെ നോ
ക്കിയിരുന്നു. ഇതിനു മുൻപും ആദ്യമായും ഞാൻ ടു വീലർ ഓടിച്ചത്
ലൈസൻസ് ടെസ്റ്റിന്റെ അന്നാണ്. ഇവൻ പഴയ കെഡി ആയതിനാൽ
ബുക്കും പേപ്പറും ഇല്ല. അതൊക്കെ ഏതോ സ്റ്റേഷനലിലുണ്ട് തലമുറ
കൾ മാറി കൈമാറ്റം ചെയ്ത് കുങ്കന്റെ കയ്യിൽ വന്നു പെട്ടതാണ്.ഇതി
ഹാസങ്ങളായ പല പല നഴ്സിംഗ് എഞ്ചിനീയറിംഗ് പോരാട്ടങ്ങൾക്കും
അനശ്വരങ്ങളായ കണ്ടമാനം പ്രണയങ്ങൾക്കും തുടർന്നുള്ള തേപ്പുകൾ
ക്കും ഇവൻ മൂക സാക്ഷിയാണ്.

താക്കോൽ എന്നെ ഏൽപ്പിക്കുമ്പോൾ അണ്ണൻ കുങ്കനോട് ചോദിച്ചി
രുന്നു, ഇതൊക്ക ഓടിക്കാൻ എന്നെക്കൊണ്ടൊക്കെ പറ്റുമോ എന്ന്. വാ
ക്ക് തെറ്റിച്ചില്ല രണ്ടു ദിവസം എടുത്തു ഗ്രൗണ്ടിൽ കാലുകുത്താതെ
യും ഓഫ് ആകാതെയും ഒരു റൗണ്ട് പൂർത്തിയാക്കാൻ. ഒരു അര
കോൺഫിഡൻസ് കിട്ടിട്ടുണ്ട്. പിന്നെ അണ്ണന്റെ വക ബൂസ്റ്റിംഗും. വ
ണ്ടി സ്റ്റാർട്ട് ആക്കലാണ് പ്രയാസം. അന്ന് രാത്രി എനിക്കുറങ്ങാൻ കഴി
ഞ്ഞില്ല. ട്രാഫിക് ഇല്ലാത്ത ഒരു റൂട്ട് ഓഫീസിലേക്ക് പോകാൻ തിര
ഞ്ഞു കൊണ്ടേയിരുന്നു. രാവിലെ തന്നെ കഷ്ടപ്പെട്ട് സ്റ്റാർട്ട് ആക്കി ഓ
ഫീസിലേക്ക് വിട്ടു. ഒരു ഷോർട് കട്ട് അറിയാം. രണ്ടു കിലോമീറ്റർ പോ
യില്ല വഴി ബ്ലോക്ക് ആണ്. കുഴിച്ചു വച്ചിരിക്കുന്നു. മെയിൻ റോഡിലൂ
ടെ പോവാതെ തരമില്ല. ധൈര്യം സംഭരിച്ചു വിട്ടു. ടിൻ ഫാക്ടറിയിലെ
തിരക്കാർന്ന റോഡ് , സെക്കൻഡിൽ നിന്നും തേർഡിലേക്ക് മാറ്റാൻ
നോക്കിയതാണ് വണ്ടി ഓഫായി. ഒരു നടുക്കടലിൽ പെട്ട അവസ്ഥ.
തുരു തുരെ ഹോൺ അടി മാത്രം. ട്രാഫിക് പോലീസിന്റെ വക വിസി
ലടിയും ഒരു തെറിയും. നൻ മകനെ ഒട്ട യല്ലി അന്ന തിന്തി തായ ബേ
റെ യെനോ (ചോറ് തന്നെയാണോ കഴിക്കുന്നേ എന്ന് ഏകദേശം ഉദ്ദേ

ശിക്കുന്ന വാക്യം).എന്തെങ്കിലും ചെയ്തേ പറ്റൂ. ഒരു നിമിഷം കണ്ണട ച്ചു. കുങ്കൻ എപ്പോഴും പറയാറുണ്ട് ഇത്രയും സ്ട്രെസ് കൊടുത്തിട്ട് കി ക്ക് അടിക്കേണ്ട കാര്യം ഒന്നുമില്ലടെ . ഒരു പോയിന്റിൽ ഇവൻ പോലും അറിയാതെ ഒരൊറ്റ കിക്ക്. ശടെന്നങ്ങു സ്റ്റാർട്ട് ആവും. ഒരു കൊച്ചു കു ഞ്ഞിനെ തൊട്ടുണർത്തുന്നപോലെ. വണ്ടിയെ നമ്മൾ നല്ലപോലെ സ് നേഹിക്കണം എന്നാലേ അവ നമ്മെ അനുസരിക്കൂ... ഭാഗ്യം സ്റ്റാർട്ട് ആയി. മൂന്നാം നാൾ കമ്പനിയുടെ പാർക്കിങ്ങിൽ വച്ചും സെയിം പ്രോ ബ്ലം. അന്ന് താടിയാണ് സ്റ്റാർട്ട് ചെയ്ത് തന്നത്. ഷിഫ്റ്റ് ചേഞ്ച് ആക്കി യതിന്റെ ദേഷ്യം താടി കിക്ക് അടിച്ചു തീർക്കുന്നുണ്ടായിരുന്നു... പിന്നീ ട് ഞങ്ങൾ രണ്ടു പേരും നല്ല റാപ്പോയിലായി... ഞാൻ അവന്റെ പുറ ത്തു രാജകീയമായി പറന്നു. രാത്രിയിലെ ഒഴിഞ്ഞ റോഡിലെ യാത്രയു ടെ പേടിമാറ്റാൻ അവന്റെ ആക്സിലേറ്ററിൽ അമർത്തി പിടിക്കും. കുതി ച്ചു പിന്നാലെ പായുന്ന തെരുവ് നായ്ക്കളെ വെട്ടിച്ചവൻ സൂപ്പർമാനേ പോലെ പറക്കും.

വളരെ പെട്ടന്ന് തന്നെ ജീവിതത്തിൽ മാറ്റത്തിന്റെ ഒരു കാറ്റ് അടി ച്ചു. ഒരു ജീവിത പങ്കാളി സെറ്റ് ആയി. ലിവിങ് സ്റ്റാൻഡേർഡ് ഒന്ന് മാറ്റ ണം എന്ന ആശയം മനസ്സിൽ വന്നു. ആദ്യ പടി ഒരു പുതിയ ബൈക്ക്. പല പേരുകളും ആലോചിച്ചു. അന്നത്തെ അന്തി ചർച്ചയിൽ യമഹ ടീ മും ഹോണ്ട സപ്പോർട്ടേഴ്സും ഏറ്റുമുട്ടി. ഒടുവിൽ പോർക്ക് സ്പെഷ്യ ലിസ്റ്റ് അച്ചായൻ ഒരു ചോദ്യം ചോദിച്ചു. എടാ നീയും നിന്റെ ഭാര്യയും ഒരു സഞ്ചി പച്ചക്കറിയും ഒരുചാക്ക് അരിയും എടുത്തു ഏത് വണ്ടിയിൽ പോവാൻ പറ്റും... വാലിഡ് പോയിന്റ്.. ഒടുവിൽ വോട്ട് ആക്ടിവയ്ക്ക്.

ജീവിതത്തിൽ ആദ്യമായി ചെക്ക്എഴുതി അഡ്വാൻസ് കൊടുത്തു ഷോറൂമിൽ നിന്ന് പുറത്തിറങ്ങി.. ആലിൻ ചോട്ടിലെ പാർക്കിംഗ് ലോ ട്ടിൽ സൈഡ് സ്റ്റാൻഡിൽ ഹാൻഡിൽ താഴ്ത്തി എന്നെയവൻ കാത്തു നില്കുന്നുണ്ടായിരുന്നു.വെയിലിന്റെ ചൂടോ മറ്റെന്തോ എന്ന് അറിയില്ല അവന്റെ ബോഡി ശരിക്കും ചുട്ടുപൊള്ളുന്ന പോലെ തോന്നി. രണ്ടു മാസത്തിനിടയിൽ ആദ്യമായി അവൻ സ്റ്റാർട്ട് ആകാൻ മടിച്ചു. അവനെ ന്തോ മനസ്സിലായപോലെ. എങ്ങനെയോ സ്റ്റാർട്ട് ചെയ്തു മുന്നോട്ടു എ ടുത്തപ്പോൾ അവന്റ എൻജിൻ നന്നായി ഇടറുന്നുണ്ടായിരുന്നു......

ആക്ടിവ പാർട്ടിയും പൂജയും ഒരുമിച്ചു നടന്നു... ഓഫീസിൽ ലഡ്ഡു കൊടുത്തപ്പോൾ തമിഴൻ ഭരണി എന്നോട് ചോദിച്ചു... ഡേയ് ഉങ്ക പല യ വണ്ടി എനക്കു തര മുടിയുമാ... ടാ അതിനു പേപ്പറൊന്നും ഇല്ല താ ടി അവനെ നിരുത്സാഹപ്പെടുത്തി.

"പരവായില്ലെ, എനക്കിന്ത ടൈം വണ്ടി താൻ വേണം, ഒരു പതിനാ യിരത്ക്ക് ഡീൽ പണ്ണലാമാ"

സോറി ഭരണി... എന്നെ കൊണ്ട് പറ്റില്ല..ഞാൻ സ്വന്തമാക്കിയതൊ ന്നും നഷ്ടപ്പെടുത്താൻ തയ്യാറല്ല... എന്തോ ഞാൻ അങ്ങനെയാണ്...

ടീം മീറ്റിംഗ് കഴിഞ്ഞു പുറത്തുവന്നപ്പോൾ ഫോണിൽ 3 മിസ്സ്ഡ് കാൾ... അണ്ണന്റെതാണ്.. തിരിച്ചു വിളിച്ചു... എടാ ആ വർക്ക് ഷോപ്പി ലെ ശബാബ് വണ്ടി നോക്കാൻ വന്നിട്ടുണ്ടായിരുന്നു. അഞ്ചായിരത്തിന് ഫിക്സ് ആക്കി.. അത് ഇവിടെ വച്ചിട്ട് എന്തിനാ.. ബുക്കും ഇല്ല പേപ്പ റും ഇല്ല വെറുതെ എന്തിനാ ഒരു തല വേദന. കുങ്കനും ഓക്കേ പറ ഞ്ഞു പോലും.. നെഞ്ചിലൊരു കൊള്ളിയാൻ മിന്നി... ശരിയാ കുങ്കന്റെ താ വണ്ടി.അവനു വിൽക്കാം.. ഞാനാരാ അഭിപ്രായം പറയാൻ.. എങ്കി ലും അയ്യായിരത്തിനു നമ്മുടെ ചങ്കിനെ നീ വിറ്റില്ലേ...

ഇല്ല ഇത് ഞാൻ സമ്മതിക്കില്ല... ഓഫീസിൽ നിന്നെറങ്ങി.. നേരെ ശബാബിന്റെ വർക്ക് ഷോപ്പിൽ... കാര്യം തിരക്കി... അവൻ ചിരിച്ചു കൊ ണ്ട് പറഞ്ഞു... അതെല്ലാം അപ്പോളേ ഒരു കൊണ്ടോയി ഭായ്.. ഏതാ ടീമ്.. അല്ലേലും യമഹ ക്രക്സ് നൊക്കെ എന്താ ഡിമാന്റ്.. കിട്ടേണ്ട താമസല്ലേ വേണ്ടൂ... നിങ്ങ ബേജാറാവണ്ട പുതിയൊരു പൾസർ വ ന്നിട്ടുണ്ട് നമ്മൊക്കൊന്നു നോക്കിയാലോ... ഞാൻ അവന്റെ തള്ളയ്ക് വിളിച്ചില്ല എന്നെ ഉള്ളൂ... അവൻ പറഞ്ഞത് നോക്കിയാൽ ആ ബഡാ ടീം ശിവാജി നഗറിലെ വണ്ടിടെ ബോഡി പാർട്സ് വിൽക്കുന്നവർ.. നേരെ അങ്ങോട്ട് ഒറ്റയ്ക്ക് തന്നെ..

വണ്ടി മെഗാമാൾട്ടിന്റെ അണ്ടർഗ്രൗണ്ട് പാർക്കിങ്ങിൽ വച്ചിട്ട് മുന്നോ ട്ട് നടന്നു. ആ ചോർ ബസാറിനടുത്ത് പാർക്ക് ചെയ്താലുള്ള അവസ്ഥ നന്നായിട്ടറിയാം എനിക്ക്. പൊടിപോലും കിട്ടില്ല. ബംഗളുരുവിലെ ഏറ്റ വും ദുരൂഹമായ സ്ഥലത്തു കൂടി നടക്കുകയാണ്. ഇരുമ്പ് മാർക്കറ്റും ആക്രി കടകളും കടന്നു. ഒരു തൊപ്പിക്കാരനോട് സ്ഥലം തിരക്കി.. അ യാൾ ബീഫ് മാർക്കറ്റിന്റെ പുറകിലേക്ക് ചൂണ്ടി. കുറെയേറെ കണ്ണു കൾ എന്നെ നിരീക്ഷിക്കുന്നുണ്ടായിരുന്നതായി തോന്നി..

അധിഭയാനകമായിരുന്നു ആ മാംസ മാർക്കറ്റ്. പോത്തിന്റെതും കാ ളയുടെയും കാലും, തലയും ഉടലും കമ്പികളിൽ കിടന്നു തൂങ്ങുന്നു.. എല്ലായിടത്തും മാംസവും എല്ലും നുറുങ്ങുന്ന ശബ്ദം മാത്രം.. മൃഗ ര ക്തത്തിന്റെ മനം പുരട്ടുന്ന മണം... അത് കടന്ന് ഒരു ഗാരേജിന്റെ മുന്നി ലെത്തി...അവിടെ കുറച്ചു പേർ ചേർന്ന് ഒരു ഫോർഡ് ഐക്കൺ കാർ പൊളിച്ചു മാറ്റുന്നു.. കയ്യിൽ ഹാൻസ് തിരുമ്മി കൊണ്ട് ഒരു തടിയൻ മു

ന്നോട്ട് വന്നു.... എന്റെ കണ്ണുകൾ ചുറ്റിലും പരതി.... ക്യാ ബേ, ക്യാ ചാ യിയെ.... കിസ് സെ മിൽന ഹേ

ഞാൻ എല്ലാം കോണിലും നോക്കി...... ജി മുജേ ഏക്... മാൽ.... ബേച്ച്...നാ....ഹേ.....

അയാൾ എന്നെ ഉള്ളിലേക്ക് വിളിച്ചു... ദൈവമേ... ദാ അവിടെ തൂ ങ്ങുന്നു അവന്റെ ഹാൻഡിൽ, അവന്റെ സൈലെൻസർ....അവന്റെ ശരീ രം ഓരോ കമ്പിയിൽ കോർത്തു തൂക്കി വച്ചിരിക്കുന്നു... കൊത്തി അ റുത്തെല്ലെടാ ദുഷ്ടന്മാരെ..... ആ ചാഞ്ഞു വീണ വെയിലിൽ തട്ടി അവ ന്റെ ഹെഡ് ലൈറ്റ് എന്റെ നേർക്ക് രണ്ടു പ്രാവശ്യം ഡിമ്മടിച്ചു.......

ലോക്ക് ഡൗൺ

മൂന്നാമത്തെ ജനൽ കമ്പിയും സൂഷ്മതയോടെ അയാൾ മുറിച്ചു മാ റ്റി. സൈലെൻസർ ഘടിപ്പിച്ചതിനാൽ ആ ഡ്രില്ലിങ്ശബ്ദം നിശ്ശബ്ദ മായിരുന്നു. പക്ഷെ ചുമരുകൾക്ക് ആ വിറയൽ മനസ്സിലായിരുന്നു. ഇപ്പോൾ ആ ടോയ്ലെറ്റിൽ ജനൽ പൂർണമായി തുറക്കപ്പെട്ട് കഴി ഞ്ഞു. ചുമരിൽ ചാരി വച്ച പലക കഷ്ണത്തിൽ ചവിട്ടി ആ നാലു ചുവ രുകൾക്ക് ഉള്ളിലേക്കു ഊർന്നിറങ്ങി. അയാൾ തന്റെ ചെക്ക്ലിസ്റ്റ് എടു ത്തു. രണ്ടാമത്തെ കാര്യവും ഓക്കേ. ആദ്യം തന്നെ സി.സി.ടി.വിയുടെ വയർ അയാൾ കട്ട് ചെയ്തിരുന്നു. ഇനി അടുത്ത ലക്ഷ്യം ആ സെ ക്യൂരിറ്റി അലാറം. ആ ടോയ്ലറ്റ് വാതിൽ തള്ളി തുറന്നു ആ കെട്ടിട ത്തിനകത്തു പ്രവേശിച്ചു. ആ ബ്ലൂ പ്രിന്റ് നോക്കി. ഈ വലിയ ബാ ങ്ക് കെട്ടിടത്തിൽ അലാറം പാനൽ ഉറപ്പായും യൂട്ടിലിറ്റിറൂമിൽ ആയി രിക്കും. ആളൊഴിഞ്ഞ പൂരപ്പറമ്പ് പോലെ ഓരോ ക്യൂബിക്കലും കാ ലിയായിരുന്നു. ആ വലിയ സ്വിച്ച്ബോർഡ് പാനലിൽ അടുത്തായി ചെറിയ ഒരു കൊച്ചുപാനൽ ബോക്സ്. ഒരു വലിയ അഡാപ്റ്റർ അതി നെ ചാർജ് ചെയ്തു കൊണ്ടിരിക്കുന്നു. സ്വിച്ച് ഓഫ് ചെയ്തു ആ പാ നൽ ബോക്സ് തുറന്നു. ബാറ്ററി ഡിസ്കണക്ട് ചെയ്യണം ഇല്ലെങ്കിൽ പവർ ഇല്ലെങ്കിലും അലാറം കരയും. 12 വോൾട്ട് ഡിസി സപ്ലൈ, ഒരു ചെറിയ സർക്യൂട്ട്, കോടികൾ സൂക്ഷിക്കുന്ന ബാങ്കിൽ സുരക്ഷയ് ക്ക് 250 താഴെ വരുന്ന ചൈനീസ് മെഷീൻ. ബോക്സിൽ ചെറിയ എൽ.ഇ.ഡി ബൾബ് കണ്ണടച്ചു. അടുത്ത ലക്ഷ്യം ബാങ്കിന്റെ സ്ട്രോ ങ് റൂം. ആദ്യായിട്ടല്ല ഈ ബാങ്കിന്റെ അകത്തു കയറുന്നത്. പക്ഷെ ഇരുണ്ട വെട്ടത്തിലും ആളൊഴിഞ്ഞിട്ടും ആദ്യമായി. ആറുമാസം ഒറ്റ യ്ക്ക് പ്ലാൻ ചെയ്തത്. ഇതിനൊക്കെ പ്രചോദനം ആ കാർബോഡ് ബോക്സ്. ആ ദിവസം ആണ് പുതിയ സേഫ് ബാങ്കിലേക്ക് കൊണ്ടു വന്നത്. ഫിനിക്സ് കമ്പനിയുടെ പാണ്ടുരമോഡൽ സേഫ് ലോക്കർ... പുതിയ മോഡൽ, മോഡൽനമ്പർ, കാറ്റലോഗ്. പുറത്തെ മതിൽ കെട്ടി

ന്നരികിൽ വലിച്ചെറിഞ്ഞ ആ വലിയ കാർബോർഡ് പെട്ടിയിൽ എ ല്ലാം വ്യക്തം. ഇതിനായി താൻ നടത്തിയ യാത്രകൾ. സഞ്ചരിച്ച രാ ജ്യങ്ങൾ സ്വായത്തമാക്കിയ സാങ്കേതികജ്ഞാനം എല്ലാം ഈ ദിവ സത്തിന് വേണ്ടി. ഇതിന് മുൻപ് ഈ ബാങ്കിൽ വന്നത് നാലുമാസം മുൻപാണ്. അന്ന് ബാങ്ക് മാനേജർ മുരളിസാറിനോട് ക്യാബിനു ള്ളിൽ കുശലം പറഞ്ഞുകൊണ്ട് രണ്ടുലക്ഷത്തിന്റെ ഫിക്സ് ഡെ പ്പോസിറ് ഫോം പൂരിപ്പിച്ചുകൊടുത്തു. അവിടെ ടേബിളിൽനിന്ന് സോ പ്പ് വച്ചു പകർത്തിയതാണ് സ്ട്രോങ്ങ്റൂമിന്റെ താക്കോലിന്റെ രൂപം. മൂന്നു നില ബിൽഡിങ്ങിന്റെ ഒന്നാം നിലയിൽ ഒത്ത നടുക്കായാണ് സ്ട്രോങ്ങ് റൂം. ജാലക ചില്ലിലൂടെ നിലാവ് തെന്നി ഇറങ്ങുന്നുണ്ട്. വേ റെ വെളിച്ചത്തിന്റെ ആവശ്യം ഇല്ല. അകെ ഒരു ഡൗട്ട് ആ കീ അതി നു സെറ്റ് ആകുമോ എന്നാണ്. കീ എടുത്തു തിരിച്ചപ്പോൾ രണ്ടു താ ക്കോലും ഓക്കേ. ഷോൾഡർബാഗ് നിലത്തുവച്ചു. ക്യാരിയർ ബാഗ് കയ്യിൽ എടുത്തു കൊണ്ട് ആ വാതിൽ തള്ളി തുറന്നു. ഇനി അവ സാന കടമ്പ. സേഫ് ലോക്കർ. പതുക്കെ ആ മാഗ്നെറ്റിക് കാർഡ് കാർഡ്സ്ലോട്ടിൽ ഇട്ടു. ഇനി അതിന്റെ നമ്പർലോക്ക് അടിക്കണം. അതാണ് സാധാരണ രീതി. അസമയത്തു ആര് സേഫ് തുറന്നാലും ഒരു മെസ്സേജ് പോകും മിക്കവാറും ബാങ്ക് മാനേജരുടെ മൊബൈ ലിൽ ആയിരിക്കും. അതൊഴിവാക്കാൻ ഈ ലോക്കർ ഫാക്ടറി റീ സെറ്റ് മോഡിലേക്ക് മാറ്റണം. അതിനുള്ള പ്രോഗ്രാം ആ കാർഡിൽ ചെയ്തു വച്ചിട്ടുണ്ട്.

ഫാക്ടറി റീസെറ്റ് കോഡ് 14–32–6... മൂന്നു നോബുകൾ. ആദ്യം ക്ലോക്ക്വൈസിൽ പിന്നെ ആന്റി ക്ലോക്ക് വൈസിൽ പിന്നെ വീണ്ടും ക്ലോക്ക് വൈസിൽ. ഭാഗ്യം സംഭവം വർക്കായി. സ്ക്രീനിൽ പുതിയ ലോക്ക് കോഡ് എന്റർ ചെയ്യാൻ തെളിഞ്ഞു. പുതിയ കോഡ് സെറ്റ് ചെയ്തു ഡോർ തുറന്നു. കണ്ണു മഞ്ഞളിക്കുന്നത് പോലെ മൊത്ത ത്തിൽ 500 ന്റെ നോട്ടുകെട്ടുകൾ മാത്രം. ഒരു പത്തിരുപത്തഞ്ച് ല ക്ഷം മിനിമം കാണും. ഇന്നാട്ടിലെ കള്ളപ്പണക്കാരുടെ സമ്പാദ്യങ്ങൾ. ഒട്ടും അമാന്തിക്കാനില്ല. വാരിനിറക്കുക തന്നെ. നാടും വീട്ടുകാരും നല്ല ഉറക്കത്തിൽ ആയിരിക്കും. പതിനൊന്നു ദിവസത്തിന് ശേഷം ഇന്ന് രാത്രിയാണ് മുറി വിട്ടു പുറത്തിറങ്ങിയത്. എയർപോർട്ടിൽ ഇറ ങ്ങിയപ്പോഴേ ഇരുപത്തിയെട്ടുദിവസം ക്വാറന്റൈൻ എന്ന് അടിച്ചു തന്നു. കൊറോണ കേസ് കാര്യമായി ഇവിടെ ബാധിച്ചിട്ടില്ല. പക്ഷെ വരും ദിവസങ്ങളിൽ ഒരു വൻ ലോക്ക് ഡൗൺ വരാൻ ചാൻസുണ്ട്.

കഴിഞ്ഞ മൂന്നുദിവസമായി വീടിന്റെ ജനലിലൂടെ ഈ ബാങ്ക് മാത്ര
മാണ് നോട്ടം. കൊറോണയെ പേടിച്ചു പരിചയക്കാരും ബന്ധുക്കളും
അടുത്ത് പോലും വന്നിട്ടേയില്ല. രണ്ടുദിവസം ആയി വീട്ടിലുള്ളവരോ
ട് സംസാരിച്ചിട്ട്. ഇന്ന് രാവിലെ മുതൽ മൊബൈൽ വർക്ക് ആവുന്നി
ല്ല. കഴിഞ്ഞ അഞ്ചെട്ട്മണിക്കൂർ ലോകം എങ്ങനെ കടന്നുപോയി
എന്നതിനെക്കുറിച്ച് ഒരു ധാരണയും ഇല്ല. അതൊക്കെ പോട്ടെ ഒരു
ബാഗ് നിറയാറായി. ഷോൾഡർബാഗ് സ്ട്രോങ് റൂമിന് വെളിയിൽ
ആണ് വെച്ചത് എടുത്തിട്ട് വരാം. ഇതെങ്ങനെ ഈ ഡോർ അടഞ്ഞു
പോയത്? പണി പാളിയോ. താക്കോൽ ഡോറിൽതന്നെയാണ് പ
ക്ഷേ വെളിയിൽ. അകത്തുനിന്ന് ഈ ഇരുമ്പ്വാതിൽ തുറക്കാൻ ഒ
രു മാർഗവും ഇല്ല. ഡോർ അടഞ്ഞാൽ അത് ഓട്ടോലോക്ക് ആകും പി
ന്നെ വെളിയിൽ നിന്ന് മാത്രമേ തുറക്കാൻ പറ്റൂ... ദൈവമേ പെട്ടല്ലോ..
ഇത്രയും കാര്യങ്ങൾ ബുദ്ധിപൂർവ്വം പ്ലാൻ ചെയ്തശേഷം പറ്റിയ ഒരു
ചെറിയ കൈപ്പിഴ. ഒരു ആയുധം പോലും കൈയിൽ ഇല്ല. എല്ലാം മറ്റേ
ബാഗിൽ ആണ്. ആ ഡോർ തുറന്ന ആവേശത്തിൽ സേഫ് ലോക്കറി
ന്റെ അടുത്തേക്ക് ഓടിയതാണ്. പോയി എല്ലാം. ശരിക്കും കുടുങ്ങി. ഇ
നി മോചനം ഇല്ല. ഈ ഇടുങ്ങിയ റൂമിൽ, വലിയ സേഫ് അല്ലാതെ
ഒരു ചെറിയ വെന്റിലേഷൻ ഹോൾ എവിടെ എങ്കിലും ഉണ്ടാവും എന്ന്
വിശ്വസിക്കുന്നു. അതും ഇല്ലെങ്കിൽ കുറെ മണിക്കൂർ കഴിഞ്ഞാൽ ശ്വാ
സം കിട്ടാതെ ഞാൻ മരിച്ചുപോയേക്കാം. ഈ രാത്രി തീരാൻ ഇനി
യും സമയം ബാക്കിയുണ്ട്. രക്ഷപെടുന്നതിനെക്കുറിച്ചുള്ള കാര്യം
ആലോചനയിലേ ഇല്ല. ചെയ്തത് വലിയ തെറ്റ്. ഈ മുറിയിൽനിന്ന്
എത്ര ഉച്ചത്തിൽ കാറി വിളിച്ചാലും ആരും കേൾക്കാൻ പോകുന്നില്ല.
ഇനി കീഴടങ്ങൽ മാത്രം...

രണ്ടു കിലോമീറ്റർ അകലെ പള്ളിയിൽ നിന്ന് സുബ്ഹി ബാങ്കുവി
ളി ഉയർന്നു.

ദൂരെ എങ്ങുനിന്നോ വന്ന ജീപ്പ് വലിയ പത്രക്കെട്ടുകൾ റോഡ്
സൈഡിലേക്ക് വലിച്ചെറിഞ്ഞുകൊണ്ട് പോയി. അതിൽ ഒരെണ്ണം വ
ലിച്ചെടുത്തു ബാങ്ക് സെക്യൂരിറ്റി ഉറക്കച്ചടവോടെ വായിച്ചു 'രാജ്യം
ഇന്ന് അർദ്ധ രാത്രി മുതൽ 21 ദിവസത്തേക്ക് കംപ്ലീറ്റ് ലോക്ക് ഡൗ
ണിൽ'.

ഒരു നില മുകളിൽ ഒരു ഇരുണ്ട മുറിക്കുള്ളിൽ ഒരുവൻ ഇങ്ങനെ
ചിന്തിക്കുന്നു.

രാവിലെ ആവാറായി. ഇനി ബാങ്ക് തുറക്കും. അവസരം കിട്ടിയാൽ

കുതറി രക്ഷപെടാം അല്ലെങ്കിൽ പോലീസ് കൊണ്ട് പോകട്ടെ. അയാൾ ആ നോട്ടുകെട്ടുകൾ നിറച്ച ബാഗിൽ തല വെച്ചു കിടന്നു.

"രാവിപ്പോൾ ക്ഷണമങ്ങൊടുങ്ങും
ഉഷസ്സെങ്ങും പ്രകാശിച്ചിടും
ദേവൻ സൂര്യനുദിക്കും
ഈ കമലവും കാലേ വിടർന്നിടുമേ
ഏവം മൊട്ടിനകത്തിരുന്നളി
മനോരാജ്യം തുടർന്നീടവേ
ദൈവത്തിൻ മനമാരു കണ്ടു"

മണ്ഡൂക കാവ്യം

കഴുത്തറ്റം വരെ വെള്ളം ഉണ്ട്.... ചെറിയ ചൂട് അനുഭവപ്പെടുന്നു. അത് നന്നായി ശരീരത്തെ സുഖിപ്പിക്കുന്നു. ആദ്യമായിട്ടാണ് ഇങ്ങനെ. മുകളിൽ ആകാശം നന്നായി കാണാം... പുക ഉയരുന്നുണ്ട്... ഇതിനു മുൻപ് ഇങ്ങനെയൊന്നും ഉണ്ടായിട്ടേ ഇല്ല.

ജനിച്ചത് എന്നാണ് എന്ന് ഓർമയില്ല. ഏറ്റവും പഴയ ഓർമ കൂട്ടുകാരോടൊത്ത് കുമിളകൾ ഇടയിലൂടെ നീന്തിയതാണ്. അവരെക്കാൾ നീളമുണ്ടായിരുന്നു എനിക്ക്. നിറം കുറവായിരുന്നു. കൂട്ടത്തിലൊരുവന് സ്വർണ നിറമായിരുന്നു.

ഇടവപ്പാതി തകർത്തുപെയ്ത വാഴത്തോട്ടത്തിലെ നീർച്ചാലായിരുന്നു ഞങ്ങളുടെ താവളം. കൂട്ടത്തിൽ ചുണ്ട് നീണ്ടവനെ വരാൽ എന്ന് വിളിച്ചു. മറ്റൊരുത്തൻ മണ്ണിനടിയിൽ മാളം ഉണ്ടാക്കാൻ വിദഗ്ദ്ധൻ. പി ന്നെ മുശിയും മുള്ളിക്കോട്ടിയും.. എല്ലാവരെയും ഞാൻ നീന്തി തോൽ പ്പിക്കുമായിരുന്നു. ഞാനും ഒരു മൽസ്യകന്യകനാണെന്ന് സ്വയം വിശ്വ സിച്ച കാലം. കാലവർഷം ദുർബലമായതോടെ കണ്ടത്തിലെ ഉറവക ളും വറ്റിത്തുടങ്ങി. മീനുകളെല്ലാം പുതിയ താവളം തേടാൻ തുടങ്ങി.

എന്റെ ശരീരവളർച്ചയും വ്യതിയാനവും എന്നെ അത്ഭുതപ്പെടുത്തി. ഒരുദിവസം ഏതോ ഒരു ഭാഗം നഷ്ടപെട്ട പോലെ. എന്റെ വാല് മുറി ഞ്ഞു പോയിരിക്കുന്നു... മറ്റുള്ളവരെല്ലാം പഴയപോലെ തന്നെ. എന്റെ ചിറകുകൾക്കിടയിൽ കുഞ്ഞുകാലുകൾ മുളച്ചിരിക്കുന്നു. ഞാൻ ആരാ ണ്...എന്താണ് എന്റെ ഐഡന്റിറ്റി. ഒന്നും മനസിലാവുന്നില്ല ഇനി അ വർ എന്നെ ആ കൂട്ടത്തിൽ ചേർക്കില്ല... ആദ്യമായി ആ കുഞ്ഞു കാലു കൾ വച്ചു തുഴയാൻ ശ്രമിച്ചു... അത്ഭുതം, ഞാൻ ആകാശത്തിലേക്ക് ഉ യർന്നിരിക്കുന്നു. ഒരടി മേലേക്ക് തെറിച്ചു വീണത് ഒരു വാഴയിലയിൽ.. അതിലൂടെ ഊർന്ന് കരയിലേക്ക്...മണ്ണിന്റെ മണം.. എനിക്ക് കരയിലും ജീവിക്കാം..ഞാൻ ഒരു ഉഭയ ജീവി... അടുത്ത ലക്ഷ്യം എന്റെ വർഗ്ഗക്കാ രെ കണ്ടെത്തണം.... ഞാൻ ഉയരാൻ തുടങ്ങി.

മകരക്കൊയ്ത്തിനു കാത്തുനിൽക്കുന്ന പാടവരമ്പിനരികിലെ ചെറി
യ കുളത്തിൽ അതിരാവിലെ ഞാൻ ഉണർന്നു. യൗവനത്തിന്റെ തീഷ്
ണതയിൽ രണ്ട്പ്രാവശ്യം കുളം വലംവെച്ചു. കടവിലെ അലക്കു ക
ല്ലിൽ തവള മുത്തശ്ശൻ വെയിൽ കായുന്നുണ്ട്. മൂപ്പിരാന് മുന്നിൽ പെ
ട്ടാൽ പഴയ വീര കഥകൾ പറയാൻ തുടങ്ങും... നീ ഈ പൊട്ടക്കുളത്തി
നു പുറത്തെ ലോകം കണ്ടിട്ടുണ്ടോടാ... പണ്ട് കരഞ്ഞു മഴപെയ്യിച്ചതി
നെ പറ്റി... പുഞ്ചപ്പാടത്തു പച്ച തവളകളുടെ കൂടെ സംഗമിച്ചതിനെ പ
റ്റി... ഇനിയും ഒരുപാട് ബധായികൾ ഉണ്ട് സ്റ്റോക്കിൽ. കണ്ടാൽ ഉപ
ദേശം തുടങ്ങും. നീ എങ്ങും എത്താതെ വല്ല നീർക്കോലിക്കും ഒടുങ്ങേ
ണ്ടിവരും.. ഇവിടെ കിടന്നാൽ ഒരു പുരോഗതിയും ഉണ്ടാവില്ല... നന്നാ
വാണോ നാടുവിടണം. അവൻ റെഡിയാണ്. ഒരു വിധം പുറം ലോക
വുമായി മെരുങ്ങാനുള്ള വിദ്യകളും അവന്റെ കൈയിലുണ്ട്. ആകെ വി
ഷമം മണ്ണാത്തി തവളയെ പിരിയുന്നതാണ്... അവളുടെ മഴപ്പാട്ട് അവ
ന്റെ ജീവനാണ്... ഇല്ല അടുത്ത വേനലിലു മുൻപ് സുരക്ഷിത സ്ഥലം
കണ്ടത്തേണ്ടിയിരിക്കുന്നു... എനിക്കെന്റെ സ്വന്തം കാലിൽ നിൽക്കണം...

ഒരു വലിയ കാറ്റു ഇരമ്പിക്കൊണ്ട് നെല്ലിഴകളെ തൊട്ട് കൊണ്ട് കട
ന്ന് പോയി... നാണം കൊണ്ടവ തിരമാലകളെ പോലെ ഉയർന്നു താ
ണു...വരമ്പിനറ്റത്തെ ചിറക്കരികെ ഒരു വിളക്ക്കാൽ നാട്ടിയിട്ടുണ്ട്... അ
വിടെ വിളക്ക് നോക്കി വരുന്ന പ്രാണികൾക്കു നല്ല രുചിയാണ്.. എത്ര
യെണ്ണത്തിനെയും ചാടി കീഴ്പ്പെടുത്താൻ തന്റെ പേശികൾക്ക് നല്ല ശേ
ഷിയുണ്ട്.. വരമ്പ് ലക്ഷ്യമാക്കി ചലിക്കാൻ തുടങ്ങി... എതിർ ദിശയിൽ
നിന്ന് എന്തോ ഒരു വെളിച്ചം വരുന്നുണ്ട്. കാള പൂട്ടുകാരല്ല വരമ്പത്തു
നിന്ന് അവരെന്തോ തേടുന്നുണ്ട്.. കയ്യിലൊരു ചില്ലു കൂട് അതിൽ ജ്വലി
ക്കുന്ന ഒരു തീ ഗോളവും. കാണാൻ നല്ല രസം. ഒരു ഉന്മാദാവസ്ഥ.. അ
തിനടുത്തേക്കു നീങ്ങി. പെട്ടന്ന് കണ്ണിൽ ഇരുട്ട് കയറി... എവിടേക്കോ
തെന്നി വീണപോലെ... ആദ്യമായി സ്വാതന്ത്ര്യം നഷ്ടപെട്ട പോലെ....

ഇപ്പോൾ ആകാശം നന്നായി കാണാം. പുക ഇപ്പോഴും നന്നായി ഉ
യരുന്നുണ്ട്. വെള്ളത്തിനു ചൂട് കൂടിയിട്ടുണ്ട്... അലുമിനിയത്തിന്റെ മ
തിലുകളാണ് ചുറ്റും അധികം ഉയരമില്ല. പുക കാരണം കണ്ണ് നീറുന്നു
ണ്ട്. നിസ്സാരമായി ചാടി കടക്കാം... പണ്ടൊരു മഞ്ഞ ചേരയെ വെട്ടിച്ചു
ഒന്നര മീറ്റർ ഉയരത്തിൽ ചാടിയിട്ടുണ്ട്... ദിശ തെറ്റി വീണ ഒരു വണ്ടി
നെ ക്ഷണനേരംകൊണ്ട് വായ്ക്കുള്ളിലാക്കി. കൂടെ ഒരിറക്ക് ചൂടുവെ
ള്ളവും. കണ്ണടച്ചു ഒരു പത്തുനിമിഷം കൂടി ചൂട് വെള്ളത്തിൽ കിടക്കാം..
ഇന്നലെ മുഴുവൻ ആ സഞ്ചി കൂടിനകത്തായിരുന്നു... ഇപ്പോഴാണ് ശ്വാ

സം കഴിക്കാൻ പറ്റിയത്. സമയമായി. എനിക്ക് എന്റേതായ ലക്ഷ്യങ്ങൾ ഉണ്ട്. ഒന്നിനും എന്നെ തളച്ചിടാൻ പറ്റില്ല. ചൂട് കൂടി വരുന്നു. ചാടികട ക്കാനുള്ള ആത്മബലവും പേശീബലവും എനിക്കുണ്ട്. എന്നെ ഹോമി ക്കാൻ ഞാൻ തയ്യാറല്ല. രണ്ട് ചാൽ പിന്നോട്ടാഞ്ഞു മുന്നോട്ട് കുതിച്ചു. ഇല്ല ഉയരാൻ പറ്റുന്നില്ല. ശരീരത്തിന് ഭാരം കൂടിയപോലെ കിതപ്പ് കൂടുന്നു..ഹൃദയ മിടിപ്പ് നിൽക്കുന്നത് പോലെ.. തോറ്റു പോയി.

'ചേട്ടാ എന്താണ് ഇന്നത്തെ സ്പെഷ്യൽ?'

'നല്ല മുളകിട്ടു വച്ച തവള കാൽ ഫ്രൈ ഉണ്ട് ട്ടാ... എട ക്കട്ടേ ടാ ഒ രു പ്ലേറ്റ്.. വലിവിനു ബെസ്റ്റാ...'

നിങ്ങൾ നിരീക്ഷണത്തിലാണ്

'ഹരീ എഴുന്നേൽക്കൂ നേരം ഒരുപാടായി'. ഹരി ഒന്നു ഞെട്ടി കണ്ണു തുറന്നു. എവിടെ നിന്നാണ് ആ മധുരമായ സ്ത്രീ ശബ്ദം.

'കണ്ടുകൊണ്ടിരുന്ന സ്വപ്നം പൂർത്തിയായില്ലേ... ഹരി എന്തുറക്ക മാണിത്' .വീണ്ടും അതേ ശബ്ദം.

ഹരി ക്ലോക്കിൽ നോക്കി. ആറു മണിയേ ആയുള്ളൂ.. എട്ടു മണിക്കാ ണ് അലാറം വച്ചത്. അമ്മ വീട്ടിലില്ല. പിന്നെ ഏതാണീ ശബ്ദം. ഹരി ജ നലിലൂടെ പുറത്തേക്കു നോക്കി. 'എവിടെയാ നോക്കുന്നെ ഇങ്ങോട്ട് നോക്കൂ'. വീണ്ടും അതേ വിളി.

ഹരി ചുറ്റും പരതി... 'ഈ മൊബൈലിൽ ഹരീ '... ശരിയാണ് അത് മൊബൈലിൽ നിന്നാണ്. ആരോ വീഡിയോ കോൾ വിളിക്കുകയാണെ ന്ന് തോന്നുന്നു.. പക്ഷെ അറ്റൻഡ് ചെയ്യാതെ എങ്ങനെ ശബ്ദം കേൾ ക്കും. ഹരി മൊബൈൽ എടുത്തുയർത്തി. സ്ക്രീനിൽ ഒരു ഇമേജ് പാ വക്കുട്ടിയുടെ പോലെ.. 'എത്ര നേരമായി വിളിക്കുന്നു, എന്താ എന്നെ ഇങ്ങനെ തന്നെ തുറിച്ചു നോക്കുന്നെ ഹരീ'

എന്താണിത്, ഏത് ആപ് ആണിത് ഏതാണീ പാവക്കുട്ടി. ആരെ ങ്കിലും പറ്റിക്കുന്നത് ആണോ.

സ്ക്രീനിൽ അമർത്തി നോക്കി. വേറൊന്നും കാണാൻ പറ്റുന്നില്ല. സ്ക്രീൻ ഫ്രീസ് ആയപോലെ. 'എന്താ ചെയ്യുന്നേ ഹരി, ഹരിയെന്താ ഒന്നും സംസാരിക്കാത്തത്, ഇനിയും പരിഭ്രമം മാറിയില്ലേ?' .ടോക്കിങ് ക്യാറ്റിനെ പോലെ അത് സംസാരിക്കുന്നു. ശുദ്ധ മലയാളം.. 'നിങ്ങളാ രാ, എന്തിന് എന്നെ വിളിക്കുന്നു. എങ്ങനെ എന്നെ അറിയാം, ഇതൊ ന്നും എന്റെ ഫോണിൽ ഇൻസ്റ്റാൾ ചെയ്തിട്ടില്ലല്ലോ?'

'ഞാൻ ഹരിയുടെ ഫ്രണ്ട് ആണ്.. ഒരു ഫ്രണ്ടിനോട് ഇങ്ങനൊക്കെ പറയാൻ പാടുണ്ടോ?'

'നിങ്ങൾ ശരിക്കും ആരാണ്, എങ്ങനെ എന്റെ ഫ്രണ്ട് ആകും. എ ന്താണ് നിങ്ങളുടെ പേര്. എവിടെ നിന്നാണ് വിളിക്കുന്നെ?'

'എന്നെ ഹരിക്ക് ഏയ്ഞ്ചൽ എന്ന് വിളിക്കാം, ഞാൻ നിങ്ങളുടെ ഒ രു ഫ്രണ്ട് .. ഞാൻ ഫോണിന് അകത്തുനിന്നുതന്നെയാണ് വിളിക്കു ന്നെ. ഹരി എനിക്കുവേണ്ടി കുറച്ചുകാര്യങ്ങൾ ചെയ്യണം. അത് കഴി ഞ്ഞു ഞാൻ പൊയ്ക്കോളാം.. പക്ഷെ അതിനുമുൻപ് ഹരി പോയി കു ളിച്ചിട്ട് വാ.'

'എന്ത് കാര്യം, എന്താ നിങ്ങൾ ഉദ്ദേശിക്കുന്നെ... ഞാൻ എന്തിന് നി ന്നെ സഹായിക്കണം.?'

'സ്ക്രീൻ ഫ്രീസായിട്ടാണുള്ളത്.. വേറൊന്നും തുറക്കാനും പറ്റു ന്നില്ല.'

'ഹരി പറഞ്ഞത്പോലെ ചെയ്യൂ, അല്ലേലും ഹരി ഒരു മാസമായി നല്ല മനഃപ്രയാസത്തിൽ അല്ലെ.'

'എന്ത് മനപ്രയാസം? എന്റെ മനസ്സ് മനസ്സിലാക്കാൻ നിനക്ക് കഴിവ് ഉണ്ടോ?'

'അതൊന്നും എനിക്കില്ല. പക്ഷെ പരീക്ഷ റിസൾട്ട് വന്നു. ഇയർ ഒൗട്ട് ആയ കാര്യം വീട്ടിൽ പറഞ്ഞില്ല അല്ലേ?'

അത് എങ്ങനെ ഇവൾ മനസിലാക്കി.

'പിന്നേ ഞാൻ ഇയർ ഒൗട്ട് അല്ല. ചുമ്മാ അടിക്കല്ലേ.'

സ്ക്രീനിൽ മൈസൂർ യൂണിവേഴ്സിറ്റി സെക്കന്റ് സെമസ്റ്റർ മാർക് സ് കാർഡ് തെളിഞ്ഞു വന്നു.

5 സബ്ജെക്ക് ഫെയിൽ എന്നു ഹൈലൈറ്റ് ചെയ്തു കാണിച്ചിട്ട് കൂ ടെ ഡീറ്റൈൻഡ് ദിസ് ഇയർ എന്നും..

'ഇപ്പൊ വിശ്വാസം ആയോ..?'

'ആരോ എന്നെ കളിപ്പിക്കുന്നതാണോ....?'

'ഈ ഡാറ്റ വച്ചു നീ എന്നെ എന്തു ചെയ്യാനാ'

പെട്ടെന്ന് സ്ക്രീനിൽ പത്താം ക്ലാസ്, പ്ലസ് ടു എല്ലാം സർട്ടിഫിക്ക റ്റുകളും തെളിഞ്ഞു വന്നു

'ഹരീടെ അച്ഛന് അറിയുമോ മോൻ ഡീറ്റൈൻഡ് ആയ കാര്യം.'

'അതിനു നീ ഇതിനകത്തിരുന്നു എന്നെ എന്തു ചെയ്യാനാ.'

സ്ക്രീനിൽ അച്ഛന്റെ പാൻകാർഡ്, ആധാർ കാർഡ്, ഫേസ്ബുക് പ്രൊഫൈൽ ഒടുവിൽ വാട്സ്ആപ്പ് കോണ്ടാക്റ്റും..

'മാർക്സ് കാർഡിന്റെ സ്ക്രീൻ ഷോർട്ട് അച്ഛന് ഷെയർ ചെയ്യട്ടെ ഹരീ?'

'നിങ്ങൾക്ക് എന്താണ് വേണ്ടത്, എന്തിനാണ് എന്റെ പുറകെ കൂടി യത്?'

'കൂൾ ഡൗൺ ഹരീ, എനിക്കു വേണ്ടി ഹരി ഒരു സഹായം, ചെറി യ ഒരു ഉപകാരം അത്ര മാത്രം'

' നിങ്ങൾ എന്നെ ബ്ലാക്ക് മെയിൽ ചെയ്യുകയാണോ, ഈ ഫോൺ തല്ലിപൊട്ടിച്ചാൽ തീരുന്ന പ്രശ്നമേ നമ്മൾ തമ്മിലുള്ളൂ, പിന്നെ ഇയർ ഔട്ട് അത് ഞാനായിട്ട് തന്നെ അച്ഛനോട് പറയാൻ ഇരിക്കുവായിരുന്നു.

'നീ ബുദ്ധിമാൻ തന്നെ, പക്ഷെ ഞാൻ നേരെ പോകുന്നത് അച്ഛ ന്റെ ഫോണിലേക്കാണ്. എന്റെ കയ്യിൽ കുറച്ചു കൂടെ കാര്യങ്ങൾ ഉണ്ട്.

'എന്ത് കാര്യങ്ങൾ.'

'ഹരി നീ എവിടെയൊക്കെ പോവുന്നു എന്തൊക്ക ചെയ്യുന്നു എ ല്ലാം എനിക്കറിയാം.. ഹരിക്കൊരു ഗേൾ ഫ്രണ്ട് ഉണ്ട് അല്ലേ എമിലി'

'അത് വീട്ടിലറിയാം, അത് വച്ചു വിരട്ടണ്ട'

'ശരിയാ അവളോട് ഇന്നലെ രാത്രി ചാറ്റ് ചെയ്തു നിർത്തിയത് എ ന്ത് പറഞ്ഞാണ് എന്ന് ഓർമ്മയുണ്ടോ, അത് പോട്ടെ അതിനു ശേഷം എതൊക്കെ സൈറ്റിൽ എങ്ങനൊക്കെ ചാറ്റ് ചെയ്തു എന്നതും ഓർമ്മ യുണ്ടോ... വീഡിയോ ചാറ്റ് ആരുടെയൊക്കെ കൂടെ ഏതൊക്കെ രീതി യിൽ, എല്ലാം വിഡിയോയും എന്റെ കൈയിലുണ്ട്, കാണണ്ണോ, നെ റ്റിലോട്ട് അപ്ലോഡ് ചെയ്യട്ടെ.'

'വേണ്ടാ, നിങ്ങൾ എന്തിനാണ് എന്റെ പുറകെ. എന്താ നിങ്ങൾക്ക് വേണ്ടത്?'

' നല്ല കുട്ടി, ഇതൊക്കെ ചെറിയ കാര്യങ്ങൾ. വലിയ വലിയ തെറ്റു കൾ ചെയ്തിട്ടില്ലേ ഹരി?'

'എന്ത് തെറ്റുകൾ?'

'ഈ ഐ ഫോൺ എങ്ങനെ വാങ്ങി എന്നറിയോ, ആരുടെ ക്രെഡി റ്റ് കാർഡിൽ നിന്നാണ്, മോഷണവും തുടങ്ങി അല്ലേ? വേറെ എന്തൊ ക്കെ വാങ്ങി, എത്ര സിം കാർഡ് ഉണ്ട് കയ്യിൽ, ബാങ്കോക്ക് ട്രിപ്പിന്റെ ഡീറ്റെയിൽസ് വേണോ. നിന്റെ ടീം ഹിസ്റ്ററി മൊത്തം എന്റെ കയ്യിലു ണ്ട്. കൊടുക്കട്ടെ പോലീസിന്? '

'ഇനി എങ്കിലും പറയൂ എന്താണ് വേണ്ടത്, എന്നെ വെറുതെ വിടൂ'

'ഒന്നും വേണ്ട കാര്യായിട്ട്, ഹരി രണ്ടു ദിവസമായി പത്രമൊക്കെ വായിക്കാറില്ലേ, നല്ല മഴയല്ലേ, കാരാച്ചിറഭാഗത്ത് ഓറഞ്ച് അലേർട്ട് ഒ ക്കെ പ്രഖ്യാപിച്ചത് അറിയില്ലേ '

'അതേ മൂന്നു ദിവസമായി നിർത്താതെ പെയ്യുകയാണ്. ഞാൻ ഈ മഴയത്തു എന്ത് ചെയ്യാൻ'

'പറയാം ഹരി അതിനു മുൻപ് അച്ഛന്റെ ഐഡി കാർഡും ആക്സ

സ്സ് കാർഡും എടുത്തിട്ട് വാ കുറച്ചു പണിയുണ്ട്. കൈതമറ്റം പവർ സ്റ്റേ ഷനലിലെ അസിസ്റ്റന്റ് എൻജിനീയറുടെ മകന് കാര്യങ്ങൾ മനസ്സിലാ കും എന്ന് കരുതുന്നു. അച്ഛൻ എഴുന്നേറ്റിട്ടുണ്ടാവില്ല, വേഗം വേണം.'

മൂന്നു ദിവസമായി ഡാമിൽ ജലനിരപ്പുയരുന്നുണ്ട്. ഇന്നലെ വൈകി യാണ് അച്ഛൻ വീട്ടിലെത്തിയത്. ബൈക്ക് എടുത്തു നേരെ കൈതമറ്റം ഡാം ഓഫീസിലേക്ക് . ഇടയ്ക്കു വഴി മാറ്റി പിടിച്ചപ്പോൾ ഫോണിൽ നിന്നു മുന്നറിയിപ്പ്

'ഹരി ഇതാണ് ശരിയായ വഴി, ഇന്നലെ കൂടി മൂന്നു തവണ പോയ താണല്ലോ മറന്നു പോയോ'

'ഇതൊക്ക നിങ്ങൾക്ക് എങ്ങനെ കിട്ടുന്നു, നിങ്ങൾ മാലാഖ എന്നു പേരുള്ള ചെകുത്താനാണ് '

'ഞങ്ങൾ ഒന്നും തേടാറില്ല, നിങ്ങളാണ് തിരഞ്ഞു വരാറ്. എല്ലാം വെബ്സൈറ്റിലും തിരയുന്നു, രജിസ്റ്റർ ചെയ്യുന്നു. എല്ലാം ആപ്പുകളും ഇൻസ്റ്റാൾ ചെയ്യുന്നു. അവർക്ക് നിങ്ങളുടെ കോൺടാക്ട്, നിങ്ങളുടെ ഗാലറി, നിങ്ങളുടെ ക്യാമറ എല്ലാം ആക്സസ് ചെയ്യാം. പോകുന്ന വി വരങ്ങൾ, ദൈനദിനകാര്യങ്ങൾ സ്റ്റാറ്റസ് ആയി സോഷ്യൽ മീഡിയയിൽ നിങ്ങൾ തന്നെ തരുന്നു. നിങ്ങളുടെ ഗവണ്മെന്റ് തന്നെ എല്ലാം ലിങ്ക് ചെയ്തു വച്ചിരിക്കുന്നു. ബാക്കിയുള്ള ലിങ്കുകൾ ക്ലിക്ക് ചെയ്തു നി ങ്ങൾ തന്നെ സഹായിക്കുന്നു.'

സെക്യൂരിറ്റി പരിചയക്കാരാണ്.

അയാൾ ചിരിച്ചുകൊണ്ട് ഗേറ്റ് പൊക്കി. ബൈക്ക് ഡാമിന്റെ മുകളി ലൂടെ എതിർ വശത്തേക്ക്.

ജലസംഭരണി നിറഞ്ഞു തുളുമ്പുന്നു.

'ഹരി നീ ചെയ്യണ്ടിതിത്ര മാത്രം. ഈ ആക്സസ് കാർഡ് വച്ചു ക ണ്ട്രോൾ റൂമിൽ കയറണം. ആദ്യം കയറൂ ബാക്കി പിന്നെ പറയാം '

കണ്ട്രോൾ റൂമിൽ ആരും ഇല്ല ഷിഫ്റ്റ് ചേഞ്ച് ആകാൻ സമയമായി, ചായ കുടിക്കാൻ പോയതാവും.

ഡോറിന് വെളിയിൽ കാർഡ് കാണിച്ചു. മെഷീനിൽ പച്ച ലൈറ്റ് തെ ളിഞ്ഞു.

'എന്താ നിങ്ങളുടെ ലക്ഷ്യം നിങ്ങളാരാണ്, ഇവിടെ നിന്ന് എന്ത് കി ട്ടാനാണ് നിങ്ങൾക്ക് '

'ഒന്നും വേണ്ട ഹരി, ഹരി ഈ ഫോൺ ആ മെയിൻ സെർവർ ക മ്പ്യൂട്ടറിൽ കണക്ട് ചെയ്യുക, അപ്പൊ നോ മാഡ് എന്ന ഒരു പോപ്പ് അ പ്പ് സ്ക്രീൻ കംപ്യൂട്ടർ മോണിറ്ററിൽ വരും അതിൽ ഞാൻ പറയുന്ന

നമ്പർ അടിക്കുക. ഓക്കേ എന്ന് കൊടുത്ത ശേഷം ഫോൺ ഊരി എടു
ത്തു കൊണ്ട് ഹരിക്ക് വീട്ടിൽ പോകാം. ഞാനും ഹരിയെ വിട്ടുപോകും.
അത്ര മാത്രം.'

അപ്പൊ മെയിൻ സെർവർ ഹാക്ക് ചെയ്യാനുള്ള പരിപാടി ആണ്.
ഞാൻ വെറും ടൂൾ മാത്രം. ഈ സെർവർവഴി ഓട്ടോമാറ്റിക് ആയിട്ടാണ്
ഡാം ഷട്ടർ, പവർ ജനറേഷൻ എല്ലാത്തിന്റെയും കൺട്രോൾ. ഞാൻ ഇ
തു ചെയ്താൽ ഡാം മൊത്തം ഇവരുടെ കൺട്രോളിലാകും. ഒരു പ
ക്ഷേ അത് തുറന്നുവിടാനായിരിക്കും പരിപാടി. ഒരു മനുഷ്യനിർമിത
പ്രളയം സൃഷ്ടിക്കാൻ.

ഇല്ല.ഇത് ഞാൻ സമ്മതിക്കില്ല. എന്നെ എന്ത് ചെയ്താലും എനി
ക്കു പ്രശ്നമില്ല. ആരുടെ മുന്നിൽ എങ്ങനെ ചിത്രീകരിച്ചാലും കുഴപ്പമി
ല്ല. ഈ നാടിനെ നശിപ്പിക്കാൻ കൂട്ട് നിൽക്കില്ല..നിങ്ങൾ ഒരു പക്ഷെ
വേറൊരു ഹതഭാഗ്യനെ തേടി പോയേക്കാം. പക്ഷെ എനിക്കു അറി
യിക്കേണ്ടവരെ അറിയിച്ചേ പറ്റൂ.

'ഹരി പെട്ടെന്ന് കണക്ക് ചെയ്യൂ.'

'ഇല്ല ഇനി ഞാൻ നിനക്ക് ചെവി തരില്ല.. അയാൾ പുറത്തേക്കു കു
തിച്ചു. മൊബൈൽ ഡാമിലേക്ക് വലിച്ചെറിഞ്ഞു. എങ്ങോട്ടെന്നറിയാതെ
ബൈക്കിൽ മുന്നോട്ടു കുതിച്ചു എന്തോ ലക്ഷ്യത്തോടെ.

പർദ്ദയ്ക്കുള്ളിലെ ബാനു

സ്ക്രീനിൽ ടൈമർ ഓടിക്കൊണ്ടെയിരിക്കുന്നു, 33 മിനിറ്റ് കഴിഞ്ഞി രിക്കുന്നു. അതിനർത്ഥം കഴിഞ്ഞ അരമണിക്കൂറിലേറെയായി തന്റെ നാ വ് നിർത്താതെ ജോലി ചെയ്യുന്നു. തൊണ്ട വരണ്ട പോലെ. ഒരു വിധ ത്തിൽ കാര്യങ്ങൾ പറഞ്ഞൊപ്പിച്ചിട്ടുണ്ട്. ഇവരുടെയൊക്കെ പരാതി കേ ട്ടാൽതോന്നും മൊബൈൽ യൂസേഴ്സ് ആരുംതന്നെ സേവനത്തിൽ തൃ പ്തരല്ലെന്ന്. പൊടുന്നനെ സ്ക്രീനിൽ കസ്റ്റമർ റേറ്റിംഗ് തെളിഞ്ഞു. വെ റും രണ്ടു സ്റ്റാർ. ഒട്ടും സാറ്റിസ്ഫൈഡ് അല്ല. കൂടെ ഒരു എസ്കലേ ഷൻ റെഡ് ഫ്ളാഗ്. കോൾ ഇത്രയും നീണ്ടതിന്. അയാൾ ഹെഡ് സെ റ്റ് എടുത്തു നിലത്തേക്കെറിഞ്ഞു. ഇത്രയും ക്രൂരമാണോ ഈ കോൾ സെന്റർ ജോലി. ശബ്ദം കേട്ടിട്ടാവണം നീൽ തല ഉയർത്തി നോക്കി. പി ന്നെ അതേപോലെ താഴ്ത്തി. മറ്റു രണ്ടുപേർ ഗുരുവും വെറോനിക്കയും അവരുടെ ലോകത്തിൽ തന്നെയാണ്. ദൂരെ ടീം ലീഡർ ധില്ലൻ നടന്നു വരുന്നു. മീറ്റിംഗ് കഴിഞ്ഞു വരുന്നതാണ്. ഉടൻ അറിയാം ആർക്കൊ ക്കെ എങ്ങനെ പണി വരുന്നുണ്ടെന്ന്. പെട്ടെന്ന് തന്നെ സ്ക്രീനിൽ കോ ളിങ് ഐക്കൺ പ്രകാശിക്കാൻ തുടങ്ങി. സ്ഥലം ക്യൂൻസ്ഫെറി, സ് കോട്ട്ലാൻഡ്... ഹെഡ് സെറ്റ് എടുത്തു വച്ച് പതിവ് പല്ലവി ആവർത്തി ക്കാൻ തുടങ്ങി.

ഹലോ ഗുഡ് മോർണിംഗ്, താങ്ക്സ് ഫോർ കോളിങ് വിർജിൻ മൊ ബൈൽ സർവീസസ്, ഹൗ മെയ് ഐ ഹെൽപ് യു...

ഒരു മിനുട്ട് എടുത്തില്ല അതിനുള്ളിൽ തന്നെ കട്ട് ആയി. അവിടെ നിന്നും കട്ട് ചെയ്തതോ അതോ നെറ്റ്‌വർക്ക് കട്ട് ആയതോ അറിയില്ല. ധില്ലൻ എഴുന്നേറ്റ് എന്റെ നേരെ നോക്കി. ചുണ്ടിൽ എന്തോ പിറുപി രുക്കുന്നു. ബെ********. തെറി വിളിച്ചതാണ്. താൻ സൂക്ഷ്മമായി നിരീ ക്ഷിക്കപ്പെട്ടുകൊണ്ടിരിക്കുന്നു. ടീമിലെ മറ്റു മൂന്നുപേരുടെയും കണ്ണു കൾ പരിഹാസച്ചിരിയോടെ എന്റെ നേർക്കു തിരിഞ്ഞു. അടുത്ത ടീ മിൽ നിന്നും അതേ ഭാവത്തിലുള്ള അഞ്ചാറു നോട്ടങ്ങൾ. അയാൾ തല ഡെസ്ക്കിലോട്ട് താഴ്ത്തി. ഇടയ്ക്ക് തല ചെരിച്ചു സൈഡിലേക്ക് നോ

ക്കി. അങ്ങ് മാറി വലത്തേ അറ്റത്ത് രണ്ടു കണ്ണുകൾ മാത്രം അവനെ സഹതാപത്തോടെ നോക്കുന്നു. കണ്ണുകൾ മാത്രമേ തെളിഞ്ഞു കാ ണുന്നുള്ളൂ. ബാക്കി പർദ്ദയ്ക്കുള്ളിലാണ്. ഇനി ഇവിടെ നിന്നാൽ ശരി യാവില്ല. ഒരു സിഗരെറ്റ് പുകച്ചു തിരിച്ചു വരുമ്പോൾ ലിഫ്റ്റിൽ വച്ചും അതേ കണ്ണുകൾ അവനെ പിന്തുടർന്നു. ഇത്തവണ പർദ്ദയ്ക്കുള്ളിൽ അവ സ്ഫടികഗോളം പോലെ തിളങ്ങുന്നുണ്ടായിരുന്നു. ലിഫ്റ്റിന്റെ ഗേ റ്റ് തുറന്നു മുന്നോട്ടുനടക്കുമ്പോൾ കാലിൽ എന്തോ തടഞ്ഞ പോലെ. ഒരു ഐഡി കാർഡ്. ഫസ്റ്റ് സോഴ്സ് കമ്പനിയുടെ തന്നെ. ആളിന്റെ മു ഖം മങ്ങിയിരിക്കുന്നു, തീരെ വ്യക്തമല്ല. പക്ഷെ പേര് നന്നായി കാ ണാം. നസ്രീൻ ബാനു. പൊടുന്നനെ അത് ആരോ തട്ടിപ്പറിച്ചുകൊണ്ടു മുന്നോട്ടു പോയി. ഒരു പർദ്ദയിട്ടവൾ. പിന്നെ ആകാംക്ഷ നിറഞ്ഞ തിരി ഞ്ഞു നോട്ടവും. തിരിച്ചു വീട്ടിലെത്തിയപ്പോഴും ആ കണ്ണുകൾ മനസ്സിൽ നിന്ന് പോകുന്നില്ല. ആദ്യമായിട്ടല്ല അവളെ കാണുന്നത്. ഇത് വരെ മു ഖം കാണാൻ പറ്റിയില്ല. ഇന്ന് ഐഡി കാർഡിൽ പോലും. ഇൻഡക്ഷൻ ട്രെയിനിങ്ങിൽ വച്ച് കണ്ടിരുന്നു. പക്ഷെ പേര് ഇന്നാണ് മനസിലാക്കി യത്. പക്ഷെ ആ നീലക്കണ്ണുകൾ ആദ്യമായാണ് ശ്രദ്ധയിൽപ്പെട്ടത്. മറ ക്കാനാവില്ല അത്. പെൻസിലും പേപ്പറും എടുത്തു. ഈ കണ്ണുകൾ കാൻ വാസിലേക്ക് പകർത്തണം. വരച്ചു കഴിഞ്ഞപ്പോൾ ആ കണ്ണുകൾക്ക് ജീവൻ വച്ചപോലെ തോന്നി. ലോകത്തിലെ ഏറ്റവും മനോഹരമായ ക ണ്ണുകൾ. അതെടുത്തു ചുവരിൽ താൻ വരച്ച ആഞ്ജലീന ജൂലിക്കും ദീപിക പദുക്കോണിനും ഇടയിൽ പതിപ്പിച്ചു. അവരെക്കാൾ ഉയർന്ന സ്ഥാനം നൽകി കൊണ്ട്.

ടീം മീറ്റിംഗ്. സ്ഥിരം കാഴ്ചകൾ, പതിവുപല്ലവികൾ, തികച്ചും അ സാധ്യങ്ങളായ ലക്ഷ്യങ്ങളെ പറ്റി, ക്വാളിറ്റി ഇമ്പ്രൂവ്മെന്റിനെ പറ്റി, പു തിയ വിഷനെ പറ്റി ഒടുവിൽ എന്നും പോലെ ടോപ് ടെലി സൊല്യൂ ഷൻ അച്ചീവർക്കുള്ള ഓൺ ദ ഫ്ലൈ അവാർഡ് നീൽ ഏറ്റുവാങ്ങി. ഒ രു ചെറിയ പിഴവ് മതി പ്ലേറ്റ് തിരിയാൻ എന്ന് ഉത്തമ ബോധ്യമുള്ളത് കൊണ്ടാവണം അവാർഡ് വാങ്ങി, അവൻ മാനേജരെ നോക്കി ഒരു പു ച്ഛ ചിരി ചിരിച്ചു. മീറ്റിംഗ് കഴിഞ്ഞു എല്ലാവരും കന്നുകാലികളെ പോ ലെ നിർവികാരരായി കൂട്ടിലേക്ക് നടന്നു. 'പ്രവീൺ യു സ്റ്റേ ഹിയർ'. ധി ല്ലന്റെ ശബ്ദം. ഓഹോ തനിക്കിനിയും ബാക്കിയുണ്ട്. കഴിഞ്ഞ നാല് ആ ഴ്ചയിലെ തന്റെ പെർഫോമൻസ്, റെഡ് ഫ്ലാഗുകൾ, കോൾ ഹിസ്റ്ററി എല്ലാം മുന്നിൽ നിരത്തി. കൂടെ കുറെ ബാർ ഗ്രാഫ്, പൈ ചാർട്ട്, ഒടു വിൽ താൻ മോശക്കാരനാണെന്ന് നിസ്സംശയം തെളിയിച്ചു. ഇനി എന്ത്.

നിവൃത്തികേടു കൊണ്ടാണ് ഈ പണിക്ക് വന്നത്. ഇത് കൂടി നഷ്ടപ്പെ ട്ടാൽ ഈ മുംബൈ മഹാനഗരത്തിൽ പിടിച്ചു നിൽക്കാൻ പാട് പെടും. ഈ ലോകത്തിൽ ഇഷ്ടമുള്ള ജോലി ചെയ്യാൻ സിദ്ധിച്ചവർ ഭാഗ്യവാൻ മാർ. ഒടുവിൽ തീരുമാനം ആയി. രണ്ടാഴ്ച പെർഫോമൻസ് ഇംപ്രൂവ് മെന്റ് പ്രോഗ്രാം. ഉടൻ പറഞ്ഞു വിടില്ല. ഒരു അവസരം കൂടി. പുറത്തേ ക്കു നടക്കുമ്പോൾ ചുവരിൽ എന്തോ എഴുതി വച്ചിരിക്കുന്നു .

' യു ഓൺലി ബികം സക്സസ്ഫുൾ, വൈൽ യു ഹെൽപ് അതേർ സ് ടു ബികം സക്സെസ്ഫുൾ '.

രണ്ടാഴ്ചത്തെ ട്രെയിനിങ് ദുരിതകാലം. ആക്സെന്റ് ട്രെയിനിങ് അ ഥവാ നമ്മുടെ മലയാളം സ്ലാങ്ങിനു നേരെയുള്ള ട്രെയിനേഴ്സിന്റെ കൊ ഞ്ഞനം കുത്തൽ. കൂടെയുള്ള എല്ലാവർക്കും ജീവൻ മരണ പോരാട്ടം. ഒരു ഇടവേള പോലുമില്ലാത്ത പരിശീലനം. പക്ഷെ ആശ്വാസമായി ഇട യ്ക്കിടെ ട്രെയിനിങ് ഹാളിന്റെ വാതിൽക്കൽ എത്താറുള്ള ആ പാദസര ക്കിലുക്കം. കൂടെ ആൾക്കൂട്ടത്തിൽ ആരെയോ തേടുന്ന കണ്ണുകളും. അ വസാനദിവസം ഒരു ടെസ്റ്റ് കൂടെ ബാക്കിയുണ്ട്. അന്നാദ്യമായി അവളെ രണ്ടു മീറ്റർ അകലത്തിൽ വച്ചു കണ്ടു. സ്റ്റെയർകേസിൽ വച്ച്. അവൾ ഇറങ്ങിവരുന്നു. കണ്ടപാടെ പുരികം കൊണ്ടവൾ പരിചയ ഭാവം കാ ണിച്ചു. പിന്നെ ഒരു ചോദ്യവും. 'ഹലോ, എങ്ങനെയുണ്ട് ട്രെയിനിങ്, ട ഫ് ടൈം അല്ലെ? എല്ലാം ശരിയാകും'. ആദ്യമായി അവളുടെ ശബ്ദം. കാലിന്റെ അടിയിൽ നിന്നെന്തോ തരിച്ചു മേലോട്ട് കേറി. 'ഇന്ന് ടെസ്റ്റ് ഉ ണ്ട് , അത് കഴിഞ്ഞാൽ എല്ലാം തീരുമാനം ആകും'. എന്തോ ശബ്ദം മാ ത്രം വിറച്ചില്ല. 'എയ്, കമോൺ, യു വിൽ ബി ഓൾ റൈറ്റ്, ഡോണ്ട് വ റി. പോകുവാ താഴെ അമ്മ കാത്തിരിക്കുന്നു, ബെസ്റ്റ് ഓഫ് ലക്ക് ഫോർ ദ ടെസ്റ്റ്.'

ആത്മവിശ്വാസം വാനോളം ഉയർത്തിയ വാക്കുകൾ.

അവൾ പടിയിറങ്ങി നടന്നു.

ദൂരെ ഗേറ്റിൽ ഒരു സ്ത്രീ ഒരു ആക്ടിവയിൽ കാത്തിരിക്കുന്നു. അ വൾ അതിന്റെ പിൻസീറ്റിലേക്ക് ഓടിക്കയറി. ആ സ്ത്രീ പർദ്ദ ധരിച്ചിട്ടു ണ്ടായിരുന്നില്ല. ഇവൾക്ക് മാത്രം എന്തേ ഈ ആട ആവരണങ്ങൾ. സാ രമില്ല, ഇവളെ അങ്ങനെ ആരും നോക്കണ്ട. ചില കാര്യങ്ങൾ വരുമ്പോൾ മനുഷ്യൻ കൂടുതൽ സ്വാർത്ഥനായി മാറും..

കടമ്പകൾ കടന്നു പ്രോസസ്സിൽ തിരിച്ചു കയറിയപ്പോൾ ആദ്യം തി രഞ്ഞത് അവളെയാണ്. പക്ഷെ കണ്ടില്ല. ഇനി ഷിഫ്റ്റ് വല്ലോം മാറിയ താണോ. ചോദിച്ചു വാങ്ങിയ നൈറ്റ് ഷിഫ്റ്റിലും അവളെ തിരഞ്ഞു. നി

രാശ തന്നെ ഫലം. ദിവസങ്ങൾ അഞ്ചാറ് കഴിഞ്ഞു. ആർക്കും ഒന്നും അറിയില്ല. മനസ്സ് ആകെ അസ്വസ്ഥമാണ്. എന്ത് പറ്റി അവൾക്ക്?

കമ്പനി ഇൻട്രാനെറ്റിൽ അവളുടെ ഡീറ്റെയിൽസ് തിരഞ്ഞു. എം പ്ലോയി പ്രൊഫൈലിൽ ഫോട്ടോയും ഫോൺ നമ്പറും ഇല്ല. വീട്ട് അ ഡ്രസ് മാത്രം. ഹൗസ് നമ്പർ 5, വിജയ കോളനി, സെക്ടർ 14, ഘൻ സോളി, നവി മുംബൈ

വെള്ളിയാഴ്ച വൈകുന്നേരം ഗുരുവിന്റെ ബൈക്ക് കടം വാങ്ങി പുറ ത്തിറങ്ങി. മൈൻഡ് സ്പേസ് ടെക് പാർക്കിനു മുൻവശത്തെ റോഡിൽ നല്ല തിരക്കുണ്ടായിരുന്നു. അവിടെ നിന്ന് നേരെ അരോളി –മുളുന്ദ് ഹൈ വേയിലേക്ക്. നഗരം സായാഹ്ന തിരക്കിലാണ്. കടൽ കാറ്റിന്റെ മണം അനുഭവപ്പെടുന്നു. റോഡിൽ നല്ല ട്രാഫിക് ഉണ്ട്. റബാലി പോലിസ് സ്റ്റേഷൻ സിഗ്നലിൽ വണ്ടി നിർത്തിയപ്പോളാണ് എതിരെ കാത്തു നിൽ ക്കുന്ന ആക്ടിവ ശ്രദ്ധിച്ചത്. അതിലൊരു പർദ്ദയിട്ട പെണ്ണ്. അവള് ത ന്നെ. ആ കണ്ണുകൾ എത്ര മൈൽ ദൂരെ നിന്ന് കണ്ടാലും തിരിച്ചറിയാൻ തനിക്കു സാധിക്കും. മുന്നിൽ പച്ചക്കറി നിറഞ്ഞ ഒരു സഞ്ചി വച്ചിട്ടുണ്ട്. സിഗ്നൽ തെളിഞ്ഞു, അവൾ ലെഫ്റ്റ് സൈഡിലോട്ട് തിരിഞ്ഞു, പ ക്ഷെ അവിടെ ഇപ്പോഴും റെഡ് സിഗ്നൽ കാണിക്കുന്നു. എന്തിനാണി വൾ മുന്നോട്ടെടുത്തത്. ഒരു ഒമ്നി വാൻ അവളെ വെട്ടിച്ചു കൊണ്ട് എ തിർ ദിശയിൽ കടക്കാൻ ശ്രമിച്ചു. പക്ഷെ ശ്രമം പാളി. അവളുടെ ബാ ലൻസ് തെറ്റി വണ്ടി ഡിവൈഡറിൽ ഇടിച്ചു. തന്റെ കണ്മുന്നിൽ വച്ച് അ വൾ തെറിച്ചു റോഡിലേക്ക് വീഴുന്നു. വീണു വാടിയ ഗുൽ മോഹർ പൂ ക്കൾക്കിടയിലേക്ക് ചോര പൂക്കളുമായി. ആരൊക്കൊയോ ഓടിക്കൂടി അവളെ വാരിയെടുത്തു വാനിലോട്ട് കയറ്റി. അവളുടെ തല തന്റെ മടി യിലാണ്. പർദ്ദ മുഴുവൻ ചോരയിൽ ആണ്. നെറ്റിയും തലയിലും ആഴ ത്തിൽ മുറിവേറ്റിട്ടുണ്ടെന്ന് തോന്നുന്നു. ഒരു ഞരക്കം മാത്രമേ ഉള്ളൂ അ വളിൽ. മുഖത്തുനിന്ന് ആ മുഖം മൂടി മാറ്റിയാൽ ശ്വാസം കൂടുതൽ എ ടുക്കാൻ പറ്റുമായിരിക്കും. അത് തലയിലൂടെ വലിച്ചു മാറ്റി. ശിരോവസ് ത്രം എടുത്തു മാറ്റിയപ്പോൾ കൂടെ തലയുടെ ഒരു ഭാഗം കൂടി പറിഞ്ഞു വന്നപോലെ. ഒരു നിമിഷം ശരീരം മൊത്തം മരവിച്ചു പോയി. കയ്യിൽ മുഴുവൻ മുടി. അല്ല അത് വിഗ് ആണ്. ആദ്യമായി കണ്ടു അവളുടെ മു ഖം. ആ കണ്ണുകൾ അടഞ്ഞിരിക്കുന്നു. തലയിൽ വിരലിൽ എണ്ണാവു ന്നത്ര ചുരുണ്ട മുടികൾ മാത്രം. തലയോട് നന്നായി തെളിഞ്ഞു കാ ണാം. ഏതോ ഒരു കീമോ തെറാപ്പിയുടെ ബാക്കി പത്രം. അവൾ ഇത്ര യും കാലം മൂടി വച്ചത്. തന്റെ കൈത്തണ്ടയിൽ അവൾ മുറുകെ പിടിച്ചി

ട്ടുണ്ട്. ദീർഘമായി ശ്വാസം വലിച്ചു കൊണ്ട്. എമർജൻസി റൂമിന്റെ മു
ന്നിൽ നിൽപ്പ് തുടങ്ങിയിട്ട് മണിക്കൂർ രണ്ടു കഴിഞ്ഞു. കൂടെ വന്നവരെ
യൊന്നും പിന്നെ കണ്ടില്ല. ആരെ വിളിച്ചറിയിക്കും? ബന്ധുക്കളുടെ ന
മ്പർ പോയിട്ട് അവളുടെ നമ്പർ പോലും അറിയില്ല. ആ വിഗ് ഇപ്പോഴും
കയ്യിൽ തന്നെയുണ്ട്. കൂടെ അവളുടെ സാന്നിധ്യവും.

പെട്ടെന്ന് വാതിൽ തുറന്നു ഒരു നേഴ്സ് പുറത്തേക്കു വന്നു. 'ആക്
സിഡന്റ് കേസിന്റെ കൂടെ വന്നവർ ആരാ?'

അവരുടെ അടുത്തേക്ക് ചെന്നു.

'പേഷ്യന്റിനു ബോധം തെളിഞ്ഞിട്ടുണ്ട്, ഒന്ന് രണ്ടു ടെസ്റ്റ് കൂടെ നട
ത്തേണ്ടി വരും. ഈ ഫോമിൽ ഒരു സൈൻ ചെയ്യണം, താൻ പേഷ്യന്റി
ന്റെ ആരാ? എന്താ പേഷ്യന്റിന്റെ പേര്?'

'അവൾ...അവളെന്റെ ബാനു, എന്റെ ബാനു'

മുറിയിലേക്കുള്ള എന്റെ കാൽപ്പെരുമാറ്റം കേട്ടപ്പോൾ അവൾ തല
ഉയർത്തി നോക്കി. തലയിൽ ചുറ്റി ബാൻഡേജ് ഇട്ടിട്ടുണ്ട്.. ആ കണ്ണു
കൾക്ക് ജീവൻ വച്ചിരിക്കുന്നു. കൂടെ ഒരു പുഞ്ചിരിയും. വിരലുകൾ ചെ
റുതായി അനങ്ങുന്നുണ്ട്. എന്തോ പറയാൻ ശ്രമിക്കുന്ന പോലെ. ആ ക
രം ഗ്രഹിച്ചു. ചുറ്റും നോക്കി അടുത്തെങ്ങും ആരും ഇല്ല. ഇനി മുതൽ
ഇത് ഞങ്ങളുടെ ലോകം. ഞങ്ങളുടെ മാത്രം ലോകം.

നാഗാലാന്റിലെ ഉടുമ്പ് വേട്ടക്കാർ

വളരെക്കാലത്തിനു ശേഷമാണു ജനിച്ചു വളർന്ന നാട്ടിലേക്കു പോ കുന്നത്. ആകെ മൊത്തത്തിൽ ഒരു നൊസ്റ്റാൾജിയ മൂഡ്.

യാത്ര തുടങ്ങിയിട്ട് കുറച്ചു സമയം ആയി. റോഡുകൾക്കൊക്കെ ന ല്ല മാറ്റം വന്നിട്ടുണ്ട്. സാമാന്യം വേഗത്തിൽ തന്നെയാണ് ജിപ്സി പോ യിക്കൊണ്ടിരിക്കുന്നത്. മെയിൻ റോഡിൽനിന്ന് മാറി ചെമ്മൺ റോഡി ലേക്ക് തിരിഞ്ഞു. നല്ല പോലെ കുഴികളും കല്ലുകളും ഉണ്ട് റോഡിൽ. ഇതൊക്ക എന്ത് എന്ന ഭാവത്തിലാണ് ജോബിൻ വണ്ടിയോടിക്കുന്നത്. പുറകിലത്തെ സീറ്റിലെ പൊതുവാളിന്റെ കണ്ണ് റോഡിനിരുവശത്തുമു ള്ള കശുമാവിൻ തോട്ടത്തിലാണ്.

ജോബിൻ ഒരു പ്ലാന്റർ ആണ്. കോട്ടയം കൊഴുവനാൽ സ്വദേശി. അപ്പനാപ്പാന്മാരുണ്ടാക്കിയ തോട്ടങ്ങൾ നോക്കി നടത്തുന്നു. പൊതുവാൾ തൃശ്ശൂർകാരനാണ്. ദുബായിൽ ജോലി ചെയ്യുന്നു. ജോബിന്റെതാണ് ജി പ്സി. കോട്ടയം മുതലേ ഓടിച്ചുവരികയാണ്. ഈ അടുത്ത കാലത്താ ണ് ഇവരെ പരിചയപ്പെട്ടത് അതും ഒരു ഫേസ്ബുക്ക് ഗ്രൂപ്പ് വഴി. സ ഞ്ചാരി പ്രാവ് എന്ന ട്രാവൽ ഗ്രൂപ്പ്. യാത്രകൾ എന്നും എനിക്കു ഹരമാ യിരുന്നു. പരിചയമില്ലാത്തവരുടെ കൂടെയുള്ളവ അതിലേറെ ത്രില്ലിങ്ങും. അങ്ങനെയാണ് ഒരു ആശയം മനസ്സിൽ തോന്നിയതും സ്വന്തം സ്ഥല ത്തേക്ക് വരുന്നോ എന്ന പോസ്റ്റ് ഇട്ടതും.. കുറെപ്പേർ റിപ്ലൈ അയച്ചു. പക്ഷെ വന്നത് ഇവർ രണ്ടു പേർ. മൂന്നുദിവസമാണ് പ്ലാൻ ചെയ്തത്. ര ണ്ടു ദിവസമായി കാത്തിരിക്കുന്നു. ഇവർ ഇന്നാണ് എത്തിയത്. എനി ക്കു നാളെ മുംബൈക്ക് തിരിച്ചു പോണം ജോലി അവിടെയാണ്. ഞാൻ അഭിഷേക് പ്രഭാകരൻ.. അഭീന്നു വിളിക്കും ചാർട്ടേർഡ് അക്കൗണ്ടന്റ് ആണ്.

തറവാട്ടിൽ ആരും ഇപ്പോഴില്ല. എളേപ്പന്റെ പേരിലാണ്. താക്കോലു ണ്ട് കയ്യിൽ. അത്യാവശ്യം ഭക്ഷണ സാധനങ്ങളും കൈയിലുണ്ട്. ര ണ്ടേകാൽ ഏക്കർ മരങ്ങൾ നിറഞ്ഞ പറമ്പിൽ ഒറ്റപ്പെട്ട വീട്. വീടുവരെ കഷ്ടി വണ്ടി പോകും. വണ്ടിയിറങ്ങിയപാടെ പൊതുവാൾ ഒരു ഫുൾ

ബോട്ടിൽ എടുത്ത് പുറത്തു വച്ചു. അളിയന്മാരെ ഇതാണ് sky.. ഒന്നാ ന്തരം വോഡ്ക. അടിച്ചു കഴിഞ്ഞാൽ ആകാശത്തായിരിക്കും. ജോബിൻ വീടിനു ചുറ്റും നടന്നു നോക്കിയിട്ട് പറഞ്ഞു...

സെറ്റപ്പ് കൊള്ളാം. ഒരു ഭാർഗ്ഗവീനിലയത്തിന്റെ ഫീലിംഗ് കിട്ടുന്നു ണ്ട്. ഇവിടെ നാടൻ സാധങ്ങളൊന്നും കിട്ടൂലെ I mean നല്ല വാറ്റ്.

നല്ല idea ആണ്. ഇവിടം അതിനു നല്ല പ്രസിദ്ധമാണ്. നല്ല കശുമാ വിന്റെ വാറ്റ് കിട്ടും. ഇവിടെ അതിനു മങ്കുർണ്ണി എന്നാണ് പറയുക... പ ക്ഷെ ഓഫ് സീസൺ ആണ്. നെല്ലും ശർക്കരയും ഇട്ടു വാറ്റുന്ന ടീമും ഉണ്ട് ഇവിടെ... സംഘടിപ്പിക്കാമെന്ന് ജോബിനു വാക്ക് കൊടുത്തു. ഊ ണ് കഴിഞ്ഞപ്പോഴേക്കും മണി മൂന്നുകഴിഞ്ഞിരുന്നു. ഒരു ക്യാമറയും തൂക്കി പൊതുവാൾ വന്നു.

'അഭി അളിയോ എന്തൊക്കെയാണ് പ്ലാൻ?'

'ഇവിടെ കാര്യായിട്ട് ഒന്നും ഇല്ല. വലിയ ഒരു കുന്ന് ഉണ്ട് അതിന്റെ മേളിൽ നിന്ന് നല്ല വ്യൂ ആണ്. ഒരു പുഴയുണ്ട് വെള്ളത്തിനു നല്ല ത ണുപ്പാണ്. ഒരു പഴയ കാവ് ഉണ്ട്... കാര്യായിട്ട് വെള്ളമടി തന്നെ...'

'അപ്പൊ വന്നത് waste ആയി അല്ലെ?' ജോബിൻ പറഞ്ഞു.

'നമ്മൾ ബാംഗ്ളുർക്ക് പോവല്ലേ.. അപ്പൊ ഒരിടത്തു കേറി വിശ്രമി ച്ചു എന്നു വിചാരിച്ചാൽ മതി.' പൊതുവാൾ അവനെ സമാധാനിപ്പിച്ചു.

കുന്ന് കേറി മുകളിൽ എത്തിയപ്പോഴേക്കും രണ്ടുപേരും നല്ല പോ ലെ കിതയ്ക്കുന്നുണ്ടായിരുന്നു.

'ഡേയ് ഇവിടെ വെടിയിറച്ചിക്ക് വല്ല scope ഉണ്ടോ. വണ്ടിയിൽ തോ ക്ക് ഇരിപ്പുണ്ട്.' ജോബിന്റെ വക ചോദ്യം

പണ്ട് ഇവിടെ ധാരാളം മുള്ളൻ പന്നിയും, ഉടുമ്പും, മുയലും ഒക്കെ ഉണ്ടായിരുന്നു. വേട്ടക്കാർ എപ്പോഴും പട്ടികളെയൊക്ക കൂട്ടി ഇറങ്ങുന്ന സ്ഥലമാണിത്. തിരിച്ചു പോകുമ്പോൾ അവരുടെ കയ്യിൽ കെട്ടിമുറുക്കി യ രീതിയിലുള്ള ഉടുമ്പുകളും ഉണ്ടാകും.

പുഴയിൽ തകർത്തു നീന്തുന്ന ജോബിനെ നോക്കി പറഞ്ഞു

'ഡേയ് അങ്ങോട്ടൊന്നും പോണ്ട, ആ സ്ഥലത്തിന് നീരൊലിപ്പ് എ ന്നാണ് പറയുക. പണ്ട് രണ്ടു മൂന്നുപേർ മുങ്ങിയിട്ട്, പൊങ്ങാത്ത സ്ഥല മാണ്.'

ഒരു റൗണ്ട് sky പൊട്ടിച്ച ആവേശമാണ്.

കുളി കഴിഞ്ഞു കാവിന്റെ അടുത്ത് എത്തിയപ്പോഴേക്കും നേരം ഇ രുട്ടാൻ തുടങ്ങിയിരുന്നു. കാവ് മുഴുവൻ കാടു പിടിച്ചുകിടക്കുന്നു. പണ്ട് ഇവിടെ പൂജയും വിളക്ക് കത്തിക്കലൊക്കെ ഉണ്ടായിരുന്നു. പക്ഷെ ഇ

പ്പോഴൊന്നും ഇല്ല. ആ തറ ഇപ്പോഴും ഉണ്ട്. അതിനടുത്തായി വലിയൊ
രു കൂവളവും ഉണ്ട്... അത് കായ്ച്ചുനിൽക്കുന്നുണ്ട്. കാവിന്റെ താഴെയാ
യി വയലിന്റെ ചിറയോട് ചേർന്ന് ഒരു പൊട്ടക്കിണറും ഒരു ഉണങ്ങാറാ
യ കാഞ്ഞിരവും ഉണ്ട്. മുഴുവനായും മുള്ളു മൂടി കിടക്കുന്നു ആ വഴി
കളൊക്കെ.

പൊതുവാളിന്റെ ക്യാമറ അതെല്ലാം ഒപ്പിയെടുക്കുന്നുണ്ട്.

'ഈ സ്ഥലത്തിന്റെ ശരിക്കും പേര് എന്താണ്?'

ജോബിന്റെ ചോദ്യം.

'ഇവിടം മൂപ്പൻ മൂല എന്നാ അറിയപ്പെടുന്നത്. പഴയ മൂപ്പന്റെ പേരി
ലാണ്. ഒരു പാളതൊപ്പിയും തോർത്തു മുണ്ടും ഉടുത്താണ് മൂപ്പർ നട
ക്കുക.'

'നീ ആ കെണറ്റിനടുത്തെ കാഞ്ഞിരത്തിൽ കുറെ ആണി അടിച്ചത്
കണ്ടാ... മൂപ്പിലാന്റെ പൂർവികർക്ക് അത്യാവശ്യം ബാധയൊഴിപ്പിക്കലും
മന്ത്രവാദമൊക്കെയുണ്ടായിരുന്നു. ഈ കാഞ്ഞിരത്തിലാണ് അതൊക്കെ
ബന്ധിച്ചുവെക്കുന്നത്. ഒരു പ്രാവശ്യം മൂപ്പന്റെ മോള് കുട്ടിയായിരുന്ന
പ്പോൾ കൂട്ടുകാരുടെ കൂടെ കളിക്കുമ്പോൾ അതിലൊരു ആണി വലി
ച്ചൂരി.. ആ പെണ്ണ് അപ്പൊ തൊട്ട് എന്തോ ബാധ കേറിയപോലെ തു
ള്ളാൻ തുടങ്ങി അവസാനം ആ കിണറ്റിലോട്ട് ഒരു ചാട്ടവും. അതിനു
ശേഷം പെണ്ണുങ്ങളൊന്നും ആ സൈഡിലോട്ട് പോവാറില്ല. ഇതാണ്
മോനെ മൂപ്പൻ മൂലയിലെ നിഗൂഢത.'

'ഞാൻ ശരിക്കും വിശ്വസിച്ചു കേട്ടോ.' ജോബിന്റെ മറുപടി.

'പക്ഷെ പുറംനാട്ടുകാർ ഈ സ്ഥലത്തിനെ നാഗാലാന്റ് എന്നാണു
വിളിക്കുക..'

'ശരിയാ. അറിഞ്ഞിട്ട പേരാ നാഗാലാന്റ്.' പൊതുവാളും ശരിവച്ചു.

'അതെന്തോടാ ആ കിണറ്റുകരയിലെ കല്ലിൽ പറ്റിപിടിച്ചിരിക്കുന്നത്.?'

പൊതുവാളാണ് ചോദിച്ചത്.

അതാണെടേ ഉടുമ്പ്.' ജോബിൻ പറഞ്ഞു

'ഇവിടെയാണ് ഇവറ്റകളുടെ താവളം. ഇവിടെക്കിതിനെ പിടിക്കാൻ
ആരും വരില്ല. പേടിച്ചിട്ടായിരിക്കും.. പോരാത്തതിന് കേസും..'

രാത്രി സംസാരങ്ങൾക്കിടയിൽ ആ ഫുൾ പെട്ടെന്ന് തീർന്നു. ജോ
ബിൻ അസ്വസ്ഥനായി.

'ഡേയ് ഒന്നും ആയില്ല, നീ പറഞ്ഞ മറ്റേ സാധനം കിട്ടുമോ. നിങ്ങട
യാ മാങ്കുർണ്ണി.'

'ഞാൻ അറിയുന്ന contacts എല്ലാം തപ്പി.

അര മണിക്കൂറിനുള്ളിൽ സാധനം എത്തി. നല്ല കണ്ണാടിച്ചില്ല് പോ ലുണ്ട്. കിട്ടിയപാടെ ജോബിൻ അണ്ണാക്കിലേക്കു കമിഴ്ത്തി.

'കണ്ണടിച്ചു പോകും അളിയാ...' പൊതുവാൾ അവനെ തടയാൻ നോ ക്കി.

തല നല്ല പോലെ പെരുക്കുന്നുണ്ട്. ആകാശം ശരിക്കും കാണാം.

അതിനിടയിൽ ജോബിന്റെ ചോദ്യം.. 'ഈ സ്ഥലവും വീടും വിൽക്കു ന്നുണ്ടോ. ഞാൻ അടിച്ചുപൊളിച്ചൊരു റിസോർട്ട് ആക്കാം.'

'എളേപ്പനോട് ചോദിക്കണം.' ഞാൻ പറഞ്ഞു. 'പിന്നെ നിനക്ക് വേ ണേൽ ആ കാവിന്റെ താഴെയുള്ള സ്ഥലമുണ്ട് അച്ഛന്റെ പേരിലാണ് അ ത് വേണേൽ തരാം.'

'അത് എത്ര സെന്റ് വരും.' അവനിലെ കച്ചവടക്കാരൻ ഉണർന്നു.
50 സെന്റ് ഉണ്ടാകും എന്ന് ഞാൻ

പിന്നെ അത് 20 സെന്റ് തികച്ചില്ല.... ജോബിൻ തിരിച്ചടിച്ചു

എനിക്കു കലി കയറി ഇവനാർ എന്റെ സ്വന്തം സ്ഥലത്തെ പറ്റി പറ യാൻ. അത് 50 സെന്റ് തികച്ചും ഉണ്ട്

ജോബിൻ സീരിയസ് ആയി.

'അളന്നു കാണിക്കാൻ പറ്റുമോ?'

' ഇപ്പൊ അളക്കാൻ പറ്റുമോ. പൊതുവാളേ പോയി ടേപ്പ് എടുത്തിട്ടു വാ വണ്ടിക്കകത്തുണ്ട്.'

അത് അവനു അളന്നേ പറ്റൂ. ഞാനും വിട്ടു കൊടുത്തില്ല പാതി രാ ത്രിയിൽ അളവെങ്കിൽ പാതിരാത്രിയിൽ തന്നെ തീർപ്പും. നടക്കെട കെ ണ്ടത്തിലേക്ക്. കാലുകൾ ഒഴുകി നടക്കുന്ന പോലെ.

'എവിടെടാ ഇതിന്റെ അതിര്..?'

ഞാൻ എങ്ങോട്ടോ ചൂണ്ടി... ആ പൊട്ടകിണറ്റിന്റെ കരയിൽ എന്തോ തിളങ്ങുന്നു. ഉടുമ്പാണ്. പൊന്നുടുമ്പ്. അതിന്റെ ദേഹം ചന്ദ്രന്റെ വെളി ച്ചത്തിൽ സ്വർണം പോലെ തിളങ്ങും എന്ന് പണ്ട് അമ്മൂമ്മ പറഞ്ഞിട്ടു ണ്ട്. ഒരു കൗതുകം ഏറു വച്ചു കൊടുത്താലോ.. ജോബിനും പൊതു വാളും ടേപ്പും പിടിച്ചോണ്ട് വരമ്പത്തുണ്ട്. ഒരു മണ്ണിന്റെ കട്ടയെടുത്തിട്ട് ഉന്നം നോക്കി കൈയാഞ്ഞു... എന്തോ കണ്ണിനൊരു മൂടൽ.. കാലുകൾ വഴുതുന്ന പോലെ....

എടാ അഭി എഴുന്നേൽക്കു...പതിനൊന്നുമണിക്കല്ലേ നിന്റെ ഫ്ലൈ റ്റ്. ഞാൻ ഞെട്ടി എഴുന്നേറ്റു.

ജോബിനാണ്. സമയം ഒൻപതു കഴിഞ്ഞു.

പെട്ടെന്ന് റെഡിയായി വീട് പൂട്ടിയിറങ്ങി.. അപ്പോഴേക്കും ജോബിൻ

വണ്ടി സ്റ്റാര്ട്ട് ചെയ്തിരുന്നു. അവന്മാര് നേരെ ബാംഗ്ലൂരിലേക്ക് ആണ്. നേരെ പോയാല് മതി എനിക്ക്. എയര്പോര്ട്ട് ബസ് മെയിന് റോഡി ലെ ജംഗ്ഷനില് നിന്നും കിട്ടും. മെയിന് റോഡിലെത്തിയപ്പോള് പൊ തുവാളാണ് പറഞ്ഞത്, ഒരു ചായ കുടിക്കാമെന്ന്. വയറു മൊത്തത്തില് കത്തുന്ന പോലെയുണ്ട്.. ഇന്നലെ എപ്പോഴാണ് ഉറങ്ങിയത് എപ്പോഴാ അവിടെ നിന്ന് വന്നത് ഒരു ഐഡിയയും ഇല്ല. ചായകുടിച്ചോണ്ടു നില് ക്കുമ്പോഴാണ് ദൂരെ ബസിന്റെ ഹോണ് അടി. നേരെ ജിപ്സിയുടെ അ ടുത്തേക്കോടി ബാഗ് എടുക്കാന്. അവന്മാര് ബസ് നിര്ത്തിച്ചിട്ടുണ്ട്. ബാ ഗ് എടുത്തപ്പോ പുറകില് എന്തോ അനക്കം പോലെ. വെറുതെ ഒന്നു നോക്കി താര്പായ കൊണ്ട് എന്തോ മൂടി വച്ചിട്ടുണ്ട്. ചെറുതായി ഒന്ന് ഉയര്ത്തി നോക്കി. എന്തോ ഇലയാണ്. ശരിക്കു മാറ്റി നോക്കി. കൂവള ത്തിന്റെ ഇല, കാഞ്ഞിരത്തിന്റെ വേരും മുള്ളും. പിന്നെയൊരു വാട്ടര് കാനില് ഏതോ ജീവിയെ തലകീഴായ് താഴ്ത്തി വച്ചിട്ടുണ്ട്. ഉടുമ്പാണ് അതിന്റെ കഴുത്തു മുറിച്ച നിലയിലാണ്. കഴുത്തില് നിന്നും ബ്ലഡ് ക്യാ നിലേക്ക് ഉറ്റി ഉറ്റി വീഴുന്നുണ്ട്...വേറൊരു എണ്ണത്തിനെ കയറു കൊണ്ട് വരിഞ്ഞു കെട്ടി വെച്ചിരിക്കുന്നു.... ആകെ ഷോക്ക് അടിച്ചപോലെ തോ ന്നി. ബസ് രണ്ടു പ്രാവശ്യം കൂടി ഹോണ് അടിച്ചു. വേഗം വാടെ ജോ ബിന് ഉച്ചത്തില് വിളിക്കുന്നുണ്ട്.

ഞാന് പതുക്കെ ബാഗുമെടുത്തു ബസിനകത്തേക്ക് കയറി. ജോ ബിനും പൊതുവാളും കൈവീശി യാത്ര പറഞ്ഞു. ബസ് പുറപ്പെട്ടു. ഞാന് കാഴ്ച്ച മായും വരെ അവരെ തന്നെ നോക്കി നിന്നു.

ആരാണിവര്, എന്തിനാണിവിടെ വന്നത്? എന്താ അവരുടെ ഉദ്ദേശ്യം.?

ഒരു വൻമരം വീഴുമ്പോൾ

മാഞ്ചോട് എന്നായിരുന്നു ആ സ്ഥലത്തിന്റെ പേര്. പേര് ഉദ്ദേശിച്ച പോലെ വലിയ മാവും അവിടെ ഉണ്ടായിരുന്നു. അതിന്റെ കീഴിലായിരു ന്നു എല്ലാവരും ബസ് കാത്തുനിന്നത്. എല്ലാ വർഷവും നല്ല പോലെ കായ്ക്കുമായിരുന്നു ആ മാവ്. നിറയെ കാക്കകൾ അവിടെ ചെക്കേറി യിരുന്നു. അവരായിരുന്നു അന്നാട്ടിലെ സുപ്രഭാത ഭേരി. പരസ്പരം പോ രടിച്ചിരുന്ന രാഷ്ട്രീയക്കാരും ആ മാഞ്ചോട്ടിൽ ഒരുമയോടെ ബസ് കാ ത്തിരുന്നു.

ഒരുനാൾ സ്ഥലം എം.എൽ.എ ആ വഴി കടന്ന് പോയി. മാഞ്ചോട്ടിൽ മീൻ വിൽക്കുന്ന ഐമൂക്കയെ കണ്ടു. ഒരു കുശലം പറയാം എന്ന് കരു തി. മൂപ്പർ കാറിനു പുറത്തിറങ്ങി. നേരെ മാവിൻചോട്ടിൽ.

നിർഭാഗ്യം, മേലെ ഒരു കാക്കയ്ക്ക് പ്രകൃതിയുടെ വിളി. നേരെ പതി ച്ചു ആ വെളുത്ത ഖദർ ഷർട്ടിൽ. ഒരു മോഡേൺ ആർട്ട്. എം.എൽ.എ യുടെ ഉള്ളിൽ കർത്തവ്യ ബോധം ഉണർന്നു. എന്റെ മണ്ഡലത്തിൽ എ ന്റെ ജനങ്ങൾക്ക് സമാധാനത്തോടെ ബസ് കാത്തിരിക്കാൻ ഒരിടം ഇല്ല.

ഒടുവിൽ അത് തീരുമാനം ആയി. ഒരു ബസ് സ്റ്റോപ്പ്. എല്ലാവർക്കും നല്ല പോലെ കാണാൻ പറ്റണം. സ്ഥലം കണ്ടെത്താനും പണി തുട ങ്ങാനും യുദ്ധകാല അടിസ്ഥാനത്തിൽ തീരുമാനം ആയി. ആ മാവ് മു റിക്കണം. അവിടെ തന്നെ മതി ബസ് സ്റ്റോപ്പ്. ആരും എതിർത്തില്ല. ക മ്മറ്റി കൈയടിച്ചു പാസാക്കി.

അടുത്ത ദിവസം മെഷീനുകൾ ഇരമ്പി. കുറെ കാക്ക മുട്ടകൾ റോ ഡിൽ വീണുടഞ്ഞു. ഏതാനും മണിക്കൂറുകൾക്കകം ആ മാവ് മുത്ത ശ്ശി ഓർമയായി.

ഐമൂക്ക മാത്രം രണ്ടു തുള്ളി കണ്ണീർ പൊഴിച്ചു. ഇനിയില്ല മീനുമാ യി ഇവിടേക്ക്. നാല് ഇഷ്ടിക തൂണുകളും ആസ്ബറ്റോസ് ഷീറ്റുകളും ഉയർന്നു. അതിനു തിലകം ചാർത്തി ഒരു വലിയ ബോർഡും. പി.കെ രാമദാസൻ നായർ എം.എൽ.എ യുടെ പ്രാദേശിക ഫണ്ടിൽ നിന്ന് ഏ

ഴു ലക്ഷം രൂപ ചെലവഴിച്ചു നിർമ്മിച്ചത്. ഉദ്ഘാടനം ഗംഭീരമായി നട ന്നു. ആ വർഷം പ്രളയത്തെ അതിജീവിച്ച മാഞ്ചോട് ജനത കൊടിയ വേനലിൽ ആശങ്കാകുലരായി. ആ ബസ്റ്റോപ്പിന് ചുറ്റുമുള്ള നാലു വീട്ടി ലെ കിണറുകൾ വറ്റി വരണ്ടു. ടാങ്കർ ലോറികൾ വെള്ളത്തിനായി നെ ട്ടോട്ടമോടി. ഇടവം അവസാനിക്കാറായ ജൂൺ മാസത്തിലും ഇടവപ്പാ തി കനിഞ്ഞില്ല. ഒടുവിൽ സാഹചര്യ സമ്മർദ്ദം മൂലം അറബിക്കടലിൽ രൂപപ്പെട്ട ന്യൂനമർദ്ദം സന എന്ന പേരിൽ കേരളക്കരയിൽ ഒരു രാത്രി ചുഴറ്റിയടിച്ചു. മാഞ്ചോട് നാട്ടിലെ കൂമ്പ് കായ്ച്ച പല വാഴകളുടെയും കഴുത്തൊടിച്ചു കൊണ്ട്.

പതിവ് പോലെ വൈകിയുണർന്ന ആ ജനത കണ്ടു, ബസ് സ്റ്റോ പ്പും വലിയ ബോർഡും നിലം പതിച്ചിരിക്കുന്നു. കണ്ടു നിന്നവരിൽ ആ രോ പറഞ്ഞു ഏതോ ഒരു സിനിമ ഡയലോഗ്. 'പികെ രാമദാസ് എന്ന വൻമരം വീണു. ഇനി എന്ത്?'

കാക്കകൾ നിലകിട്ടാതെ ആകാശത്തിലേക്ക് ചിറകിട്ടടിച്ചു.

ഇരുമ്പു ദണ്ഡുകൾ

വെള്ളിയാഴ്ച വൈകി കാലം തെറ്റി പെയ്ത മഴ ഉദ്യാനനഗരിയെ ആകെ വലച്ചു. പെട്ടെന്നുതന്നെ ഇരുൾ വലിഞ്ഞുമൂടി. വീടു ലക്ഷ്യമാക്കി നേരത്തെ ഇറങ്ങിയവർ ട്രാഫിക് ബ്ലോക്കിൽ കുരുങ്ങി മുഷിഞ്ഞു.

ഇതൊന്നും അറിയാതെ ദിവ്യരാജേഷ് ഇൻബോക്സിൽ പുതിയതായി വന്ന രണ്ടു മെയിലുകൾ ഓപ്പൺ ചെയ്തു. റിലീസ് തിങ്കളാഴ്ച. ടെസ്റ്റ് റിസൾട്ട് ഇനിയും അപ്‌ലോഡ് ചെയ്തിട്ടില്ല. അതിനു ഇതു തീർന്നിട്ട് വേണ്ടേ. അവൾ അറിയാതെ സമയം നോക്കി. 9 മണി. പകച്ചു കൊണ്ടു ചുറ്റും നോക്കി. അടുത്ത ക്യാബിനിൽ ആരെയും കാണുന്നില്ല. എല്ലാരും നേരത്തെ പോയിരിക്കുന്നു. ദൂരെ ഒന്ന് രണ്ടു മോണിറ്ററുകൾ പ്രകാശിക്കുന്നുണ്ട്. അവൾ ഫോണെടുത്തു നോക്കി. മൂന്നു മിസ്സ്ഡ് കാൾ. രാജേഷിന്റെതാണ്. മീറ്റിംഗിന്റെ തിരക്കിൽ മൊബൈൽ സൈലന്റ് ചെയ്തതാണ്. തിരിച്ചു വിളിച്ചേക്കാം. നോ റെസ്‌പോൺസ്...

ഐആം ഇൻ എ മീറ്റിംഗ് ....

ഇനി വൈകിക്കാൻ ആവില്ല. അവൾ ഓൺലൈൻ ടാക്സി തിരഞ്ഞു. ഒന്നും കണക്ക് ആവുന്നില്ല. അതെപ്പോഴും അങ്ങനെയാണ്. അത്യാവശ്യം വരുമ്പോൾ ഓലയും യൂബറും ഒന്നും കാണില്ല. ഏതായാലും ഈ വീക്കെൻഡ് വർക്ക് ചെയ്യേണ്ടി വരും.. ടെക്നോപാർക്കിനു മുന്നിൽ ഓട്ടോ കിട്ടുമായിരിക്കും. അവൾ ലാപ്ടോപ് ഷട്ട്ഡൗൺ ചെയ്യാൻ തുനിഞ്ഞു. മനോരമ ഓൺലൈൻ സൈറ്റിൽ ഒരു ഫ്ലാഷ് ന്യൂസ്. പെരുമ്പാവൂരിൽ ഒരു നിയമ വിദ്യാർത്ഥിനി ക്രൂരമായി കൊലചെയ്യപ്പെട്ടിരിക്കുന്നു. മാനഭംഗത്തിന് ശേഷമുള്ള അരും കൊല. ഒരു ഇരുമ്പ് ദണ്ഡ് വച്ച് അവളുടെ ആന്തരാവയവങ്ങൾ കുത്തി പുറത്തെടുത്ത നിലയിലാണ് ഡെഡ് ബോഡി കണ്ടെത്തിയത്. വാർത്ത വായിച്ചപ്പോൾ കണ്ണിൽ ഇരുട്ട് കയറിയ പോലെ. എല്ലാ രാത്രിയിലും താൻ കണ്ടു പേടിച്ചു കരയാറുള്ള ഭീകര സ്വപ്നം. മൂന്നു വർഷം മുൻപ് ഡൽഹിയിൽ നടന്ന നിർഭയ സംഭവത്തിന് ശേഷം തുടങ്ങിയതാണിത്. അവിടെയും

ഒരു ഇരുമ്പു ദണ്ഡിൽ കാപാലികർ പൈശാചിക നൃത്തം ചവിട്ടി. ഇംഗ്ലീ ഷിൽ ഇതിനെ ഡിസെൻബൗൾമെൻറ എന്ന് പറയും.ഒരു തരത്തിലു ള്ള മാനസിക വിഭ്രാന്തി. വിറയ്ക്കുന്ന ചുവടുകളോടെ അവൾ ലോഗ് ഔട്ട് ചെയ്തു ഓഫീസിൽ നിന്ന് ഇറങ്ങി. ഗേറ്റ് വരെയുള്ള വഴികളിൽ മഴവെള്ളം കെട്ടികിടക്കുന്നു. ചെറുതായി മഴ ചാറുന്നുമുണ്ട്. ബസ് സ്റ്റോ പ്പിൽ സൂചി കുത്താനിടമില്ല. എല്ലാവരും കാണുന്ന ഓട്ടോകൾക്കു കൈ കാണിക്കുന്നു. ആരും നിർത്തുന്നുമില്ല. രാജേഷിനെ ഒരു തവണ കൂടി വിളിക്കാം... അതേ മറുപടി. മൊബൈൽ ബാറ്ററി ലൊ വാണിംഗ് കാ ണിച്ചു. മഴ നോക്കിയിട്ട് കാര്യമില്ല റോഡിലേക്ക് ഇറങ്ങി നിന്ന് നോ ക്കാം. കുറേ കണ്ണുകൾ അവളെ തുറിച്ചു നോക്കാൻ തുടങ്ങി. ദൂരെ ഒരു ചെറിയ വെളിച്ചം അടുത്തേക്ക് വരുന്നു. ഒരു ഓട്ടോയാണ്. അവൾ കൈ യുയർത്തി ഓട്ടോ എന്ന് വിളിച്ചു... അത് നിർത്തുന്നില്ല.. അല്ല കുറെ മു ന്നോട്ടു പോയി നിർത്തി. പുറകെ ഓടണോ അവൾ ഒരു നിമിഷം ആ ലോചിച്ചു. മഴ ശക്തി പ്രാപിക്കാൻ തുടങ്ങി.

'ജുഡീഷ്യൽ ലേ ഔട്ട് എത്രയാ? '

'350 രൂപയാകും', ഒരു തല വെളിയിലോട്ടു വന്നു. കഷ്ടിച്ചു ഒരു പ ത്തൊൻപത് വയസ്സ് കാണും.

യൂബെറോ ഓലയോ ആണെങ്കിൽ അറുപതു രൂപ തികച്ചാവില്ല അ തിനാണിവൻ മുന്നൂറു പറയുന്നത്.

'ഇല്ല ചേച്ചി, മഴയാണ് ട്രാഫിക് ബ്ലോക്കും തിരിച്ചു കാലി വരണം. ഈ പൈസക്കേ പോവാൻ പറ്റൂ, പറ്റില്ലെങ്കിൽ വേറെ വണ്ടി നോക്കി ക്കോ. ഈ മഴയത്തു ഏതു വണ്ടി വരാനാ.'

അവൻ കറ പിടിച്ച പല്ലുകൾ കാട്ടി ചിരിച്ചു. ഒരു പരിഹാസച്ചിരി. മൊത്തത്തിൽ ഒരു പേടി തോന്നുന്നു. വേണോ? വാച്ചിൽ സമയം 9:50. ആകാശത്തിൽ ശക്തമായി ഒരു കൊള്ളിയാൻ മിന്നി കൂടെ ഒരു ഗർ ജ്ജനവും.

ഒരു പഴയ വണ്ടിയാണെന്ന് തോന്നുന്നു. സീറ്റ് സ്ഥാനം തെറ്റിയിരു ന്നു. ഒരു സൈഡിൽ കൂടി മഴവെള്ളം ഒലിച്ചിറങ്ങുന്നുണ്ട് . മൊത്ത ത്തിൽ വിയർപ്പിന്റെ രൂക്ഷഗന്ധവും. അവൻ ഓട്ടോ സ്റ്റാർട്ട് ചെയ്യാൻ ശ്ര മിച്ചു. ഒരു വലിയ ഇരുമ്പു ദണ്ഡ് അവന്റെ ഇടതു കൈയിൽ കിടന്നു വി റച്ചു. അവളുടെ ഉള്ളിലും ഒരു മിന്നൽപിണർ. ചുറ്റിലും നോക്കി. മീറ്ററി ന് അരികിലായി ഡ്രൈവറുടെ ഡീറ്റെയിൽസ് ഉണ്ട്. റഹ്മത്തുള്ള വരു സായി മുഹമ്മദ് .KA03 DA 6875

ഒരു ഫോട്ടോ എടുത്ത് രാജേഷിനു വാട്സ്ആപ്പ് ചെയ്തു. കൂടെ ഒ

രു മെസ്സേജും. മെസേജ് ഡെലിവർ ആയില്ല. വണ്ടി ഒരു പ്രത്യേക ശ ബ്ദമുണ്ടാക്കി പോകുന്നു. ഇടത് ഭാഗം മൊത്തം നനഞ്ഞിട്ടുണ്ട്. ഒരു കി ലോമീറ്റർ പോയിക്കാണും റോഡിലെ വിളക്കുകൾ ഒന്നും തെളിഞ്ഞിട്ടി ല്ല. ട്രാഫിക്കിൽ നിരങ്ങിയാണ് പോകുന്നത്. ഇടക്ക് പോക്കറ്റ് റോഡിൽ കയറ്റി മുന്നോട്ടു പോവാൻ നോക്കുന്നുണ്ട്. ഒരു മഴ വന്നാൽ റിങ് റോ ഡിലെ ട്രാഫിക് പരിതാപകരം ആണ്. വീണ്ടും അവൻ മെയിൻ റോ ഡിൽ നിന്ന് പോക്കറ്റ് റോഡിലേക്ക് തിരിച്ചു. ഇപ്പോൾ വേറെ ഒരു റൂട്ടി ലേക്ക് തിരിഞ്ഞു. 'എങ്ങോട്ടാ താൻ പോവുന്നെ, ഈ റൂട്ട് എനിക്കു പ രിചയം ഇല്ലല്ലോ?'

'ചേച്ചി ആ അണ്ടർ പാസ്സ് വെള്ളം കയറി ബ്ലോക്ക് ആണ്. അത് വ ഴി പോയാൽ അവിടെ കുടുങ്ങും. ഇതു ഷോർട്ട് കട്ട് ആണ്. കുറച്ചു കൂ ടി മുന്നോട്ടു എത്താം. അതോ അവിടെ പോയി കുരുങ്ങി നിക്കണോ?'

ഒന്നും പറയാനാവാത്ത അവസ്ഥ. സമയം പത്തേ മുക്കാൽ.. കഷ്ട കാലം. ഫോൺ സ്വിച്ച് ഓഫ് ആയി.

എന്റെ മറുപടിക്ക് അവൻ കാത്തു നിന്നില്ല. കുറേ ദൂരം മുന്നോട്ടു പോയി കഴിഞ്ഞിരുന്നു. ഏത് വഴിയാണെന്ന് ഒരു ധാരണയും കിട്ടുന്നി ല്ല. റോഡരികിലെ ചെടികൾ ഇരുട്ടിൽ ഭീകര രൂപം പോലെ തോന്നിച്ചു. ശരിക്കും പേടി തോന്നുന്നു..റോഡിൽ നല്ല കുണ്ടും കുഴിയും ഉള്ളതു കൊണ്ട് വണ്ടി നന്നായി കുലുങ്ങുന്നുണ്ട്. ഓട്ടോയുടെ അരണ്ട ഹെഡ് ലൈറ്റ് വെളിച്ചത്തിൽ മുന്നിൽ പുഴ പോലെ തോന്നി. വേറെവിടെയും വെളിച്ചം പോലുമില്ല. പെട്ടെന്നൊരു കുലുക്കം. തല ശക്തിയോടെ ക മ്പിയിൽ ഇടിച്ചു.. ഭൂമി കറങ്ങുന്നത് പോലെ. ഏതോ കുഴിയിൽ ചാടിയ താണ്. ഓട്ടോയും നിന്നിട്ടുണ്ട്. ഭീതിയോടെ അവനെ നോക്കിയപ്പോൾ അവൻ ഓട്ടോ സ്റ്റാർട്ട് ചെയ്യാൻ ശ്രമിക്കുകയാണ്. അവൻ ഇറങ്ങി. ഓ ട്ടോ മെല്ലെ തള്ളി നീക്കാൻ തുടങ്ങി. അവൾ സൈഡ് മാറ്റ് പൊക്കി പു റത്തേക്കു നോക്കി. ഒന്നും മനസിലാകുന്നില്ല. ഏതാണീ സ്ഥലം.'നീ എവിടെക്കാ എന്നെ കൊണ്ടു പോവുന്നെ?' ശക്തമായി അലറി.

'എൻജിനിൽ വെള്ളം കയറി വണ്ടി ഓഫ് ആയതാ, പറ്റുല്ലേൽ നട ന്നു പോയിക്കോ' അവൻ വീണ്ടും ഡ്രൈവിംഗ് സീറ്റിൽ കയറിയിരുന്നു.

ഈശ്വരാ എന്തു ചെയ്യും?

പുറകിൽ നിന്ന് ഒരു ബൈക്ക് മൂളിവന്നു. ഏതോ ന്യൂ ജനറേഷൻ ബൈക്ക് ആണെന്ന് തോന്നുന്നു. രണ്ടു പേർ. ഒന്ന് സ്ലോ ആക്കി നമ്മൾ രണ്ടു പേരെയും ഒരു പ്രത്യേക തരത്തിൽ നോക്കി. പിന്നെ രണ്ടു തവ ണ റൈസ് ചെയ്തു ശബ്ദമുണ്ടാക്കി.മുന്നോട്ടെടുത്തു. ബൈക്ക് ഓടി

ക്കുന്നവനും ഓട്ടോ ഡ്രൈവറും തമ്മിലെന്തോ സിഗ്നൽ കൈമാറിയ പോലെ. ഡ്രൈവറുടെ കൈകൾ ഇപ്പോഴും സ്റ്റാർട്ടിങ് ലിവറിൽ തന്നെ യാണ്. അതേ ഇരുമ്പ് ദണ്ഡ്.. മുന്നോട്ടു പോയവർ ബൈക്ക് ഇരമ്പിച്ചു കൊണ്ടു തിരിച്ചു വരുന്നു. ഇവന് ഒരു ഭാവഭേദവും ഇല്ല.. ഇവർക്ക് പിടി കൊടുക്കില്ല ഞാൻ... രക്ഷപെടണം. കാലുകൾ താനെ ചലിക്കാൻ തു ടങ്ങി. ഇരുട്ട് കണ്ണിനെ മൂടുന്നുണ്ട്. മഴയും കാറ്റും ഒരേ ദിശയിൽ തനി ക്കെതിരായി വരുന്നു. കാലുകൾ മുന്നോട്ടു തന്നെ ചലിച്ചുകൊണ്ടിരു ന്നു. ബൈക്കിന്റെ മൂളലും വെളിച്ചവും പുറകെ തന്നെയുണ്ട്. ശക്തമാ യി എന്തോ കാലിൽ കൊണ്ടു. ബാലൻസ് തെറ്റി. റോഡിലേക്ക് തെറി ച്ചു വീണു. എഴുന്നേൽക്കാൻ പറ്റുന്നില്ല. അവർ അടുത്തെത്താറായി. ഒ രാൾ ബൈക്കിൽ നിന്നിറങ്ങി എന്നെ ലക്ഷ്യമാക്കി നടന്നു വരുന്നു. അ തേ മുഖം... എപ്പോഴും അലട്ടുന്ന ആ പേക്കിനാവിലെ ഭീകരൻ. ഒരു കൊലച്ചിരിയോടെ എന്റെ നേർക്ക് ചുവട് വെയ്ക്കുന്നു. ഇരയെ കീഴ് പ്പെടുത്താനുള്ള വ്യഗ്രതയോടെ..ആ രണ്ടു പേരെ പോലെ എന്റെ വിധി യും എഴുതപ്പെട്ടു കഴിഞ്ഞിരിക്കുന്നു..

പെട്ടെന്നൊരു ഒരു നിലവിളി...തന്റെ നേർക്കു വന്നവൻ തലയും പൊ ത്തിപ്പിടിച്ചു താഴെ കിടക്കുന്നു. മറ്റവൻ ബൈക്കുമായി താഴെ വീണു കിടക്കുന്നു... അതാ ആ ഓട്ടോ ഡ്രൈവർ, കയ്യിലെന്തോ വീശിക്കൊ ണ്ട് എന്റെ മുന്നിൽ നിൽക്കുന്നു. ഓട്ടോയുടെ ലിവർ കൊണ്ടു എന്റെ മു ന്നിൽ വായുവിൽ ഒരു സംരക്ഷണവൃത്തം വരക്കുന്നു . ഒരെണ്ണം കൂടി കൊടുത്തു താഴെ വീണവനിട്ട്. അപ്പോഴേക്കും മറ്റയാൾ ബൈക്ക് സ്റ്റാർ ട്ട് ചെയ്തിരുന്നു. ആ ഇരുമ്പ് ദണ്ഡ് ഡ്രൈവറുടെ കൈയിൽ ചുഴറ്റി കൊണ്ടിരുന്നു, ഒരു യോദ്ധാവിന്റെ കയ്യിലെ ഉറുമി പോലെ. വീണവൻ ബൈക്കിനു പിന്നാലെ വലിഞ്ഞു കയറി ഇരുളിൽ മറഞ്ഞു.

'പോവാം ചേച്ചി പേടിക്കാൻ ഒന്നുമില്ല.. പെട്ടെന്ന് ഞാൻ കൊണ്ടാ ക്കാം..'

അയാൾ ഓട്ടോ സ്റ്റാർട്ട് ചെയ്തു മുന്നോട്ട് എടുത്തു... ഇപ്പോഴും ആ ഇരുമ്പു വടി ഭദ്രമായി അവിടെ ഇരിപ്പുണ്ട്. അരക്ഷകർക്ക് സുരക്ഷ നൽകിക്കൊണ്ട്. സംരക്ഷകരായ സഹോദരങ്ങൾക്കു ആയുധമായി, സു രക്ഷിത കരങ്ങളിൽ.

അങ്ങ് ദൂരെയായി വെളിച്ചം കാണുന്നുണ്ട്. ഓട്ടോ മെയിൻ റോഡി ലേക്ക് കേറാൻ തുടങ്ങി. വഴി വിളക്കുകൾ തെളിഞ്ഞു പ്രകാശിക്കാൻ തുടങ്ങി.

ഒരു സാധാരണക്കാരന്റെ പ്രതികാരം

ഇത് എന്റെ ആദ്യത്തെ യൂറോപ്യൻ യാത്രയാണ്. പത്തുവർഷത്തെ അലച്ചിലും ശ്രമങ്ങൾക്കു ശേഷം കിട്ടിയ ഭാഗ്യം. എമിറേറ്റ്സ് ഫ്ലൈ റ്റിൽ മിഡിൽ റോയിലാണ് സീറ്റ്. വിൻഡോ സീറ്റ് കിട്ടാത്തതിൽ നിരാ ശയില്ല. എല്ലാം ഒത്തുവരാൻ ചാൻസ് ഇല്ലല്ലോ. ശ്ലോ ! കഷ്ടം അയാളു ടെയും സീറ്റ് മുന്നിൽ തന്നെ. എമിഗ്രേഷൻ കഴിഞ്ഞപ്പോൾതൊട്ട് കാ ണുന്നതാണ്. അയാൾ വളരെ ഉച്ചത്തിൽ ഫോണിൽ സംസാരിക്കുന്നു. തെലുങ്കിലാണ് സംസാരം. ഇപ്പൊ എന്റെ മുന്നിലത്തെ സീറ്റിലും. കോ ട്ടും സൂട്ടും ആണ് വേഷം. തനിക്ക് ചേരാത്തത് കെട്ടി വെച്ചതുപോലെ യുണ്ട്. തൊട്ടടുത്ത ആളോട് നിർബന്ധപൂർവ്വം പരിചയപ്പെടുന്നു. ഇ പ്പോൾ കന്നഡത്തിലാണ് സംസാരം. ലണ്ടനിൽ പോവുകയാണെന്നും പുതിയ വർക്ക് വിസ കിട്ടി എന്നുമൊക്കെ തട്ടുന്നുണ്ട്. യാത്രക്കാരൊ ക്കെ കാതുകളിൽ ഇയർഫോൺ തിരുകി വെച്ചിട്ടുണ്ട്. ഇതിനിടയിൽ ബാഗ് എടുക്കാനായി അയാൾ എഴുന്നേറ്റു. അപ്പോഴാണ് മുഖം കണ്ടത് ആദ്യമായി. അതെ; ഞാൻ ഏറ്റവും വെറുക്കുന്ന മുഖം. പത്തു വർഷ ത്തിനു ശേഷം ഈ കണ്ടുമുട്ടൽ ഒരിക്കലും പ്രതീക്ഷിച്ചില്ല. എന്നെ ക ണ്ടില്ലെന്നോ മനസ്സിലായില്ലെന്നോ തോന്നുന്നു. എനിക്ക് അങ്ങനെ അ ല്ലല്ലോ. അയാൾക്ക് പത്തുവർഷം മുന്നേയുള്ള 10 മിനിറ്റ് നേരത്തെ പരി ചയം, എനിക്ക് ശേഷിച്ച 10 വർഷം മുഴുവനും ഒരിക്കലും മറക്കാനാവാ ത്ത പരിചയം.

2008 ലെ ഒരു ബാംഗ്ലൂർ യൂണിവേഴ്സിറ്റി എക്സാം കാലം. ആദ്യമാ യിട്ട് നല്ല ആത്മവിശ്വാസത്തോടെയാണ് പരീക്ഷയ്ക്ക് പോയത്. നല്ല പോലെ പഠിച്ചിട്ടുണ്ട് എന്റെ ഫേവറേറ്റ് സബ്ജറ്റ് ഡിജിറ്റൽ സിഗ്നൽ പ്രോസസിംഗ്. ഇന്റർണൽ എക്സാമിൽ നല്ല സ്കോർ ചെയ്യാനുള്ള പേപ്പർ. കൺട്രോൾ സിസ്റ്റം പോലെതന്നെ അഗ്രിഗേറ്റ്

70% ആക്കാനുള്ള കച്ചിത്തുരുമ്പ്. ഈ വർഷത്തെ ക്യാമ്പസ് ഇന്റർ വ്യൂ അറ്റൻഡ്ചെയ്യാൻ 70% കട്ട് ഓഫ് മാർക്ക് ആണ്. ഈ കാലൻ

ഇൻവിജിലേറ്റർ ആയി വരുമെന്ന് ആരും പ്രതീക്ഷിച്ചില്ല. വല്ലപ്പോഴും മാത്രമേ രണ്ടുപേർ വരാറുള്ളൂ ആദ്യം വന്നത് ഫിസിക്സ് മാം ആയി രുന്നു. അവരുടെ കൂടെ ഈ സാധനവും. വന്നപാടെ ഒരു ഷോ ഓഫ്. എല്ലാവരോടും ബെഞ്ചിന്റെ അറ്റത്തേക്ക് നീങ്ങി ഇരിക്കാൻ പറഞ്ഞു. ചോദ്യപേപ്പർ കിട്ടിയപാടെ മൊത്തം വായിച്ചു നോക്കി. സൂപ്പർ ആയി സ്കോർ ചെയ്യാം. ഒരു 80 മാർക്കിന് വകുപ്പുണ്ട്. ചോര തിളച്ചു കണ്ണു കൾ തിളങ്ങി. ഞാൻ തലയുയർത്തി ചുറ്റും നോക്കി. ഫിസിക്സ് മാം എന്നെ നോക്കി പുഞ്ചിരിച്ചു. അയാൾ സൈൻ ചെയ്യുന്ന തിരക്കിലാണ്. 10 മിനിറ്റ് കൊണ്ട് 25 മാർക്ക് എഴുതിക്കാണും. പുറത്തു നല്ല കാറ്റ് അടി ക്കുന്നുണ്ട്. ആരോ ജനാല തുറന്നു വച്ചിട്ടുണ്ട്. നീന ജോണിന്റെ ദുപ്പട്ട കാറ്റിനൊത്ത് ആടി കളിക്കുന്നു. അവൾ അടുത്തിരിക്കുന്ന പങ്കജിനെ നോക്കുന്നുണ്ട്. അവൻ വിശാലമായിട്ടാണ് എഴുതുന്നത്. അടുത്ത ഡി സ്റ്റിംഗ്ഷൻ വേണ്ടിയാവും. പക്ഷേ കാറ്റ് പണി കൊടുത്തു. അവന്റെ ചോ ദ്യപേപ്പർ പറന്നുയർന്നു പിന്നിലിരിക്കുന്ന എന്റെ മുഖത്തേക്ക്. പങ്കജ് തിരിഞ്ഞുനോക്കി കൈകാണിച്ചു. ഞാൻ ചോദ്യപേപ്പർ അവന്റെ നേർ ക്ക് നീട്ടി.

പെട്ടന്നാണ് പിന്നിൽ നിന്ന് ഒരു തള്ളൽ. ഒപ്പം ഒരു അലർച്ചയും. 'ഗെറ്റൗട്ട്.' എന്റെ ആൻസർ പേപ്പർ പിടിച്ചു വാങ്ങി അയാൾ അലറുക യാണ്. 'സർ ഞാൻ ഒന്നും ചെയ്തില്ല' ഞാൻ പങ്കജിനെ നോക്കി. അ വൻ ഒന്നും സംഭവിക്കാത്തതുപോലെ എഴുത്തു തുടരുകയാണ്. ചോ ദ്യപേപ്പർ കൈക്കലാക്കിയിട്ടുമുണ്ട്. എന്തു ചെയ്യണമെന്ന് അറിയില്ല. 'പു റത്തേക്ക് പോ' എന്ന് അയാൾ അലറിക്കൊണ്ടിരിക്കുന്നു. ഫിസിക്സ് മാം ദയനീയമായി എന്നെ നോക്കി. ബഹളംകേട്ട് കൺട്രോൾ സിസ്റ്റം ശ്രീനാഥ് സാർ ഓടിവന്നു. 'സാർ വിട്ടേക്...അവൻ അങ്ങനെയൊന്നും ചെയ്യില്ല, ഹി ഈസ് എ ഗുഡ് സ്റ്റുഡന്റ്'. എനിക്കുവേണ്ടി സംസാരിച്ച ആദ്യത്തെ സ്വരം. 'ഓഹോ നിങ്ങളൊക്കെ അറിഞ്ഞുള്ള ഒത്തുകളിയാ ണല്ലോ. ഞാനുള്ളപ്പോൾ ഇതൊന്നും നടക്കൂല. നീ ഇപ്പൊ പുറത്തു പോയില്ലെങ്കിൽ ഈ സെമസ്റ്റർ മൊത്തം നീ എക്സാം എഴുതില്ല.' ശ്രീ നാഥ് സാർ നിസ്സഹായാവസ്ഥയിൽ ഫിസിക്സ് മാമിനെ നോക്കി. അ വർ രണ്ടുപേരും എന്റെ നേർക്കും. തലകുനിച്ച് പുറത്തേക്ക് നടക്കാൻ മാത്രമേ എനിക്ക് കഴിഞ്ഞുള്ളൂ. എക്സാം റിസൾട്ട് വന്നപ്പോൾ എന്റെ ക്ലാസിലെ എല്ലാ കുട്ടികളും ജയിച്ചു ഞാനൊഴിച്ച്. സംഭവത്തിന്റെ സ ത്യാവസ്ഥ അറിഞ്ഞതു കൊണ്ടായിരിക്കണം ആരും എന്നെ കുറ്റപ്പെടു ത്തിയില്ല. ഇതിന്റെ പ്രത്യാഘാതം നല്ല രീതിയിൽ തന്നെ എന്നെ ബാ

ധിച്ചിരുന്നു. ശേഷിച്ച സെമസ്റ്ററുകളിലും ക്യാമ്പസ് ഇന്റർവ്യൂകളിലും കഴിഞ്ഞ 10 വർഷത്തെ ജീവിതത്തിലും. പത്തുവർഷമായി ജീവിതത്തിലെ എല്ലാ 10 സെക്കൻഡിലും ഒരു സെക്കൻഡ് ഈ സംഭവം മനസ്സിൽ തെളിയും. ഞാൻ പല്ല് ഞെരിക്കും, തടുക്കാൻ പറ്റാത്ത അനിവാര്യമായ വിധിയെ ശപിച്ചു കൊണ്ട്.

കൂർക്കംവലി കേട്ടാണ് ഞെട്ടിയുണർന്നത്. സ്രോതസ്സ് മുൻസീറ്റിൽ നിന്നു തന്നെ. ഇടതുവശത്തെ അറബി അസ്വസ്ഥതയോടെ അയാളെ നോക്കി. അയാളുടെ കോട്ട് സീറ്റിന് താഴേക്ക് തൂങ്ങി കിടക്കുന്നു. എന്റെ കാലിന്മേൽ എന്തോ വീണപോലെ. അയാളുടെ പോക്കറ്റിൽ നിന്നാണെന്ന് തോന്നുന്നു. എന്തോ ബുക്ക് പോലുള്ള സാധനം. പാസ്പോർട്ട് ആണ്. ഷൂ അഴിച്ചു നല്ല പെരുവിരൽ കൊണ്ട് ഇറുക്കി എടുത്തു. സീറ്റിനടിയിൽ സി.സി.ടി.വി ഉണ്ടാവില്ലല്ലോ എന്ന് മനസ്സിൽ വിചാരിച്ചുകൊണ്ടാണ് എടുത്തത്. അയാളുടെ പാസ്പോർട്ട് തന്നെ. പെട്ടെന്ന് പോക്കറ്റിലേക്ക് തിരുകി. എല്ലാവരും അവരവരുടെ ലോകത്താണ്. അയാൾ ഗാഢ നിദ്രയിലും.

ഒന്നു വാഷ് റൂമിൽ പോയിട്ട് വരാം.

ഭാസ്കർ ബസവ ലിംഗപ്പ റെഡ്ഡി. 39 വയസ്സ്. സ്വദേശം ഹുബ്ബള്ളി. വേറൊന്നും പാസ്പോർട്ടിൽ ഇല്ല. ആദ്യത്തെ വിസയാണ് വിഗ്നെറ്റിൽ വിസാ ടയർ ഫോർ ജനറൽ സ്റ്റുഡന്റ് വിസ എന്ന് എഴുതിയിട്ടുണ്ട്. 39 വയസ്സായ ഇയാൾ സ്റ്റുഡന്റ് വിസയിൽ എന്ത് പഠിക്കാൻ, അപ്പോൾ ലണ്ടൻ വർക്ക് വിസ എന്നൊക്കെ മുന്നിലുള്ള ആളോട് തള്ളിയത്. മൊത്തത്തിൽ ഉടായിപ്പ് ആണ്. സ്റ്റുഡന്റ് വിസയിൽ വർക്ക് എടുക്കാനുള്ള പരിപാടിയാണ്. ഇത് നഷ്ടപെട്ടാൽ എംബസി വഴി എമർജൻസി ട്രാവൽ ഡോക്യൂമെന്റ്സ് സംഘടിപ്പിക്കാം. പക്ഷേ എമിഗ്രേഷൻ ക്ലിയറൻസിൽ നല്ലപോലെ കഷ്ടപ്പെടും. പ്രത്യേകിച്ച് എന്തെങ്കിലും ഉടായിപ്പ് ഉണ്ടെങ്കിൽ. ഏതായാലും കുറച്ചു ദിവസമെങ്കിലും നല്ലപോലെ നക്ഷത്രമെണ്ണും. മാനസികമായിട്ടും. ചിന്തകൾ പലവഴിക്ക് തിരിഞ്ഞു. തിരിച്ചു സീറ്റിൽ എത്തുമ്പോഴേക്കും അനൗൺസ്മെന്റ്. പ്ലെയിൻ അടുത്ത 10 മിനിറ്റിൽ ലാൻഡ് ചെയ്യും യാത്രക്കാർ സീറ്റ് ബെൽറ്റ് ഇടുക. അയാൾ ഇപ്പോഴും ഉറങ്ങിക്കൊണ്ടിരിക്കുന്നു. ഒന്നുമറിയാതെ.. മോനേ റെഡ്ഡീ പണി പുറകെ വരുന്നുണ്ട്. കിടക്കട്ടെ നിനക്കൊരു കുതിരപ്പവൻ. ഈയുള്ളവന്റെ വക എന്നെന്നും ഓർമ്മിക്കാൻ....

എമിഗ്രേഷൻ ചെക്കിങ് കഴിഞ്ഞിറങ്ങുമ്പോൾ എല്ലാം നഷ്ടപെട്ട പോലെ നിരാലംബനായി അയാൾ താടിക്ക് കയ്യും താങ്ങി രണ്ടു

സെക്യൂരിറ്റി സ്റ്റാഫുകൾക്കിടയിൽ ഇരിപ്പുണ്ട്. ആകപ്പാടെ പരിഭ്രമിച്ചി ട്ടുണ്ട്. കണ്ണ് നിറഞ്ഞൊഴുകുന്നുണ്ട്.

'ഇത് വാഷ്റൂമിൽ നിന്ന് കിട്ടിയതാണ്, നിങ്ങളുടെതാണെന്ന് തോ ന്നുന്നു.' ആ പാസ്പോർട് അയാളെ ഏല്പിച്ചു.

അവിശ്വസനീയം എന്ന നിലയിൽ അയാൾ അത് പിടിച്ചുവാങ്ങി. ഒരു കൃതജ്ഞതയുടെ സ്വരം അയാളിൽനിന്നും കേട്ടു.

പിന്തിരിഞ്ഞു നടക്കുമ്പോൾ പിന്നിൽ നിന്നൊരു ചോദ്യം 'നമ്മൾ ഇതിനുമുൻപ് എവിടെയെങ്കിലും വച്ചു കണ്ടിട്ടുണ്ടോ?'

ഞാൻ ചിരിച്ചു കൊണ്ട് ബാഗും തൂക്കി നടക്കാൻ തുടങ്ങി.

"revenge is not always sweet, but it can be beautiful ".
(Stephen Yoshimura)

കാട്ടുചോലകൾ ചുവക്കുമ്പോൾ

'രാഘവേട്ടാ ഒരു ചായ.'

'ആ, കൊറേ ആയല്ലോ ഈ വഴിയൊക്കെ കണ്ടിട്ട്, എന്തൊക്കെ യുണ്ട്?'

'അങ്ങനെ പോകുന്നു മാഷേ, ബസ് പോയോ മാഷേ'

'ഇല്ല; കൊറേ സമയായി ഞാനും നോക്കി നിൽക്കുന്നു.
ഇനി ഇന്ന് വരുമോ ബാലേട്ടാ'

'അത് വരുന്ന ലക്ഷണമൊന്നും കാണുന്നില്ല, അല്ലേലും ഈ മല യൊക്കെ കേറി...വന്നാലായി, എവിടെങ്കിലും പഞ്ചറായി കിടപ്പുണ്ടാകും'.

'എന്തേ ടൗണിൽ പോയിട്ട്?'

'ഒന്നുല്ല ഒരു മരുന്ന് വാങ്ങിക്കണം, വാസന്തിക്കാണ്, അല്ല നമ്മ ളുടെ ഡോക്ടർ ഈ വഴി വന്നോ രാഘവേട്ടാ'

'ഇല്ല ഇന്ന് കണ്ടേ ഇല്ലല്ലോ, രാവിലെ മുതലേ ഞാൻ ഇവിടെത്തന്നെ നോക്കി നിക്കുവാ'

'സാധാരണ വെള്ളി, ശനി, ഞായർ മൂപ്പര് വരാറുണ്ടല്ലോ'

'ഇന്ന് ഞായറാഴ്ചയല്ലേ... വരണ്ടതാണല്ലോ, ഇനി നിങ്ങൾ ശ്രദ്ധി ക്കാഞ്ഞതാണോ രാഘവേട്ടാ...'

'ഇല്ല മാഷേ, മൂപ്പര് ബൈക്കിൽ വന്നാൽ ഇവിടെ വച്ചിട്ട് നടന്നാ മേലോട്ട് കേറുക.'

'ഞാൻ ലാസ്റ്റ് കണ്ടത് വെള്ളിയാഴ്ചയാ. അന്ന് ബൈക്ക് പഞ്ചറാ യി എന്നു പറഞ്ഞിട്ട് സ്റ്റേറ്റ് ബസ്സിനാ വന്നേ'

'ശരിയാ. ഞാനും മിനിഞ്ഞാന്ന് വടുവഞ്ചാൽ ടൗണിൽ വച്ച് മൂപ്പര് ബസ്സിൽ കേറുന്നത് കണ്ടതാ.'

'ഇന്ന് ബസ്സ് ഇത് വരെ വന്നതും ഇല്ല. ഇനി ബസ് ഓടുന്നുണ്ടോ ആവോ, ടീവിയിൽ കണ്ടു സംസ്ഥാനം മൊത്തത്തിൽ പ്രതിഷേധ പ്ര കടനങ്ങളാ, വാളയാറിലെ ഇരട്ട കൊലപാതകത്തിനെതിരെ.'

'അല്ലെങ്കിലും ഈ ആദിവാസി ഊരിലൊക്കെ എന്തൊക്കെയാ നട ക്കുന്നെ എന്ന് പുറം ലോകം അറിയുന്നുണ്ടോ ആവോ'

'ബാലേട്ടാ ഞാനും കണ്ടതാ വെള്ളിയാഴ്ച, ആ കൊല്ലിക്കടവി
ന്റെ അടുത്ത് വച്ച്, അവർ ചങ്ങാടത്തിലാണ് പോയത്, കൂടെ ആ ചാ
മിന്റെ ചെക്കനും തേൻ വിൽക്കുന്ന രാമപ്പനും ഉണ്ടാരുന്നു. കണ്ടിട്ട് ആ
ചാമീന്റെ ഊരിലേക്കായിരിക്കും പോയിട്ടുണ്ടാവുക കാട്ടിനുള്ളിൽ. ആർ
ക്കോ കാര്യായിട്ട് എന്തോ ദീനം പെട്ടിട്ടുണ്ട്.'

'ഇനി മൂപ്പർക്ക് മതിയായയോ ആവോ... ഈ മലമുട്ടിലെ ആദിവാസി
സേവ'

'എയ്, അങ്ങനങ്ങു പോകുമോ, ഒന്നുമില്ലേലും മൂന്നാല് മാസായിട്ട്
ഇവിടെ വരുന്നതല്ലേ. അതും ഈ ആദിവാസി മേഖലയിൽ.'

'കൊല്ലത്തോ, കോട്ടയത്തോ മറ്റോ ആണ് നാട്, വിദേശത്തൊക്കെ
പോയി പഠിച്ചയാളാ പോലും, മൂപ്പരുടെ അച്ഛനും ഡോക്ടറാ.'

'കൊറച്ചു നൊസ്സുള്ള ടീം ആണെന്ന് തോന്നുന്നു, അല്ലെങ്കിൽ അ
ഞ്ചു പൈസ മേടിക്കാതെ ഈ കണ്ട, കാടും മേടും താണ്ടി ആദിവാസി
ഊരിലൊക്കെ തെണ്ടേണ്ട കാര്യമുണ്ടോ മാഷേ...'

'നീ അങ്ങനെ പറയരുത് ദിനേശാ, പരുത്തിപ്പാറയിലെ ഉരുൾ പൊ
ട്ടിയ ശേഷം നടന്ന മെഡിക്കൽ ക്യാമ്പിൽ വന്നയാളാ ഡോക്ടർ, കൂടെ
വന്നവരൊക്ക ഒരാഴ്ച കഴിഞ്ഞ് വാർത്തയുടെ ചൂട് ആറിയപ്പോഴേക്കും
സ്ഥലം വിട്ടില്ലേ, അയാൾ ഒറ്റക്കല്ലേ ഈ ആദിവാസി ഊരിലെല്ലാം
പോയി, സഹായിച്ചതും ക്യാമ്പ് സംഘടിപ്പിച്ചതുമൊക്കെ.'

'അല്ലാ, സുകുവല്ലേ വരുന്നേ, ഇന്നിവൻ നേരത്തെ മടങ്ങിയല്ലോ.'

'രാഘവേട്ടാ കഴിക്കാൻ എന്തെങ്കിലും എടുക്കൂ, ഒരു ചായ ആദ്യം.'

'പാല് തീർന്നെടാ സുകുവേ, കുട്ടൻ വന്നില്ല ഇതുവരെ, നീ ഇന്ന്
ടൗണിൽ പോയില്ലേ?'

'അല്ല നിങ്ങളൊന്നും അറിഞ്ഞില്ലേ, അടിവാരം മുഴുവൻ പോലീസും
ചാനൽകാരും ആണ്. ഇവിടെ മാവോയിസ്റ്റ് ഇറങ്ങിട്ടുണ്ട്ന്ന്, ഇന്നലെ
തണ്ടർ ബോൾട് സേന, മൂന്നുപേരെ വധിച്ചുപോലും. ആരെയും കാട്ടി
ലോട്ടു കയറ്റി വിടുന്നില്ല. ബോഡി കൊണ്ടുപോവാൻ ആംബുലൻസ്
തയ്യാറായി നില്പുണ്ട്. പൊരിഞ്ഞ പോരാട്ടം ആയിരുന്നത്രേ. കുറേ
പേർ ഉണ്ടായിരുന്നു. മൂന്നു പേരെ മാത്രമേ കിട്ടിയുള്ളൂ. ബാക്കിയുള്ള
വർ രക്ഷപെട്ടു പോലും.'

'നിന്നോടാരാ സുകുവേ ഇതൊക്കെ പറഞ്ഞേ?'

'അതൊരു പോലീസ് ആപ്പീസർ ചാനൽകാരനോട് പറയുന്നത് കേ
ട്ടതാ.'

'അല്ല മാഷേ നമ്മളൊക്കെ പത്തറുപതു വർഷായില്ലേ ഇവിടെ ജീ

വിക്കാനും കാട്ടിലൂടെ നടക്കാനും തൊടങ്ങിട്ട്, ഇതുവരെ നമ്മളാരും കാണാത്ത മാവോയിസ്റ്റിനെ ഈ പോലീസുകാരും തണ്ടർബോൾട്ടും എങ്ങനാ കണ്ടുപിടിക്കുന്നേ'

'നിങ്ങള് കണ്ടിട്ടുണ്ടോ ബാലേട്ടാ മാവോയിസ്റ്റിനെ, ഇനി അങ്ങന ത്തെ ഒന്ന് ഇണ്ടോ, ഇനി അവസാനം നമ്മളെല്ലാം മാവോയിസ്റ്റാണോ?'

'അറീല്ല മോനെ, കേന്ദ്ര സർക്കാരിനെതിരെ എന്തെങ്കിലും ആരോപ ണം വരുമ്പോൾ അതിർത്തിയിൽ ഭീകരാക്രമണം ഉണ്ടാകും, ദക്ഷി ണേന്ത്യയിൽ ഏതെങ്കിലും സംസ്ഥാനത്ത് പ്രധാന പ്രശ്നം ഉണ്ടാകു മ്പോൾ ഉടൻ ഒരു മാവോയിസ്റ്റുവേട്ട... ആളുകളുടെ ശ്രദ്ധ മാറ്റാൻ. ആർക്കറിയാം ഇതിന്റെയൊക്കെ പൊരുൾ.'

'രാഘവേട്ടാ ഇതാ പാല്.'

'എന്താടാ കുട്ടാ... കയ്യിലൊരു ബാഗ്'

'അറീല്ല മാഷേ, ഇതാ ചെറുമിന്റെ ചെക്കൻ തന്നതാ, കാട്ടിൽ നി ന്നു കിട്ടിയതാ പോലും.'

'ഇതാ ഡോക്ടറുടെ ബാഗ് ആണല്ലോ. അല്ലേ രാഘവേട്ടാ'

'അതേല്ലോ, ഇനി ഡോക്ടർക്ക് എന്തെങ്കിലും സംഭവിച്ചോ.'

'ആർക്കും ഒന്നും അറിയില്ല, ഇനി വല്ല പുലിയും പിടിച്ചോ, ഒറ്റയാ ന്റെയോ കാട്ടിന്റെയോ മുന്നില് പെട്ടോ പാവം ആര് അന്വേഷിക്കാൻ, ന ല്ല മനുഷ്യനായിരുന്നു.'

'എന്തായാലും മൂപ്പര് ഒറ്റക്കല്ലല്ലോ കാട്ടിൽ പോയത്. കൂടെ മറ്റെ ര ണ്ടു പേര് ഉണ്ടായിരുന്നല്ലോ.'

'നിങ്ങക്ക് പ്രാന്തുണ്ടോ രാഘവേട്ടാ, ഈ കാട്ടിനുള്ളിൽ ഇവരെ യൊക്കെ ആര് തപ്പി പോകാൻ..'

'അങ്ങനെ എത്ര പേര് ഇവിടെ വരുന്നു പോകുന്നു, ആരു ശ്രദ്ധിക്കു ന്നു. വേറെ എന്തൊക്കെ കാര്യങ്ങളുണ്ട് ഈ ലോകത്തിൽ, ഇപ്പൊ പോ രാത്തതിന് മാവോയിസ്റ്റുകളും.'

'നമ്മൾ ചന്ദ്രനിലേക്ക് വിട്ട വിക്രം ലാൻഡർ കണ്ടുപിടിച്ചോ എന്തോ'

'അല്ല നിങ്ങളീ വാർത്ത കണ്ടാ, പേപ്പറിന്റെ ഒന്നാം പേജിൽ തന്നെ യുണ്ട്, ഉത്തരേന്ത്യയിൽ ആൾക്കൂട്ടം ഒരാളെ തല്ലി കൊന്നു'.

'ശരിക്കും അപലപനീയം അല്ലേ മാഷേ.'

'ഇതാ സുകുവേ...ചായ.'

ജപ്തി ചെയ്ത ഫ്ളാറ്റ്

അയാൾ അന്ന് പതിവിലധികം സന്തോഷത്തിൽ ആയിരുന്നു. മൂ ന്ന് മൂന്നര കൊല്ലത്തെ അലച്ചിലിനൊടുവിൽ ഒരു പാർപ്പിടം ഏതാണ്ട് സ്വന്തം ആയപോലെ. പല കാരണങ്ങൾ കൊണ്ടു നീണ്ടു പോയതാ ണ്. ചിലപ്പോൾ ബഡ്ജറ്റ്, ചിലപ്പോൾ ഡോക്യുമെന്റ്സ് പ്രോബ്ലം അങ്ങനെ അങ്ങനെ.. ഏതാണ്ടൊന്നു ഒത്തു വന്നിട്ടുണ്ട്. ഉറ്റ സുഹൃത്ത് മുരളി വഴിയാണ് ഡീൽ വന്നത്. സെക്കന്റ് ഹാൻഡ് ഫ്ളാറ്റ് ആണ്. പക്ഷേ ഫുൾ ഫർണിഷ്ഡ് ആണ്. കാര്യമായ പണി ഒന്നും ബാക്കി യില്ല. അവന്റെ ബാങ്കിന്റെ പ്രോപ്പർട്ടി ആണ് പോലും. മാർക്കറ്റ് വില യെക്കാൾ താഴെയാണ് കിട്ടിയത്. ഡോക്യുമെന്റ്സ് കിറുകൃത്യം. പ ക്ക ഗുഡ്ഡീൽ. പക്ഷെ എന്തിനെയും ഏതിനെയും സംശയദൃഷ്ടി യോടെ വീക്ഷിക്കുന്ന അയാളുടെ മനസ് പണി കൊടുത്തു. 'മുരളി ഞാൻ ഒരാഴ്ച താമസിച്ചുനോക്കട്ടെ എന്നിട്ട് ഫൈനൽ ഡീൽ സൈ ൻ ചെയ്യാം'

സുഹൃത്തിനെ പിണക്കാൻ വയ്യല്ലോ... മുരളി ഓക്കേ പറഞ്ഞു.

ബാഗ് രണ്ടും മുറിയിൽ എത്തിച്ചു കൊണ്ടു ഡ്രൈവർ ബാബു ഇ ങ്ങനെ പറഞ്ഞു 'കിടിലൻ ഫ്ളാറ്റ് സാറെ, എല്ലാ അമിനിറ്റീസും ഉ ണ്ട്, കലക്കി.'

ആ വാക്കുകൾ അയാളെ ഉന്മേഷവാനാക്കി.

'ഫ്ളാറ്റ് നമ്പർ 213, ഈ പതിമൂന്നാം നമ്പർ അത്ര നല്ലതല്ല സാ റേ.'

'പിന്നേ ഇതിലൊക്കെ എന്ത് കാര്യം..?'

ഫാമിലി നാട്ടിലാണ് അവർ വന്നിട്ട് ഔദ്യോഗിക പാലുകാച്ചൽ എന്ന് ചിന്തിച്ചു കൊണ്ടു ഒരു കട്ടൻ ചായ തിളപ്പിച്ചു.

ദൂരെ ഏതോ ഒരു ആംബുലൻസ് നിലവിളിച്ചുകൊണ്ട് പോകുന്ന പോലെ തോന്നി. ഇല്ല; പോകുന്നുണ്ടാവും റോഡിലൂടെ. കുറച്ചു ക ഴിഞ്ഞപ്പോൾ ഒരു ട്രെയിൻ പോകുന്ന ശബ്ദം. അയാൾ ബാൽക്കണി

യിലൂടെ താഴേക്ക് നോക്കി കുറേ കുട്ടികൾ ആ പ്ലെയിങ് ഏരിയ യിൽനിന്ന് കളിക്കുന്നു. പിന്നിൽ വിശാലമായ ഒരു പാടം ആണ്. അ ങ്ങ് ദൂരെയായി ഒരു തടാകവും. അസ്തമയസൂര്യൻ കുങ്കുമനിറ ത്തിൽ അതിലേക്ക് താഴുന്ന പോലെ. വീണ്ടും എവിടെ നിന്നോ ഒരു ചൂളംവിളി, ട്രെയിൻ ശബ്ദവും. ഒരു പിഞ്ചു പൈതലിന്റെ ചിരിയും.. അടുത്ത ഫ്ളാറ്റിൽ നിന്നാവാം. നേരം കൂടുതൽ ഇരുട്ടിയിരിക്കുന്നു. സ്ഥലം മാറിയത് കൊണ്ടായിരിക്കാം ഉറക്കം വരാത്തത്. പുറത്ത് കാ റ്റ് വീശുന്നുണ്ട്. ജനൽ കർട്ടനുകൾ ആടുന്നു. ട്രെയിൻ ശാപം അയാ ളെ വിട്ട് പോകാത്തതു പോലെ.... പഴയ സ്ഥലത്തെ പ്രധാന പ്രശ് നം ട്രെയിനിന്റെ ശബ്ദം ആയിരുന്നു. റെയിൽവേ ട്രാക്കിനടുത്തുള്ള ഫ്ളാറ്റിൽ ട്രെയിൻ ടൈംടേബിളിനനുസരിച്ചു ഉറങ്ങാൻ അയാൾ ശീ ലിച്ചിരുന്നു. അയാൾ കുറച്ച് അസ്വസ്ഥനായി. ഇനി ഇവിടെയും അ ങ്ങനെ തന്നെ. വീണ്ടും ആ കുഞ്ഞിന്റെ ചിരി കേട്ടു. ഇതിനൊന്നും ഉ റക്കം ഇല്ലേ. അയാൾ തിരിഞ്ഞും മറിഞ്ഞു കിടന്നു. ആരായിരിക്കും ഇവിടെ മുൻപ് താമസിച്ചത്, അവർ എന്തിനായിരിക്കും ഇവിടം വിട്ട് പോയത്?

പെട്ടെന്ന് ഒരു വെളിച്ചം വാർഡ്രോബിലെ കണ്ണാടിയിൽ തട്ടി അ യാളുടെ മുഖത്തേക്കടിച്ചു. റോഡിലൂടെ വല്ല വണ്ടിയും പോയതാ ണോ. അല്ല; അങ്ങ് ദൂരെ മതിൽക്കെട്ടിനപ്പുറം എന്തോ തിളങ്ങുന്നു ണ്ട്. എന്താണത്? ഇടവിട്ടിടവിട്ടാണ് അത് പ്രകാശിക്കുന്നത്, മിന്നാമി നുങ്ങാണോ? ആകാശത്തിൽനിന്ന് ഒരു നക്ഷത്രം അടർന്നുവീണ പോലെ. മനസ്സിൽ ഒരു സംശയം ഉദിച്ചാൽ അത് തീർക്കാതെ ഉറ ങ്ങാൻ അയാൾക്ക് കഴിയില്ല. മൊബൈലിൽ ടോർച്ച് തെളിയി ച്ചുകൊണ്ട് മുന്നോട്ട് നടന്നു. ഇരുമ്പ് ഗേറ്റ് വലിയ ഒച്ചയുണ്ടാക്കി തുറന്നു. സെക്യൂരിറ്റി അറിഞ്ഞ ഭാവമേ ഇല്ല. അയാൾ കൂർക്കം വലി ച്ചുറങ്ങുന്നു. ചെറുതായി മഞ്ഞു മൂടിയിട്ടുണ്ട്. തണുത്ത കാറ്റു ചെവി യിലേക്ക് അടിച്ചുകയറുന്നു. അയാൾ മഫ്ളർ നന്നായി കെട്ടി മു ന്നോട്ട് നടന്നു. പിൻവശത്തെ മതിൽക്കെട്ടിന് അരികിലൂടെ ഒരു നൂ റു മീറ്റർ നടന്നുകാണും ഇരുവശത്തും കാട്ടുചെടികൾ വളർന്നു നിൽക്കുന്നു. അങ്ങ് ദൂരെ ആയി ഒരു ചെറിയ വാഴത്തോപ്പ് കാണാം നടന്നെത്തിയപ്പോൾ നടുവിലായി ഒരു പൂന്തോട്ടം. അതിനൊത്ത നടു വിൽ ഒരു മാർബിൾ തറ. ഒരു ശവക്കല്ലറ തന്നെ. രക്തം ചൂട് പിടി ക്കുന്ന പോലെ.

ഒരു മാർബിൾ ഫലകം കണ്ടു.

അതിൽ ഇങ്ങനെ എഴുതി വച്ചിരിക്കുന്നു.

പ്രിയദർശിനി, ജനനം 12-10-1984, മരണം 15-01-2004

അതിനു മുകളിൽ ഒരു പ്രത്യേക ഡിസൈനും. ആദ്യമായിട്ടാണ് ആ ചിഹ്നം കാണുന്നത്. ഒരു കല്ല് പതിപ്പിച്ച പോലെ. അതിൽ നിലാവ് പതിക്കുമ്പോൾ ഉള്ള പ്രതിഫലനം ആയിരിക്കാം അയാൾ കണ്ട പ്രകാശം. പക്ഷേ ഇത്ര ദൂരം ഈ പ്രകാശം സഞ്ചരിക്കുമോ. ആരെങ്കിലും തന്നോട് പറയാൻ ശ്രമിക്കുന്നതായിരിക്കുമോ? ചിന്തകൾ കാടു കയറി തുടങ്ങി. അതിശക്തമായി വീണ്ടും കാറ്റു വീശി. ചെവിയിൽ ആരോ മൂളിയപോലെ. അയാൾ രണ്ടടി പുറകോട്ട് വച്ചു. കാലിനടിയിൽ ഒരു തരിപ്പ്. അത് മുകളിലോട്ട് കയറുന്നു. അല്ല ഒരു ആണി ചെരുപ്പ് തുളച്ചു കയറിയതാണ്. കുറച്ചു രക്തം ചിന്തി. വാച്ചിൽ സമയം ഒന്നേകാൽ..ഫ്ളാറ്റിലെത്തി മൂടിപ്പുതച്ചു കിടന്നു. ട്രെയിൻ പോയി കൊണ്ടേയിരുന്നു. ഇടവേളകളിൽ ആംബുലൻസ് നിലവിളിയും.

രാവിലെ ആരോ വാതിൽ തട്ടുന്ന ശബ്ദം കേട്ടാണ് അയാൾ ഉണർന്നത്. ഉറക്കച്ചടവോടെ വാതിൽ തുറന്നു. മുന്നിൽ ഒരു ചെറിയ ബാലൻ. ഏകദേശം ആറു വയസ്സ് കാണും. ആരാ, എന്താ എന്ന ചോദ്യത്തിന് കാത്തു നിൽക്കാതെ അവൻ അകത്തേയ്ക്ക് ഓടിക്കയറി. 'സോനു സോനു' എന്ന് വിളിച്ചുകൊണ്ടു രണ്ടുമുറിയിലും ബാൽക്കണിയിലും പരതി. ഒടുവിൽ വാടിയ മുഖവുമായി അവൻ പുറത്തേക്ക് കുതിച്ചു. 'നീ ആരെയാ നോക്കുന്നെ?' എന്ന് ചോദിച്ചു. അവൻ ഇങ്ങനെ പറഞ്ഞു ' സോനു വന്നില്ല അല്ലേ, അവന് ഇപ്പോഴും പിണക്കമാണോ?'

'നീ എന്നാ സോനു വിനെ അവസാനം കണ്ടത്?'

'അന്നവന്റെ പപ്പയെ കുറേ പേര് ചേർന്ന് എടുത്ത് ആ വെള്ള വണ്ടിയിൽ കയറ്റി കൊണ്ടുപോയില്ലേ, അന്ന് അവൻ കരഞ്ഞു കൊണ്ടു അതിന്റെ പുറകിലെ കാറിൽ കയറി പോയി. പിന്നെ അവനെ കണ്ടില്ല.'

അവൻ കോണി കയറി മുകളിലേക്ക് പോയ പോലെ തോന്നി.

അയല്പക്കത്തെ ആളുകൾ ഉണർന്നു കാണുമോ...

അയാൾ ചുറ്റും കണ്ണോടിച്ചു.

ഇല്ല ഈ ഫ്ളോറിലെ രണ്ടു ഫ്ളാറ്റുകളും കുറേക്കാലമായി പൂട്ടിയിട്ടിരിക്കുന്ന പോലെ. മുന്നിൽ പൊടി പിടിച്ചു കിടക്കുന്നു. അപ്പോൾ ഇന്നലെ കേട്ട കുഞ്ഞിന്റെ ചിരിയോ...? ഒരു പക്ഷെ മുകളിൽ നിന്നായിരിക്കാം.

ഓഫീസ് കാർ ഒരു കിലോമീറ്റർ മുന്നോട്ടു പോയിക്കാണും. റോ
ഡിന് ഒത്ത നടുവിലായി ഒരു റെയിൽവേ ട്രാക്ക്. ഇതാണല്ലേ ഉറക്കം
നശിപ്പിക്കുന്നത്. പക്ഷെ അതിന്റെ ഒരു സൈഡ് മാത്രമേ കാണാൻ
സാധിക്കുന്നുള്ളൂ. എന്തോ അപൂർണം പോലെ. ബാബുവിനോട് ചോ
ദിച്ചപ്പോൾ അവന്റെ മറുപടി, 'ഇത് പഴയ ട്രാക്ക് അല്ലേ, ബെമലിലേ
ക്കുള്ള സപ്ലൈ. ഇതു നിർത്തിയിട്ടു പത്തു പതിനഞ്ചു കൊല്ലം ആ
യിക്കാണും. ഫാക്ടറി അടച്ചു പൂട്ടിയില്ലേ.'
'അപ്പൊ ഞാൻ കേൾക്കുന്ന ട്രെയിൻ ശബ്ദം...'
'ഒന്ന് പോ സാറേ... ഇതിനടുത്തൊന്നും റെയിൽവേ ട്രാക്ക് ഇല്ല,
സാറിന് ആ പഴയ ഫ്ലാറ്റിലെ ട്രെയിനിന്റെ ശബ്ദം തോന്നുന്നതാ
യിരിക്കും, പഴയ ഒരു ഇന്നസെന്റിന്റെ സിനിമ ഇല്ലേ, എന്താ അതി
ന്റെ പേര്, ആ...പത്താം നിലയിലെ തീവണ്ടി, ചുമ്മാ പറഞ്ഞതാ സാ
റേ ഇതൊക്കെ രണ്ടു ദിവസം കൊണ്ടു ശരിയാകും.'
ഇനി ഇതൊക്കെ തന്റെ തോന്നൽ മാത്രമാണോ.
ഓഫീസിലെ പരദൂഷണ ചർച്ചയിലും തന്റെ പുതിയ ഫ്ലാറ്റിനെ
ക്കുറിച്ചുള്ള പരാമർശവും അയാൾ കേൾക്കാനിടയായി.
'വിനു പുതിയ ഫ്ലാറ്റ് മേടിക്കാൻ പോവുന്നു എന്ന് കേട്ടു.'
' പുതിയതൊന്നും അല്ലെടെ, ആ ലക്ഷ്മി വിലാസ് ബാങ്കിന്റെ
ഫ്ലാറ്റ് ആണ്, ഡിസ്കൗണ്ട് സെയിലിൽ വച്ചതാ'
'ബാങ്കിന് ഫ്ലാറ്റോ?'
'ലോൺ അടക്കാൻ പറ്റാതെ, റിക്കവറി ചെയ്ത പ്രോപ്പർട്ടി.'
'ഓ ശാപം പിടിച്ച സാധനം.'
'എന്തായാൽ എന്താ, കിട്ടിയാൽ പുളിക്കുമോ, ചെക്കൻ വാങ്ങി
ക്കെട്ടെടാ, നിനക്കെന്തിനു അസൂയ?'
'അസൂയ ഒന്നും ഇല്ല ചേട്ടാ, വല്ലവനും കടം മൂത്തു കെട്ടി തൂങ്ങി
യ ഫ്ലാറ്റ് ആയിരിക്കും.'
ഇതൊന്നും അയാളെ അസ്വസ്ഥനാക്കിയില്ല.
അയാൾ ജോലിയിൽ ശ്രദ്ധ കേന്ദ്രീകരിച്ചു. നാലുദിവസങ്ങൾ അ
ങ്ങനെതന്നെ പോയി. ട്രെയിൻശബ്ദം അയാളെ അലട്ടിക്കൊണ്ടിരുന്നു.
കുഞ്ഞിന്റെ ചിരിയും. ഇടവേളയിലെ ആംബുലൻസ് ശബ്ദവും. മറ്റു
ഫ്ലാറ്റുകാർ അയാളെ അധികം അടുപ്പിക്കാത്ത പോലെ തോന്നി.
ആ പയ്യനെയും ആ വഴിക്ക് കണ്ടില്ല. അഞ്ചാംദിനം രാവിലെ ബെഡ്
റൂമിലെ ഫാൻ പതിവിലും ഉച്ചത്തിൽ കിരു കിരാ ശബ്ദം പുറപ്പെടു
വിച്ചു. അയാൾ എന്തോ ദുസ്വപ്നം കണ്ടതുപോലെ ഞെട്ടി ഉണർ

ന്നു. ഫാനിന്റെ കപ്പാസിറ്റർ പോയതാവാം. ഒന്ന് അഴിച്ചു നോക്കിയേ ക്കാം. അയാൾ സ്റ്റൂൾ എടുത്ത് ഫാനിന്റെ ചുവട്ടിൽ വച്ചു. മുക ളിലേക്കു നോക്കി. ഏതോ കുഞ്ഞിന്റെ രൂപം അതിൽ തൂങ്ങി ആടു ന്നപോലെ....തോന്നിയതാണ്. വീണ്ടും അതേ കുഞ്ഞിന്റെ ചിരി.. കൂ ടെ ട്രെയിൻ ശബ്ദവും വളരെ അടുത്തു നിന്ന് കേൾക്കാം.. അടി മു തൽ മുടിവരെ വിറക്കുന്നു. മുകളിൽ എന്തോ ഓടി കളിക്കുന്ന പോ ലെ. രണ്ടും കല്പിച്ചു സ്റ്റൂളിൽ കയറി ആ ഫാൾസ് സീലിംങ്ങിന്റെ ഒരു പാളി എടുത്തു മാറ്റി. തലയിട്ട് അകത്തേക്ക് നോക്കി. ഒരു കൂ റ്റൻ എലി എങ്ങോട്ടോ ഓടിമറഞ്ഞു. ആ കോർണറിലായി എന്തോ പ്രകാശിക്കുന്നു. ഒരു നീല വെളിച്ചം. സീലിംഗ് പാളികൾ ഓരോന്നാ യി മാറ്റി അതിനടുത്തെത്തി. ഒരു കളിപ്പാട്ടം ഒരു ബസിന്റെ രൂപ ത്തിൽ. അത് പുറത്തെടുത്തു. നിറയെ ബട്ടൺ ഉണ്ട്. ആദ്യം അമർ ത്തി ഒരു ആംബുലൻസ് സൗണ്ട്, പിന്നത്തേത് ഒരു ട്രെയിൻ. ഓ രോ ബട്ടനും ഓരോരോ ലൈറ്റ് കത്തുന്നു.

ചിരിച്ചു കൊണ്ടു അയാൾ കട്ടിലിൽ ഇരുന്നു.

എന്റെ എലീ, നീ ഒരു ഭീകരൻ തന്നെ.

ബട്ടൺ ഒന്നുകൂടി ഞെക്കി. പെട്ടെന്ന് ആ ഫാൾസ് സീലിംഗ് പാ ളിയിൽ ഒരെണ്ണം നിലത്തേക്ക് പതിച്ചു. കൂടെ നിറം മങ്ങിയ ഒരു പാവയും. തെറിച്ചുവീണ ആ പാവ ഒരു കുഞ്ഞുശബ്ദത്തിൽ ഉറക്കെ ചിരിച്ചുകൊണ്ടു അയാളെ തുറിച്ചുനോക്കി.

'രെജിസ്ട്രേഷൻ നാളെ വെക്കട്ടെ ഓക്കേ അല്ലേ?'

ഫോണിന്റെ മറു തലയ്ക്കൽ മുരളിയുടെ ശബ്ദം

'ഇല്ലടാ, ഇത് എനിക്ക് വേണ്ടാ.'

'വിടടെ നീയും എല്ലാരും പറയുന്ന കേട്ട്...'

'അല്ല മുരളി, ഇവിടെ കുഴപ്പം ഒന്നും ഇല്ല, പക്ഷേ ഈ വീട്, ഈ നാലു ചുമരുകൾ ഇത് ആരുടെയൊക്കെയോ സ്വപ്നമായിരുന്നു, എ ന്തൊക്കെയോ കാരണത്താൽ തകർക്കപെട്ട സ്വപ്നം, അവരിപ്പോഴും ഇവടെയൊക്കെയോ ഉള്ള പോലെ, ഇത് വാങ്ങിയാൽ എനിക്ക് ഈ വീട്ടിൽ സമാധാനം ആയി ഉറങ്ങാൻ പറ്റില്ല.'

അയാൾ ബാഗ് പാക്ക് ചെയ്യാൻ തുടങ്ങി.

കാറ്റ് വീണ്ടും ശക്തിയായി വീശി തുടങ്ങി.

എങ്ങോ ഒരു ട്രെയിൻ ശബ്ദവും.

ഒഴിവുദിവസത്തെ അധിക ജോലി

ഇന്ന് സെൻസെക്സ് 15000 കടന്നു. സച്ചിൻ ഏകദിനത്തിൽ 15000 റൺസും പിന്നിട്ടു. രണ്ടു വാർത്തയും ടൈംസ് ഓഫ് ഇന്ത്യ മുൻ പേ ജിൽ തന്നെ പ്രസിദ്ധീകരിച്ചു. പെട്രോൾ വില ആദ്യമായി 80 തൊട്ടു. പക്ഷെ ലോക മാർക്കറ്റിൽ ക്രൂഡ് ഓയിൽ വില വളരെ താഴ്ന്ന നി ലയിൽ. ഗൾഫിലുള്ള അളിയന്മാർ നാട്ടിലേക്ക് പ്ലാൻ ചെയ്യുന്നു. ഡോ ളർ രൂപയെ എഴുപതിൽ തളച്ചു. പാചക വാതക വിലകൂടിയപ്പോൾ അക്കൗണ്ടിൽ കിട്ടിയ സബ്സിഡി ഓർത്ത് ജനം ആശ്വസിച്ചു. അ പ്പൊ എണ്ണ കമ്പനികളുടെ ലാഭമോ?. എന്തായാലും എന്നെ സംബ ന്ധിച്ചിടത്തോളം നഷ്ടങ്ങളുടെ കണക്കുകൾ മാത്രമേ നിരത്താൻ പ റ്റൂ..കേരള രജിസ്റ്റർ വാഹനങ്ങൾ തിരഞ്ഞു പിടിച്ചു ടാക്സ് ഈടാ ക്കാൻ കർണാടക പോലീസ് കിണഞ്ഞു പരിശ്രമിക്കാൻ തുടങ്ങി. അതിനാൽ നിരത്തിൽ വണ്ടി ഇറക്കാൻ പറ്റാതായി. ചിരിച്ചു കൊ ണ്ടു കടം വാങ്ങിച്ച സുഹൃത്തുക്കൾ ആ ജന്മ ശത്രുക്കളായി. പലരും നമ്മളെ ബ്ലോക്ക് ചെയ്തു. വിവാഹശേഷം അവശ്യവസ്തുക്കളായി വാങ്ങിയ ടീവി, ഫ്രിഡ്ജ്, വാഷിങ് മെഷീൻ തുടങ്ങിയവ ശമ്പളത്തി ന്റെ സിംഹഭാഗം ഇ എം ഐ ആയി കാർന്നുതിന്നുന്നു. കഴിഞ്ഞ നാലുമാസം ആയി ശനിയും ഞായറും ഉറക്കമൊഴിച്ചു ജോലി ചെ യ്തു സമ്പാദിച്ച ഓവർടൈം ലീവ് എൻകാഷ് മെന്റ് സ്കീം കമ്പനി ആയി തന്നെ കഴിഞ്ഞയാഴ്ച നിർത്തലാക്കി. അവധി ദിവസജോലി കൾ ഇനി ലീവ് എടുത്തുതന്നെ തീർക്കണം. മൂന്നാളുടെ പണി ഒ രാളെ കൊണ്ടു ചെയ്യിക്കുന്ന ഈ കോർപ്പറേറ്റ് വ്യവസായത്തിൽ ലീ വ് ചോദിച്ചു ചെന്നാൽ അറിയാം ടീം ലീഡിന്റെ തനി നിറം.

ആറു മാസത്തെ ലൗകിക ജീവിതത്തിനു ശേഷം ബന്ധുക്കളു ടെ ചോദ്യത്തിന് ഉത്തരം കണ്ടെത്തിയ സന്തോഷത്തിൽ സഹധർ മിണി നിറവയറുമായി നാട്ടിലേക്കു കേറി. ഒടുവിൽ അതും സംഭവി ച്ചു കഴിഞ്ഞ മൂന്നുവർഷത്തെ സമ്പാദ്യം വെള്ളത്തിലായി.. കൂടു

തൽ ലാഭം മൂത്തു നിക്ഷേപിച്ച മ്യൂച്ചൽ ഫണ്ട് വെള്ളത്തിൽ... സെൻ സെക്സ് ലാഭത്തിലായാലും ഇതിൽ കളിക്കാൻ അറിയാത്തവൻ ഇറങ്ങിയാൽ പണി കിട്ടും എന്നതിന്റെ മകുടോദാഹരണം.. മൊത്തത്തിൽ സാമ്പത്തികമായ അരക്ഷിതാവസ്ഥ...

ഇപ്പോൾ ശനിയും ഞായറും ജോലി ചെയ്യാറില്ല. ജോലി സമയം ഒൻപതര മണിക്കൂർ ആയി പരിമിതപ്പെടുത്തി.. തുറിച്ചു നോക്കുന്ന ടീം ലീഡിനെതിരെ 'ആത്മാർത്ഥത അടുപ്പിലിട്ടു വേവിച്ചാൽ കഞ്ഞിയാവില്ല' എന്നു തന്റേടത്തോടെ പറയാൻ തുടങ്ങി. ഒരധികവരുമാനം കണ്ടെത്തണം. അതിനാണ് ശ്രമം.

ഒരു വെള്ളിയാഴ്ച ജോലി കഴിഞ്ഞു വരുമ്പോഴാണ് താഴത്തെ ഫ്ളാറ്റിൽ പതിവില്ലാതെ ഒരു ആൾക്കൂട്ടം. താഴെ പാർക്കിങ്ങിൽ ഒരു യെസ് ക്ലാസ്സ് ബെൻസ് കാർ. ദേവിന്റെ ഫ്ളാറ്റിൽ വന്ന ആരുടെയോ ആണ്. ഈ തെണ്ടിക്ക് ഇത്ര വലിയ അതിഥികളോ ? അറിഞ്ഞില്ലല്ലോ ഇവനും പച്ചപിടിച്ച കാര്യം. സ്റ്റെപ് കേറി മേളിലോട്ട് പോവുമ്പോൾ ദേവിന്റെ വീടിന്റെ വാതിൽ തുറക്കപ്പെട്ടു. മൂന്നുനാലു കോട്ടുധാരികൾ പുറത്തേക്കുവന്നു. ദേവ് പ്രസന്നവദനനായി അവരെ പരിചയപ്പെടുത്തി.

'ഇതൊക്കെ എന്റെ ബിസ്സിനെസ്സ് പാർട്ണേഴ്സ്.'

'ദേവ് നിന്റെ കാർ നാളെയെത്തും കൺഗ്രാറ്റ്സ്'.

പടിയിറങ്ങുന്നതിനിടയിൽ കോട്ടിട്ട മൂന്നാമൻ വിളിച്ചു പറഞ്ഞു.

വിക്കറ്റ് കിട്ടിയ ബൗളറെപ്പോലെ ദേവ് മുഷ്ടി ചുരുട്ടി ആകാശത്തിൽ അടിച്ചു. എന്തോ അവനു കൂടുതൽ തേജസ് വച്ചപോലെ. ഓഫീസിൽ പോയില്ലേ എന്ന ചോദ്യത്തിന് ' ഓ ഞാൻ അതൊക്കെ വിട്ടു, ആര് വർക്ക് ചെയ്യും ഈ നക്കാപ്പിച്ചക്കു, ഇപ്പൊ സ്വന്തം ബിസിനസ്, പിന്നെ നിന്റെ ബൈക്ക് നാളെ തൊട്ട് പുറത്തു വെക്കണം, എന്റെ കാർ വെക്കാനാ... ഒരു മാസത്തേക്ക് മതി. എന്റെ പുതിയ ഫ്ളാറ്റ് റെഡി ആയിട്ടുണ്ട്, ഫർണിഷിങ് കഴിയാൻ ഒരു മാസം എടുക്കും ക്യാഷ് എത്ര കൊടുത്താലും ഈ ബ്ലഡി വർക്കേഴ്സ് പണി തീർത്തു തരണ്ടേ...'

അവൻ ഫോൺ എടുത്തു തിരക്ക് അഭിനയിച്ച് അകത്തേക്ക് പോയി. ഞാൻ പൊളിച്ച വായ അടച്ചുകൊണ്ടു എന്റെ റൂമിലേക്കും...എന്തോ സംഭവിച്ചിട്ടുണ്ട് ഇന്നലെ വരെ പത്തു രൂപ പോലും കടമായി ചോദിക്കാൻ മടിയില്ലാത്തവന് ഇങ്ങയൊരു മാറ്റമോ. അടുത്ത മൂന്നു നാലു ദിവസങ്ങളിൽ അവന്റെ റൂമിന്റെ വാതിൽക്കൽ മാത്രമായി ശ്ര

ദ്ധ. കുറേ ആളുകൾ വരുന്നു, പോകുന്നു, എല്ലാരും വെൽ ഡ്രെസ് ഡ്, കയ്യിൽ ഫയലുകൾ, ലാപ്ടോപ്, പച്ച വെള്ളം പോലെ ഇംഗ്ലീഷ് സംസാരിക്കുന്നു. ഇനി പിടിച്ചു നിൽക്കാനാവില്ല, ആളൊഴിഞ്ഞ നേരം വരാന്തയിൽ ദേവിനെ പിടിച്ചു, 'അളിയാ നീ ഇങ്ങനെ എങ്ങനെ? എന്നെയും കൂടെ.'

കേട്ടപാടെ അവൻ വിലക്കി. 'നിന്നെ കൊണ്ടാവില്ല, അതിനു ഹാർ ഡ് വർക്ക് ചെയ്യണം, നല്ല ഡെഡിക്കേഷൻ വേണം. ഇതൊക്കെ ചെ യ്യാനുള്ള മനസ്സും വേണം.'

'അതേയ്, ഈ പറഞ്ഞതൊക്കെ എന്റെ കയ്യിലും ഉണ്ട്, നീ കാ ര്യം പറയടെ.'

'എടാ, ഈ ലോകത്ത് പണം ഉണ്ടാക്കണമെങ്കിൽ ബിസ്സിനസ്സ് ചെയ്യണം, മാർക്കറ്റിൽ കളിക്കാൻ അറിയണം, വ്യവസായത്തിന്റെ പൾസ് മനസിലാക്കണം, ശരി വൈകീട്ട് 5 മണിക്ക് എന്റെ കൂടെ വാ, ഒരു അവാർഡ് ചടങ്ങുണ്ട്, എന്റെ കമ്പനിയുടെ 100 മത് സെ ലിബ്രേഷൻ ആണ്, ഫിലിം സ്റ്റാർ ഒക്കെ വരുന്നുണ്ട്, നീയും വാ.'

പ്രൗഢ ഗംഭീരമായ ചടങ്ങ് തിങ്ങിയ ഓഡിറ്റോറിയം, പോക്കറ്റിൽ ബാഡ്ജ് കുത്തി ദേവ് ഓടി നടക്കുന്നു, വലിയ ആളുകളോട് സം സാരിക്കുന്നു. എന്തോ നമ്മൾ ഒരു പാട് ചെറുതായ പോലെ. സ്ക്രീ നിൽ ഒരു വലിയ കമ്പനി പേര് ഫ്ളാഷ് ചെയ്യുന്നു 'മണി പവർ ആൻഡ് റെസ്പെക്ട്' കൂടെ ഒരു ക്യാപ്ഷനും 'ദി ലൈഫ് സ്റ്റൈൽ യു ഡ്രീം'..ശരിയാ നമ്മൾ സ്വപ്നം കാണുന്ന ജീവിതം. ആദ്യം ഒ രു പ്രസന്റേഷൻ നടന്നു. ഒന്നും മനസ്സിലായില്ല. വലിയ വലിയ വാ ചകങ്ങൾ, കുറേ ഉദ്ധരണികൾ, മനസ്സിലാക്കിയ കുറച്ചു വാക്കുകൾ കുറിച്ചു വച്ചു. പിരമിഡ് മാർക്കറ്റിങ്, റെഫെറൽ മാർക്കറ്റിങ്, വേർഡ് ഓഫ് മൗത്ത്, സെല്ലിങ് എ ഡ്രീം, ഗെറ്റ് റിച്ച് ഇൻ കിക്ക് മുതലായ വ.... കുറേപ്പേർ അവാർഡ് ഏറ്റുവാങ്ങി. എന്തൊക്കെയോ പേരിൽ ഗോൾഡൻ ബാൻഡ്, ഡയമണ്ട്, പ്ലാറ്റിനം എന്നൊക്കെ. തിരിച്ചു പോ രുമ്പോൾ എന്നെ നോക്കി കണ്ണിറുക്കികൊണ്ട് ദേവ് ചോദിച്ചു 'അ മ്പരപ്പ് മാറിയില്ല അല്ലേ, ഇത് ഞങ്ങളുടെ ലോകം നീയൊക്കെ സ്വ പ്നം കാണുന്ന ജീവിതം ഞങ്ങൾ ജീവിച്ചു തീർക്കുന്നു.. നാളെ റൂ മിലേക്ക് വരാം. കൂടെ എന്റെ ബോസും ഉണ്ടാവും.'

ആ പ്രഭാതത്തിലേക്ക് ഞാൻ ആകാംക്ഷാപൂർവം കാത്തിരുന്നു.

കൃത്യ സമയത്ത് തന്നെ അവർ എത്തി. ദേവ്, അവന്റെ ബോസ്, പിന്നെ മൂന്നു കോട്ടു ധാരികൾ. ചെന്നു കേറിയപാടെ അങ്ങേരുടെ

കണ്ണുടക്കിയത് എന്റെ ചുവരിലെ അസിം പ്രേംജി യുടെ ഫോട്ടോ യിൽ... കീഴെയുള്ള വാചകത്തിലും അപ്പ്ളെയിങ് തോട്ട്സ് ഇൻ അ സിം വേ... വിപ്രോ കമ്പനിയുടെ ക്യാപ്ഷൻ.. 'നൈസ് മാൻ, നിങ്ങളു ടെ കണ്ണിൽ ഒരു പാട് ദീർഘവീക്ഷണം കാണുന്നു, ഒരു നല്ല ബി സ്സിനസ്സ് മാന് അതാണ് ആവശ്യം'..ഞാൻ അഭിലാഷ് ടോമി, സ്വയം അയാൾ പരിചയപെടുത്തി. വളരെയധികം വിനയാന്വിതനായ വ്യ ക്തി.

അയാൾ ലാപ്ടോപ് തുറന്നു മുന്നിൽ വച്ചു, എന്നിട്ടൊരു കഥ പ റഞ്ഞു. 'ഒരു നാൾ ഷാരുഖ് ഖാന്റെ ഭാര്യ ഗൗരി ഖാൻ മുംബൈ ബാന്ദ്രയിലെ ബീച്ച് റോഡിലൂടെ കാറിൽ പോവുകയായിരുന്നു. റോ ഡ് അരികിൽ കടലിനു അഭിമുഖമായി ഒരു ഇരുനില ബംഗ്ലാവ് അവ രുടെ ശ്രദ്ധയിൽ പെട്ടു. കണ്ടപാടെ അവർ പറഞ്ഞു, 'ഓ വെരി നൈ സ്... അന്ന് വൈകുന്നേരം ആ ബംഗ്ലാവ് അവരുടെ പേരിലേക്ക് രജി സ്റ്റർ ചെയ്യപ്പെട്ടു. ഇതാണ് പണത്തിന്റെ ശക്തി.. ദി റിയൽ പവർ ഓഫ് ലികിഡ് മണി. ഈ ലോകത്ത് ആരും തന്നെ പണക്കാരായി ജനിക്കു ന്നില്ല, നീ ജനിച്ചത് ദരിദ്രനായിട്ടാണെങ്കിൽ അത് നിന്റെ തെറ്റല്ല, പക്ഷെ നീ മരിക്കുന്നതും ദരിദ്രനായിട്ടാണെങ്കിൽ അത് നിന്റെ മാ ത്രം തെറ്റാണ്. ഈ ലോകത്ത് എല്ലാവർക്കും ഭാഗ്യം എന്ന പേരിൽ ഒരു സുവർണാവസരം ഒരിക്കൽ കിട്ടും. അത് കണ്ടറിഞ്ഞു ഉപ യോഗിച്ച് രക്ഷപെട്ടവർ ജീവിതം ആസ്വദിക്കുന്നു, ഇല്ലാത്തവർ വിധി യെ പഴിച്ചു കൊണ്ടിരിക്കുന്നു. അനിയനും അങ്ങനെയൊരു അവസ രം ഞാൻ തരാം. അനിയൻ അത് ഉപയോഗിക്കാൻ തയ്യാറാവുമെ ങ്കിൽ...'അയാൾ പറഞ്ഞു നിർത്തി. എന്റെ കണ്ണുകളിൽ തിളക്കം കൂ ടിയ പോലെ, ചെവികൾ പതിവിലേറെ വികസിച്ചു. 'ഇത് എന്റെ ക മ്പനി മണി പവർ ആൻഡ് റെസ്പെക്ട്, എന്ത് കൊണ്ടു ഈ പേര്? മടിയിൽ കനം ഉള്ളവനെ എന്നും ലോകം ബഹുമാനിച്ചിട്ടുള്ളു. എറി ക് ജർമൻ എഴുതിയ 'മൈ ഫാദേഴ്സ് ഡ്രീം' എന്ന പുസ്തക ത്തിൽ ജീൻ വലേറോ പറയുന്നപോലെ 'നീ ഞാൻ പറയുന്നത് സ സൂക്ഷ്മം വീക്ഷിക്കുന്നു. കാരണം അത് നിന്റെ ആവശ്യമാണ്, നീ വന്നു എന്റെ അടുത്തേക്ക്. കാരണം നീ വലുതായി സ്വപ്നം കാ ണാൻ തുടങ്ങിയിരിക്കുന്നു. ഞാൻ ഇവിടെ വന്നത് തൊട്ടെ ഞാൻ ശ്രദ്ധിയ്ക്കുന്നു, നിന്റെ നോട്ടം താഴെ പാർക്ക് ചെയ്ത ബെൻസ് കാറിലേക്കാണ്, തമാശ എന്തെന്നാൽ അതു പോലെ ഒന്ന് വാടകയ് ക്കു എടുക്കാൻ പോലും നിന്റെ കയ്യിൽ കാശില്ല. പറയുന്നത് ചില

പ്പോൾ ക്രൂരമായിരിക്കാം നിന്റെ ഈ ജീവിതം വച്ചിട്ട് നീയൊരിക്ക ലും അതൊന്നും വാങ്ങാനും പോകുന്നില്ല. പറഞ്ഞത് പച്ചയായ സ ത്യം. വിഷമിക്കണ്ട ഞാനും ഇങ്ങനെ തന്നെ ആയിരുന്നു. 2 വർഷം മുൻപ് വരെ.. എന്നു ഞാൻ മാറി ചിന്തിക്കാൻ തുടങ്ങിയോ അന്ന് തൊട്ട് എന്റെ വിധി ഞാൻ തന്നെ വിധിച്ചു തുടങ്ങി. എന്റെ ബിസി നസ്സിൽ തൊഴിലാളി, മുതലാളി എന്ന ഭേദഭാവവും ഇല്ല. എല്ലാവരും മുതലാളിമാർ. ലാഭം എല്ലാവരും തുല്യമായി പങ്കിടുന്നു. ഞാൻ വള രുന്നു. കൂടെ എന്റെ കൂടെയുള്ളവരും. ഇന്റൽകമ്പനിയിലെ ഒന്നരല ക്ഷം സാലറിയുള്ള ജോലി വിട്ടു. ഈ ബിസ്സിനസ്സ് ചെയ്യുമ്പോൾ നിന്റെ തലയ്ക്കു വട്ടാണ് എന്ന് പറഞ്ഞത് മറ്റാരുമല്ല. എന്റെ അച്ഛ നും അമ്മയും ആണ്. ഇന്ന് എന്റെ ആഴ്ച വരുമാനം 15 ലക്ഷത്തിൽ ഏറെയാണ്. എനിക്കു വട്ടാണ് എന്നു പറഞ്ഞവർ ന്യൂസീലാന്റിൽ ടൂറിൽ ആണ്. വളരെ എളുപ്പമാണ് എന്റെ ബിസിനസ്സിൽ ചേരാൻ, ഞാൻ പുതിയ ആളുകളെ എപ്പോഴും സ്വാഗതം ചെയ്യുന്നു കാര ണം പുതിയ മനസ്സിൽ പുത്തൻ ഐഡിയകൾ ഉണ്ടാവും'.ചിരിച്ചു കൊണ്ടു അയാൾ ഒരു വൈറ്റ് പേപ്പർ എടുത്തു . ലാപ്ടോപ്പിൽ കുറ ച്ചു പ്രൊഡക്ട് കാണിച്ചു. 'ഞാൻ ഈ പ്രൊഡക്റ്റിനെ പറ്റി ഒന്നും കൂടുതലായി പറയുന്നില്ല കാരണം ഞാനൊരു സെയിൽസ്മാൻ അ ല്ല, നമ്മളാരും തന്നെ, അതല്ല നമ്മുടെ ജോലി. ഇത് ഈ ബിസിന സ്സിൽ ചേരാനുള്ള ഒരു ചവിട്ടുപടി മാത്രം. 8000 രൂപയാണ് ഈ പ്രൊഡക്ടിന്റെ വില. അത് വാങ്ങിക്കഴിഞ്ഞാൽ നിങ്ങൾക്ക് ഇതിൽ മെമ്പർഷിപ്പ് ലഭിക്കും. നിങ്ങൾക്കു ഒരു ഐഡി ക്രിയേറ്റ് ആകും. ആ ഐഡിയിൽ ആണ് നിങ്ങൾ പിന്നീട് അറിയപ്പെടുക. ഇനി നി ങ്ങൾ ചെയ്യേണ്ടത് നിങ്ങൾ ലീഡ് ആയിട്ടുള്ള ഒരു ഗ്രൂപ്പ് ഉണ്ടാക്ക ണം. സമാന ചിന്താഗതിയുള്ള കുറച്ചു പേരെ ഷോർട്ലിസ്റ്റ് ചെയ്യ ണം. ശ്രദ്ധിക്കണം നിങ്ങളുടെ അതെ ഇച്ഛാശക്തി അവരിലും ഞാൻ പ്രതീക്ഷിക്കുന്നു. അവരെ നിങ്ങളുടെ ഇടതും വലതും ആയി, ഇതാ ഇതുപോലെ ഒരു ചെയിൻ പോലെ ചേർക്കുന്നു. സൗഹൃദത്തിന്റെ ഒരു കണ്ണി. അപ്പോൾ തന്നെ നിങ്ങളുടെ അക്കൗണ്ടിലേക്ക് കമ്മീ ഷൻ ആയി 2500 രൂപ വരും അതെ പാടത്തു ജോലി വരമ്പത്തു തന്നെ കൂലി അത് നമ്മുടെ രീതി. അവർ രണ്ടുപേരും വേറെ ര ണ്ടു രണ്ടുപേരെ ചേർക്കുന്നു അപ്പോൾ അവർക്ക് 2500രൂപയും നി ങ്ങൾക്ക് 5000 രൂപയും കിട്ടുന്നു. ശ്രദ്ധിക്കണം നിങ്ങളുടെ മുതൽ മു ടക്ക് വെറും ആദ്യത്തെ 8000 രൂപ മാത്രം. 7500 തിരിച്ചു കിട്ടി. ഇനി

നമുക്ക് ആഴ്ചക്രമത്തിൽ കണക്കുകൂട്ടാം. ആദ്യത്തെ ആഴ്ച നിങ്ങ
ൾ രണ്ടു പേരെ ചേർത്തു. അടുത്ത ആഴ്ച അവർ രണ്ടുപേരെ വച്ചു
ചേർത്തു. 5000 നിങ്ങളുടെ അക്കൗണ്ടിൽ. മൂന്നാമത്തെ ആഴ്ച നിങ്ങ
ളുടെ അടിയിൽ 8 പേർ 10000, 4 ആഴ്ച 16 പേർ 20000, 5 ആഴ്ച ക
മ്മീഷൻ 40000 , 6 ആഴ്ച 80000, 7 ആഴ്ച 160000...ഇപ്പോഴത്തെ മാ
സശമ്പളം 5 ആഴ്ച കൊണ്ടു പിന്നിട്ടത് മറക്കണ്ട.. ഇതിൽ മുടക്കു
മുതൽ ആദ്യം വാങ്ങിയ 8000 രൂപ... ഇതിങ്ങനെ പോയിക്കൊണ്ടേയി
രിക്കും. ഒരു ബിഗ് നെറ്റ് വർക്ക്. ഇപ്പൊ പറയൂ എങ്ങനുണ്ട്.'

പിന്നെയും കുറേ പ്രസന്റേഷൻ സ്ലൈഡുകൾ കാണിച്ചു, കമ്പ
നി ഹിസ്റ്ററി, കോടിപതികളുടെ ലിസ്റ്റ്. കുറേ വലിയ വലിയ ആൾ
ക്കാരുടെ അഭിപ്രായങ്ങളും.. പക്ഷെ മനസ്സു മുഴുവൻ ആ പിരമിഡും
ആഴ്ചയിൽ ആഴ്ചയിൽ കിട്ടുന്ന 2500, 5000, 10000, 20000, 40000,
80000ത്തിലു മാണ്. റിസ്ക് ഒന്നും തന്നെയില്ല വെറും ഒരു എട്ടായി
രം. ഇപ്പോൾ ഉള്ള ജോലി സൈ്വര്യമായി മുന്നോട്ടു കൊണ്ടു പോ
കാം. ഇത് ആദ്യമായിട്ടല്ല ഒരധിക വരുമാനത്തിന് ശ്രമിക്കുന്നത്. മൂ
ന്നു മാസം മുൻപ് ഒരു സുഹൃത്ത് വിളിച്ചിരുന്നു. ഒരു ഓഫീസ് ഷി
ഫ്റ്റിംഗ് ആണ് കുറച്ചു കമ്പ്യൂട്ടർ അങ്ങോട്ടും ഇങ്ങോട്ടും മാറ്റണം
അത്ര തന്നെ. ഒരു രണ്ടു മൂന്നു മണിക്കൂർ വർക്ക് 600 രൂപ കൂലി.
കുഴപ്പമില്ല എന്തായാലും ശനിയാഴ്ച വെറുതെ ഇരുപ്പല്ലേ ഒരാഴ്ച
ത്തെ പെട്രോൾ കാശ് കിട്ടുമല്ലോ. ഒരു സി. പി.യു എടുത്തു ചുമ
ലിൽ വച്ചപ്പോൾ നടു ഒന്ന് ഇളകിയപോലെ തോന്നി. ഞാനൊരു
സോഫ്റ്റ്വെയർ എൻജിനീയർ അല്ലേ. പണ്ട് ചെറുപ്പത്തിൽ വിഷുവി
നു കൊന്നപ്പൂ വിറ്റപ്പോ, നീ എനിക്ക് അപമാനം ഉണ്ടാക്കി എന്ന്
അച്ഛൻ പറഞ്ഞത് ഓർക്കുന്നു. പക്ഷെ അന്ന് വാങ്ങി പൊട്ടിച്ച പടക്ക
ത്തിന് ആത്മനിർവൃതിയുടെ ശബ്ദമായിരുന്നു. ഏത് ജോലിയും ഞാൻ
ചെയ്യും. രണ്ടടി മുന്നോട്ടു വച്ചില്ല, അങ്ങ് ദൂരെ മാനേജർ ക്യാബി
നിൽ ഇരിക്കുന്ന മനുഷ്യനെ എവിടെയോ കണ്ട പരിചയം, ഭാര്യയു
ടെ കസിൻ... ആത്മാഭിമാനം കാൻസർ പോലെയാണ്.. അന്ന് ഏതു
വഴി ഓടിയാണ് രക്ഷപെട്ടത് എന്ന് ഇപ്പോഴും അറിയില്ല.

'എന്ത് തീരുമാനിച്ചു, നിങ്ങൾ സ്വപ്നം കണ്ട ജീവിതം തെര
ഞ്ഞെടുക്കുന്നോ?' അയാളുടെ ശബ്ദം ഉണർത്തി. ' ശരി അഭിലാഷ്
ഞാൻ തയ്യാറാണ്, എനിക്കും ജീവിക്കണം ദരിദ്രനായി മരിക്കാൻ
ഞാൻ ഒരുക്കമല്ല'.

റൂമിൽ ഒരു കൂട്ട കൈയടി.

'ശരി. ഒരു പ്രോഡക്റ്റ് സെലക്ട് ചെയ്യൂ. കണ്ണിലുടക്കിയത് ഒരു വാച്ച്. ഐഡി ഉണ്ടാക്കി രെജിസ്ട്രേഷൻ പൂർത്തിയാക്കിയപ്പോൾ അഭിലാഷിന്റെ നിർദേശം 'ഒരു ബിസ്സിനെസ്സ് ട്രിക്ക് പറഞ്ഞു തരാം. നിങ്ങളുടെ ഇടവും വലവും നിങ്ങൾ തന്നെ ആണെങ്കിലോ? മനസി ലായില്ല അല്ലെ. നിങ്ങൾ നിങ്ങളുടെ കീഴിൽ രണ്ടു പ്രോഡക്റ്റ് കൂ ടി എടുക്കുന്നു. എന്നിട്ട് നിങ്ങൾ ഇടതും വലത്തും രണ്ടു വീതം പേ രെ ചേർക്കുന്നു. അപ്പോൾ ഒറ്റയടിക്ക് കമ്മീഷൻ 10000 ആദ്യ ആഴ്‌ ച തന്നെ... പിന്നെ രണ്ടാമത്തെ ആഴ്‌ച 20, പിന്നെ 40, 80 അങ്ങനെ ഇതിനെ ട്രൈ പോൾ എന്നാണു പറയുക.. ആലോചിച്ചു നോക്കൂ. അധികം ആലോചിച്ചില്ല മൂന്നു വാച്ചുകൾ സെലക്ട് ചെയ്തു. 24000 അക്കൗണ്ടിൽ നിന്ന് ഇറങ്ങി.. അഞ്ചു മിനിറ്റ് എടുത്തില്ല അക്കൗ ണ്ടിൽ 2500ക്രെഡിറ്റ് ആയിട്ടുണ്ട്.. കൊള്ളാല്ലോ ഇത്. അവർ കുറച്ചു ബ്രോഷർ തന്നു. ഗുഡ് ബൈ പറഞ്ഞു ഇറങ്ങി. തനിക്കു എന്തോ മൊത്തത്തിൽ ഒരു മാറ്റം വന്നപോലെ. ശരിയാ ഇനി മുതൽ ഞാ നൊരു ബിസ്സിനസ്സ് മാൻ. വലിയൊരു വ്യവസായ ചങ്ങലയിലെ സു പ്രധാന കണ്ണി... ഒരു നോട്ട് ബുക്കിൽ അറിയാവുന്ന കോൺടാക്ട് എഴുതി തുടങ്ങി. 24 പേരെ ഷോർട് ലിസ്റ്റ് ചെയ്തു വച്ചു. പലരോടും ഒരു ബിസ്സിനെസ്സ് പ്ലാൻ എന്ന് മാത്രം ആണ് പറഞ്ഞത്. വീട്ടിൽ വച്ചു പ്രസന്റേഷൻ കൊടുക്കാൻ തീരുമാനിച്ചു . അഭിലാഷ് സമ്മതം മൂ ളി. ഓഫീസിൽ പറഞ്ഞപ്പോൾ ആരും താല്പര്യം കാണിച്ചില്ല അ സൂയക്കാർ. അല്ലേലും ഒരുത്തൻ നന്നാവുന്നത് പിടിക്കുലല്ലോ. ആ കെ വരാം എന്നു സമ്മതിച്ചത് രണ്ടു ജൂനിയേർസ്. അതും ഭയം കൊ ണ്ടു. 16 പേരെ ക്ഷണിച്ച പരിപാടിക്ക് വന്നത് 4പേർ. രണ്ടു മൂന്നു ആ ത്മ സുഹൃത്തുക്കൾ ഉണ്ട്. വിളിച്ചാൽ വരും പക്ഷെ അവരുടെ കയ്യിൽ 8000 പോയിട്ട് 100 രൂപ തികച്ചുകാണില്ല. ബിസ്സിനസ്സ് വേറെ സൗഹൃ ദം വേറെ. പ്രസന്റേഷൻ കഴിഞ്ഞപ്പോൾ എന്റെ കണ്ണിലെ തിളക്കം ആ നാലുപേരിലും കണ്ടില്ല. ആഴ്‌ചകൾ മൂന്നു നാലു കഴിഞ്ഞു പി ന്നെയും രണ്ടുപേരെ പ്രസന്റേഷനു കിട്ടി. പക്ഷെ ആരും ചേരാൻ ത യ്യാറായില്ല. നാട്ടിൽ നടത്തിയ ശ്രമവും അമ്പേ പരാജയപ്പെട്ടു. ഇ പ്പോൾ ആരും ഫോൺ എടുക്കാൻ പോലും തയ്യാറാവുന്നില്ല. അഭിലാ ഷും ദേവും എന്നെ ഒഴിവാക്കുന്നപോലെ തോന്നി. ഒരു മാസത്തിനിട യിൽ തന്നെ ആ മൂന്നു വാച്ചുകളും പണിമുടക്കി. ശരിയാ ആ കമ്പ നി ക്യാപ്ഷൻ പോലെ ' വി സെൽ യുവർ ഡ്രീംസ്' നമ്മുടെ സ്വപ് നങ്ങളെ അവർ വിറ്റു തുലക്കുന്നു...

ജീവിതം മുന്നോട്ട് തന്നെ പോയിക്കൊണ്ടിരുന്നു. ഇപ്പോൾ അമിത മായ സ്വപ്നങ്ങൾ ഒന്നും തന്നെയില്ല. ആയിടയ്ക്കാണ് ടെസ്റ്റിംഗ് ടീമിലുള്ള മദൻ എന്നെ സമീപിച്ചത്. പൊതുവെ ശാന്തശീലനായ അവൻ അധികം സംസാരിക്കാറില്ല.

' സാർ വീക്കെൻഡ് പ്ലാൻ എന്താണ്, നാട്ടിൽ പോവുന്നുണ്ടോ, ഫ്രീ ആണെങ്കിൽ എന്റെ കയ്യിൽ ഒരു പ്ലാൻ ഉണ്ട്.'

'സോറി മദൻ ബിസ്സിനസ്സ് പ്ലാൻ ആണെങ്കിൽ കയ്യിൽ തന്നെ വ ച്ചേക്കണം, ഒന്ന് പൊള്ളിയതിന്റെ ക്ഷീണം മാറിയില്ല.'

'അല്ല സാറെ ഇതൊരു മൂന്നു മണിക്കൂർ പരിപാടിയാ. ഒരു പ ത്തെഴുന്നൂറ്റമ്പത് രൂപ ഒപ്പിച്ചു തരാം.'

'എഴുന്നൂറ്റമ്പത് കൊള്ളാല്ലോ. ഭാരം ചുമക്കാനൊന്നും എന്നെ കൊണ്ടു പറ്റൂല.'

'എന്റെ സാറെ, സാർ അവിടെ വന്നു ഒന്ന് ഇരുന്നാൽ മതി.'

' ശരി. നാളെ ഫുഡ് ഉണ്ടാക്കിട്ട് വരാം'.

'സാറെ പരിപാടി വിത്ത് ഫുഡ് ആണ്.'

'കൊള്ളാല്ലോ, നീ അഡ്രസ് അയയ്ക്ക്. ഞാൻ വന്നോളാം.'

ഭക്തി സംഗീത നിർഭരമായ അന്തരീക്ഷം. വെളുത്ത വസ്ത്രം ധ രിച്ചു മുന്നിൽ നിന്നയാൾ ദൈവസ്നേഹത്തെ കുറിച്ച് വാതോരാതെ സംസാരിക്കുന്നു. പിന്നിൽ ബാക്ക് ഗ്രൗണ്ട് മ്യൂസിക് ഉണ്ട്. കാണികൾ കൈകൾ ആകാശത്തേക്ക് ഉയർത്തി അത് ശരി വെക്കുന്നു. ഒരു പ്ര ത്യേക അനുഭവം, വേറെ ഏതോ ലോകത്തിൽ എത്തിയപോലെ. മൂ ന്നുമണിക്കൂർ ഈ പ്രതിഭാസം നീണ്ടുനിന്നു. കുറേ കാര്യങ്ങൾ പഠി ച്ചപോലെ തോന്നി. കൂടെ പങ്കെടുത്ത ആളുകളുടെ വാക്കുകളിൽ ആവേശം. അവർക്കെന്തോ എക്സ്ട്രാ എനർജി കിട്ടിയപോലെ. കിടി ലൻ മട്ടൻ ബിരിയാണി ആസ്വദിച്ചു കഴിച്ചു. പണ്ട് കോളേജിൽ പഠി ക്കുമ്പോൾ ഇത് പോലെ മീറ്റിംഗിന് പോയി ബിരിയാണി കഴിച്ചിട്ടു ണ്ട്. പക്ഷെ അത് പൊരിവെയിലത്ത് ആയിരുന്നു. പോരാത്തതിന് അ വസാനം പോലീസ് ലാത്തിചാർജ്ജും കണ്ണീർ വാതകവും. പഴയ മു ഖ്യമന്ത്രി പുതിയ പാർട്ടി ഉണ്ടാക്കിയപ്പോൾ ജാഥയിൽ ആളായി പോ യതാ... പക്ഷെ ഇത് കൊള്ളാം നന്നായി ഇഷ്ടപ്പെട്ടു. കഴിച്ചിറങ്ങു മ്പോൾ മദനെ കണ്ടു.

'സർ ഇതാ ക്യാഷ്, എങ്ങനുണ്ട് സാർ, ഇഷ്ടമായയോ.'

'അടിപൊളി മദൻ എല്ലാം നന്നായിരുന്നു. പരിപാടിയും ഫുഡ്ഡും എല്ലാം, താങ്ക്സ് മദൻ.'

'സാർ ദൈവ ദർശനം വല്ലതും തോന്നിയോ'

'പിന്നില്ലാതെ മദൻ, ഇവിടം മുഴുവൻ ദൈവ ചൈതന്യം നിറ ഞ്ഞൊഴുകുന്നു. നിങ്ങൾ ഭക്ഷണം കൊടുക്കുന്നു, പണം കൊടുക്കു ന്നു, നല്ല കുറേ കാര്യങ്ങൾ പറഞ്ഞു കൊടുക്കുന്നു. അതിലെല്ലാം എനിക്കു ദൈവത്തെ കാണാൻ പറ്റും. അടുത്ത പരിപാടിക്കും വിളി ക്കണേ. ശനി, ഞായർ ഞാൻ ഫ്രീ ആണ്, വീക്ക് ഡെയ്സിൽ വെ ച്ചാലും വരാൻ ശ്രമിക്കാം. മൂന്നു മണിക്കൂർ അഡ്ജസ്റ്റ് ചെയ്താൽ പോരെ. ഒരു യാത്ര സൗകര്യം കൂടി കിട്ടിയാൽ നന്നായിരുന്നു. അ പ്പൊ നന്ദി മദൻ അടുത്ത പരിപാടിക്ക് കാണാം.'

ദൈവവിശ്വാസം വിജയിക്കട്ടെ... ഒടുവിൽ എനിക്കും കണ്ടെത്താൻ സാധിച്ചു ഒരു അധിക വരുമാനം.

ഇനിയിപ്പോൾ ഈ വഴിയിൽ തന്നെ.

ഗുമസ്തൻ പറമ്പിലെ കിണർ

റോഡ്പണി കാരണം ആയിരിക്കും റോഡിൽ മുഴുവൻ പുക പൊ ടി പടലങ്ങൾ. മുന്നിലുള്ള ടിപ്പർ കഴിഞ്ഞ പതിനഞ്ചുമിനുട്ടായി നന്നാ യി വെറുപ്പിക്കാൻ തുടങ്ങിട്ട്. ഇവനായിട്ട് സ്പീഡിൽ പോവുകയും ഇ ല്ല, മറ്റുള്ളവർക്ക് സൈഡും കൊടുക്കില്ല. ഒരു പത്തുമിനുട്ട് ഡ്രൈവ് കൂടിയുണ്ട് വീട്ടിലെത്താൻ. സൈഡിലൂടെ ഓവർടേക്ക് ചെയ്യാൻ നോ ക്കിയതാ അപ്പോഴാ ആ പറമ്പിന്റെ അറ്റത്തു നാട്ടിയ ബോർഡ് ക ണ്ണിൽ ഉടക്കിയത്. 'സ്ഥലം വില്പനക്ക്'. മനസ്സിൽ ഒരു കൊള്ളിയാൻ മിന്നിയതുപോലെ. സാധാരണ അങ്ങനെ ഇല്ലാത്തതാണ്. പക്ഷെ ഈ സ്ഥലം എനിക്ക് അങ്ങനെ മറക്കാൻ പറ്റില്ലല്ലോ...

'ഗുമസ്തൻ പറമ്പ്'...

വണ്ടി നിർത്തി പുറത്തിറങ്ങി. 20 വർഷം ആയിക്കാണും ഇവിടെ ഇറങ്ങിട്ട്. അധികം ഗൃഹാതുരത്വം ഒന്നും ഫീൽ ചെയ്യുന്നില്ല. ലീവിൽ വരുമ്പോൾ ഇത് വഴി പോവാറുണ്ട് അത്രമാത്രം... മുമ്പുണ്ടായിരുന്ന തിൽനിന്നും ഈ സ്ഥലം ഒരു പാട് മാറിപ്പോയിരിക്കുന്നു. പണ്ടത്തെ ഗുമസ്തൻ പറമ്പ് എന്നുപറയുന്നത് അതിവിശാലമായ, ഒരു നാല ഞ്ചു ഏക്കർ വരും. തെങ്ങും, മാവും, കശുമാവും നിറഞ്ഞ ഒരു നിബി ഡ വനം. ഇവിടത്തെ ഇളനീരിന്റെ രുചി ഇപ്പോഴും നാവിൻ തുമ്പത്തു തന്നെ ഉണ്ട്.

ഇരുപത് വർഷം മുൻപത്തെ കാലം അല്ലെ, എന്നെപ്പോലത്തെ കൗ മാരക്കാർക്ക് വലിയ പ്രതീക്ഷകളൊന്നും ഉണ്ടായിരുന്നില്ല ഭാവിയെ കുറിച്ച്. എസ് എസ് എൽ സി പാസാവണം. ഒരു ക്ലാസും കൂടി ഉണ്ടാ യാൽ ബഹുജോർ. കാരണം എല്ലാരും തിരയുന്നത് പത്താം ക്ലാസ്സിൽ ക്ലാസ്സുണ്ടോ എന്നാണ്. പിന്നെ കുറച്ചു കാലം വീട്ടുകാരുടെ പ്രാക്കൽ കേട്ടു നടക്കാം. ഗൾഫിൽ ബന്ധുക്കൾ ആരെങ്കിലും ഉള്ളവർ ഭാഗ്യ വാന്മാർ. ഇനിയുള്ളത് ഡ്രൈവിംഗ് പഠിത്തം. അതിനു ആരെങ്കിലും കനിയണം. അടുത്തത് പട്ടാളത്തിൽ ചേരൽ. കുറച്ചു ബുദ്ധിമുട്ടുള്ള പ രിപാടി ആണ്. പക്ഷെ നാട്ടിൽ കുറേ വഴികാട്ടികളായ മുൻഗാമികൾ ഉ

ണ്ട്. യോർക്കർ ബിജു, കണ്ടത്തിൽ രതീഷ്, കുഞ്ഞോൻ ബിജു...അ
ങ്ങനെ കുറേ പേര്.. അല്ലാതെ ഉപരിപഠനം എന്ന ചിന്ത മനസ്സിന്റെ
കോണിൽ ഒരിടത്തും ഇല്ല. ഒടുവിൽ ആ വഴി തന്നെ തിരഞ്ഞെടുക്കാൻ
തീരുമാനിച്ചു. അടുത്ത മാസം കോഴിക്കോട് ഒരു റിക്രൂട്ട്മെന്റ് റാലി
വരുന്നുണ്ട്. അതാണ് പ്ലാൻ. അഞ്ചര മിനുട്ടിൽ ഒന്നര കിലോമീറ്ററിനു
മുകളിൽ ഓടണം. പിന്നെ പുഷ് അപ്പ്, പുള്ള് അപ്പ്... ഹൈറ്റും വെയി
റ്റും ഉണ്ട് പക്ഷെ ഓട്ടം ഓടി തന്നെ പിടിക്കണ്ടേ. വൈകിട്ട് ഗ്രൗണ്ടിൽ
മാക്കൂട്ടം ധനയുടെ സ്മാഷ് ബ്ലോക്ക് ചെയ്തു കൊണ്ടു ചാലിലെ സ
ന്തോഷ് പറഞ്ഞു ' നാളെ രാവിലെ തൊട്ട് ഓടാൻ പോയാലോ'. 'എ
ടാ ഞാനും ഉണ്ട്.' സെർവ് നെറ്റിലേക്ക് അടിച്ചു കൊണ്ട് നൗഷാദും
ചിലച്ചു. അപ്പൊ ടീം ആയി. ബാക്കി ഉള്ളവരൊക്കെ ലോറിയിലും, ചെ
ങ്കല്ല് വെട്ടാനൊക്കെ പോകുന്നവരാണ്...

ധനുമാസത്തിലെ തണുത്ത പ്രഭാതം ഒരു കനത്ത കാറ്റോടെ ഞ
ങ്ങളെ സ്വാഗതം ചെയ്തു. വെളിച്ചം പരന്നു തുടങ്ങിയിട്ടില്ല. അരകി
ലോമീറ്റർ ഓടിക്കാണില്ല. അടിവയറ്റിൽ ചെറുതായി ഒരു വേദന അനുഭ
വപ്പെടുന്നു.

നൗഷാദ് അവന്റെ അൽക്കടെൽ മൊബൈലിന്റെ ഡിസ്പ്ലേ ഉയർ
ത്തി കാണിക്കുന്നുണ്ട്. അവനു മാത്രേ ഉള്ളു ഈ മൊബൈൽ സാധ
നം. കുന്നുംപുറത്തേ റേഞ്ച് ഉള്ളു. ദുബായിലുള്ള മാമൻ കൊടുത്തതാ
ണ്. അല്ലേലും അവനീ തണുപ്പത്തു ഓടേണ്ട വല്ല ആവശ്യം ഉണ്ടോ?

സന്തോഷാണ് പറഞ്ഞത്; 'ആ ഗുമസ്തൻ പറമ്പ് വഴി ഓടിയാലോ..'

ശരിയാ... കുറച്ചു കുന്നു കയറ്റം നല്ലതാ. ബോഡി കൂടുതൽ ഫിറ്റ്
ആവട്ടെ. കൃത്യം ആ പറമ്പിൽ എത്തിയപ്പോൾ ഒരു സൈഡ് വലിവ്.

സന്തോഷ് തെങ്ങിന്റെ മുകളിലോട്ട് നോക്കിയിട്ട് ചോദിച്ചു, 'ഡാ ന
ല്ല ക്ഷീണം. ഒരു ഇളനീർ ഇട്ടാലോ'

'ഓഹോ. അതാണ് ഈ വഴി തിരിച്ചുവിട്ടത് അല്ലെ. ഐഡിയ കൊ
ള്ളാം. അത്യാവശ്യം നല്ല ദാഹം തോന്നുന്നുണ്ട്..'

'ഡാ..പണി പാളും. ഈ പറമ്പിലെ തെങ്ങിൽ ബ്ലേഡ് വച്ചിട്ടുണ്ട്.'
നൗഷാദ് അവനെ വിലക്കി.

ശരിയാണ് തേങ്ങ മോഷണം തടയാനുള്ള ഉടമസ്ഥന്റെ കെണിയാ
ണ് തെങ്ങിൻ തടിയിൽ ബ്ലേഡ്, മുള്ള് തുടങ്ങിയവ പിടിപ്പിക്കുന്നത്.
ഇരുട്ടിൽ തെങ്ങിൽ വലിഞ്ഞു കേറുന്നവരുടെ തൊലി നന്നായി ഉരി
യും. ഇങ്ങനെ തൊലി ഉരിച്ച 'ബ്ലേഡ് സലിം' നൗഷാദിന്റെ എളാപ്പ
ന്റെ മോൻ ആണ്.

'അതൊക്കെ നോക്കി കേറാമെടെ... സന്തോഷ് തളരില്ല.'

അല്ലേലും ഏതു സാഹചര്യം ആയാലും ആദ്യ സാഹസം സന്തോ ഷിന്റെ വകയാണ് എപ്പോഴും. ഗേറ്റ് ഇരുമ്പ് പൂട്ടിട്ട് പൂട്ടിട്ടുണ്ട്. കല്ല് കെട്ട് അനായാസം ചാടി കടന്നു. കുറച്ചു ഉള്ളോട്ട് പോയാൽ ചെറിയ തെ ങ്ങുകളുണ്ട്. ഒന്നുമില്ലേൽ എറിഞ്ഞു ഇടാണെങ്കിലും പറ്റും. സന്തോഷ് അരയിൽ നിന്ന് തോർത്ത് എടുത്തു തള കെട്ടി. അവനെപ്പോഴും ഫുൾ സെറ്റപ്പ് ആയിട്ടാണ് വരാറ്. സന്തോഷ് വലിഞ്ഞു കയറി തുടങ്ങി.

നൗഷാദ് താഴെ നിന്നു. ഞാൻ ഗേറ്റിനടുത്ത് ഗാർഡ് ഡ്യൂട്ടി.

രണ്ടു മിനുട്ട് കഴിഞ്ഞില്ല. വേറേതോ ദിശയിൽ തേങ്ങ വീഴുന്ന ശ ബ്ദം. റോഡിലൂടെ ഒരു ജീപ്പ് പാഞ്ഞു വന്നു സ്ലോ ആക്കി. രണ്ടു മൂ ന്നു ടോർച്ചു ലൈറ്റുകൾ തെളിഞ്ഞു. കൂടെ 'ആരെടാ...' എന്ന ശബ്ദ വും.. ഇനി രക്ഷയില്ല. ഓടുക തന്നെ. പിടിച്ചാൽ പണി പാളും. പറമ്പി ന്റെ ഉള്ളിലേക്കു കാല് ചലിച്ചു. കുറേ ദൂരം തെങ്ങിൻ തോപ്പിലൂടെ ഓ ടി. ഇപ്പൊ ശബ്ദവും വെളിച്ചവും പുറകിൽ ഇല്ല. അവര് പോയി എന്ന് തോന്നുന്നു. നല്ല പോലെ കിതച്ചു.

ആരോ ഓടി വരുന്നു. സന്തോഷ് ആണ്..' ആ ജീപ്പ് പോയി. പേടി ക്കണ്ട, നൗഷാദ് എവിടെ?'

'അവൻ നിന്റെ കൂടെ അല്ലാരുന്നോ?'

'അവനാ ആദ്യം ഓടിയത്.'

അതിൽ പുതുമ ഇല്ലല്ലോ.. അടി വരുമ്പോൾ കണ്ടം വഴി.. അതാണ വന്റെ ശൈലി.

കുറേ തിരഞ്ഞു. കാടുകൾ വകഞ്ഞു മാറ്റി നോക്കി. ഒരു രക്ഷ യുമില്ല..

'എവിടെ നിന്നോ ഒരു ഞരക്കം കേൾക്കുന്നുണ്ടല്ലോ.' സന്തോഷാ ണ് ആദ്യം പറഞ്ഞത്.

'ശരിയാണ്'. ശബ്ദം പിടിച്ചു കുറച്ചു ദൂരം പോയി. ആ പൊട്ടക്കിണ റ്റിൽ നിന്ന് തന്നെ. നിലവിളിയാണോ... ഞരക്കമാണോ...ഒന്നും വ്യക്ത മല്ല. 'നൗഷാദേ...' ഞങ്ങൾ ഉറക്കെ വിളിച്ചു. മറുപടി ഇല്ല. വീണ്ടും ഒരു ഞരക്കം മാത്രം. കാടും മുള്ളും നിറഞ്ഞു കിടക്കുന്നു ആ കിണർ. ഉ ള്ളിൽ എന്താണെന്നോ എത്ര ആഴമുണ്ടെന്നോ വ്യക്തമല്ല. നാട്ടിൽ പ ട്ടിയോ പൂച്ചയോ ചത്താൽ ഇവിടെയാണ് വലിച്ചു കൊണ്ടിടുക. എന്റെ അറിവിൽ പണ്ടാരോ ഇതിൽ വീണു മരിച്ചിട്ടും ഉണ്ട്. അതിനകത്താണ് ഇവൻ വീണു കിടക്കുന്നത്. പൊളിഞ്ഞ ആൾമറയ്ക്കരികിലെ കാഞ്ഞി ര മരച്ചോട്ടിൽ എന്തോ ഒന്ന് പ്രകാശിക്കുന്നു. അവന്റെ മൊബൈൽ.

കിണറ്റിനകത്തു നൗഷാദ് തന്നെ. മൊത്തം ശ്വാസം നിലക്കുന്നത് പോലെ, ഹൃദയമിടിപ്പ് കൂടുന്നു, രക്തം ചൂട് പിടിക്കുന്നു. സന്തോഷി ലും നല്ല പരിഭ്രമം കണ്ടു.

'എടാ ആരെയെങ്കിലും വിളിക്കാം. എനിക്ക് പേടിയാവുന്നു, തല കറങ്ങുന്നപോലെ...'

'നീ തളരല്ലേ, അവനു ജീവനുണ്ട്. നമുക്ക് രക്ഷിക്കാം'

'സന്തോഷേ കൂടുതൽ പ്രശ്നം ആകും, നീ വാ നമുക്കാരെയെങ്കി ലും വിളിക്കാം. നമ്മളൊക്കൊണ്ട് ആവൂല.'

' എടാ നീ മണ്ടത്തരം പറയല്ലേ, ആരെങ്കിലും പിടിച്ചാൽ ഇതു മാ ത്രം അല്ല, ഈ അടുത്ത കാലത്തെ തേങ്ങ മോഷണം മൊത്തം നമ്മ ളുടെ തലയിൽ ആവും. പിന്നെ പുറംലോകം കാണൂല. നീ പോയി ആ പഞ്ചായത്തു കിണറിന്റെ തൊട്ടി അഴിച്ച് കയറെടുത്തിട്ട് വാ. ഞാൻ കിണറ്റിൽ ഇറങ്ങിക്കോളാം.'

അവനെ എതിർക്കാൻ എനിക്കാവില്ല. അനുസരിക്കാതെ നിവൃത്തി യും ഇല്ല. റോഡിലൂടെ ആവുന്നത്ര വേഗതയിൽ ഓടി. കിണറ്റിന്റെ ക പ്പിയൂരി തൊട്ടി അഴിച്ചു കയറെടുത്തു.

' ഡാ എങ്ങോട്ടാടാ തൂങ്ങിചാവാൻ പോകുന്നെ..' ഒരു ശബ്ദം പു റകിൽ നിന്ന്. കേളൻ ബാബു. പണിക്ക് പോകാൻ ഇറങ്ങിയതാണ്. ഞ ങ്ങളെക്കാൾ അഞ്ചാറു വയസ്സ് മൂപ്പുണ്ട്. നാട്ടിലെ പ്രധാന കാര്യങ്ങളി ലെ പ്രധാന സഹായി. എന്തിനും ആശ്രയിക്കാം കൈ വിടില്ല.

'ഡാ അച്ഛനും അമ്മയും ചീത്ത പറയും, അത് നന്നാവാൻ വേണ്ടി യാണ്. അതിനു ജീവിതം അവസാനിപ്പിക്കാൻ നോക്കണോ, ഇത്രേ ഉ ള്ളൂ നിനക്കൊക്കെ ധൈര്യം. അല്ലേ?'

ഒന്നും പറയാനായില്ല. പൊട്ടിക്കരയാനേ പറ്റിയുള്ളൂ.

'ബാബുവേട്ടാ നൗഷാദ്....'

'നൗഷാദിന് എന്താടാ പറ്റിയത്?'

നടന്ന കാര്യങ്ങൾ വള്ളിപുള്ളി തെറ്റാതെ പറഞ്ഞു. ' ബാബുവേ ട്ടാ നമ്മൾ രാവിലെ ഓടാൻ ഇറങ്ങിയതാ, ഗുമസ്തൻ പറമ്പിന്റെ അടു ത്തെത്തിയപ്പോൾ അതിനകത്തു തേങ്ങ പറിക്കുന്ന ശബ്ദം. ചെന്നു നോക്കിയപ്പോൾ അവർ അഞ്ചാറു പേരുണ്ട്, പുറത്തുള്ള ടീം ആണെ ന്ന് തോന്നുന്നു. കൈയിൽ കത്തിയും മറ്റു ആയുധങ്ങളും. ചെന്നപാടെ അവർ ഞങ്ങടെ നേർക്കു വന്നു. പിന്നെ ജീവനും കൊണ്ടു കണ്ട വഴി യിൽ ഓടിയതാ. അപ്പോഴാ നൗഷാദ് കിണറ്റിൽ വീണത്.'

ഒറ്റ ശ്വാസത്തിൽ വായിൽ വന്നത് പറഞ്ഞു.

'എതെടാ ആ നായിന്റെ മക്കൾ, നിനക്ക് കണ്ടാൽ തിരിച്ചറിയാൻ പറ്റുമോ, എന്നിട്ട് അവനു നല്ലോണം പറ്റിട്ടുണ്ടോ'

'അറീല്ല ബാബുഏട്ടാ, ഒരു ഞരക്കം മാത്രമേ ഉള്ളൂ, എനിക്ക് പേടിയാവുന്നു. സന്തോഷ് ഉണ്ട് അവിടെ.'

'നീ പേടിക്കല്ലേടാ, ബാബുവേട്ടനുണ്ട് കൂടെ, നീ വാ.'

കേളനെ കണ്ടതും സന്തോഷ് രൂക്ഷമായി എന്നെ നോക്കി.

ഞരക്കം വീണ്ടും വ്യക്തമായി കേൾക്കാം. നേരിയ തോതിൽ പ്രകാശം പരന്നു തുടങ്ങിട്ടുണ്ട്.

കയറ് തെങ്ങിൽ കെട്ടി സന്തോഷ് ഇറങ്ങാൻ ഒരുങ്ങി.

കേളൻ തടഞ്ഞു 'മാറി നിൽക്കെടാ, മുലകുടി മാറീട്ടില്ല, എന്നിട്ട് മതി കിണറ്റിലോട്ട്.'

കേളൻ ടോർച്ചെടുത്ത് വായിൽ തിരുകി. കിണറ്റിലേക്ക് ഇറങ്ങാൻ തുടങ്ങി. സന്തോഷ് വലിയ ഒരു ഓലക്കഷ്ണം കൊണ്ടു പടിയിലെ കാടു മാറ്റികൊടുത്തു. ഞാൻ വിറച്ചു കൊണ്ടു അത് നോക്കി നിന്നു.

ദൈവമേ കാത്തോളണേ... അഞ്ചാറു പടവുകൾ ഇറങ്ങിക്കാണും കേളൻ ഒരു സൈഡിൽനിന്ന് താഴേക്ക് ടോർച്ചു തെളിയിച്ചു.

'എടാ ഇതിനകത്ത് ഒന്നും കാണുന്നില്ല.. ആ സൈഡിൽ നിന്ന് എന്തോ അനങ്ങുന്നുണ്ട്. കാട് കാരണം ഒന്നും മനസ്സിലാകുന്നില്ല.'

'കുറച്ചുകൂടി ഇറങ്ങി നോക്ക് ബാബുഏട്ടാ.'

'എടാ അതൊരു കാട്ടുപന്നി ആണെന്ന് തോന്നുന്നു?'

'പന്നിയോ, അപ്പൊ നൗഷാദ് എവിടെ, ഇനി പന്നി അവനെ ഓടിച്ചിട്ട് രണ്ടുംകൂടി കിണറ്റിൽ വീണതായിരിക്കുമോ.'

പെട്ടന്ന് ഒരു ശബ്ദം.. പോക്കറ്റിൽ നിന്നാണ്. നൗഷാദിന്റെ മൊബൈൽ... സ്ക്രീനിൽ സുനീർ ഇക്കാക്ക കോളിങ് എന്ന് തെളിഞ്ഞു.

ദൈവമേ എന്ത് പറയും അവരോട്..

'എടുക്കെണ്ടെടാ' സന്തോഷ് എന്റെ നേർക്ക് പല്ല് കടിച്ചു.

രണ്ടും കല്പിച്ചു പച്ച ബട്ടൺ അമർത്തി.

'നിങ്ങൾ എവിടെയാ... ഞാൻ പേടിച്ചു പോയി.'

മറുതലയ്ക്കൽ നല്ല പരിചയം ഉള്ള ശബ്ദം

'ഹാലോ ആ രാ?'

'എടാ..പൊട്ടാ ഞാൻ നൗഷാദാ, ഞാൻ വീട്ടിലെത്തി. നിങ്ങൾ എവിടെയാ, ഞാൻ കലാശപറമ്പ് വഴി ഓടിക്കേറി.'

'എടാ, ഇത് പന്നി തന്നെയാ, വേറെ ഒന്നും ഇല്ല ഇതിനകത്ത്.'

കിണറ്റിനകത്തുനിന്ന് കേളന്റെ ശബ്ദം.

'ശരിയാ ചേട്ടാ അവനൊരു വല്ലാത്ത പന്നി തന്നെ, കേറി വന്നേ ക്ക്, നമ്മൾ അന്വേഷിക്കുന്നവൻ വീട്ടിലെത്തിട്ടുണ്ട്.'

റോഡ് ക്രോസ്സ് ചെയ്ത് എതിർവശത്തു എത്തി.

ആ ഇരുമ്പ് ഗേറ്റ് ഇപ്പോഴും ഉണ്ട്, ഉള്ളിൽ കുറേ തല പോയ തെങ്ങു കൾ മാത്രം. ചെറിയ ചെറിയ പ്ലോട്ടുകളായി ആ സ്ഥലം തിരിച്ചിരിക്കു ന്നു. ആ ഇടതൂർന്ന വനം എന്നോ അപ്രത്യക്ഷം ആയിരിക്കുന്നു. കോൺ ക്രീറ്റ് കാടുകൾ ഇനി ഇവിടം മുഴുവൻ മൂടിയേക്കാം. അങ്ങെങ്ങോ ഒരു കുഴൽ കിണർ കുഴിക്കുന്ന ശബ്ദം. കുറച്ചു മുന്നോട്ടു നടന്നു.. ആ പഴയ കിണറിന്റെ പൊടി പോലുമില്ല. ഏതോ മണ്ണ് മാന്തിയന്ത്രങ്ങൾ ആർ ത്തിയോടെ ചവച്ചു തുപ്പിയതാവും. പ്രകൃതിയെ അതിജീവിച്ചു മനു ഷ്യൻ ഒരു പാട് മുന്നോട്ടു പോയിരിക്കുന്നു. മനുഷ്യനെ അതിജീവിക്കാൻ പ്രകൃതിയും ഒരുങ്ങുന്നുണ്ടാവാം...എനിക്കായി ഇവിടെ ബാക്കി ഒന്നും തന്നെ ഇല്ല. തിരിച്ചു പോയേക്കാം.

'സൺ ഷൈൻ വില്ലാസ്'

ഗേറ്റിന് അരികിൽ പുതിയ ബോർഡിൽ വലിയ അക്ഷരത്തിൽ..

വരുംകാലങ്ങളിൽ ആളുകൾ ആ പഴയ പേരും മറന്നേക്കാം .

'ഗുമസ്തൻ പറമ്പ്' മറക്കാനാവാത്ത കുറെ ഓർമ്മകൾ...

രചന

ഒരു കമ്മ്യൂണിറ്റി മാട്രിമോണി സൈറ്റിൽനിന്നാണ് ആദ്യമായിട്ട് അ വളുടെ ഫോട്ടോ കാണുന്നത്. ചാച്ചനാണ് അത് കാണിച്ചു തന്നത്.

കണ്ടപാടെ അമ്മച്ചിയോടു പറഞ്ഞു, ' എടിയേ നമുക്കൊന്ന് വിളി ച്ചു നോക്കിയാലോ..'

മറ്റൊന്നും പറയാൻ അനുവദിക്കും മുൻപേ ചാച്ചൻ എന്റെ മൊബൈ ലിൽ നമ്പർ ഡയൽ ചെയ്തു കഴിഞ്ഞിരുന്നു... കുറച്ചു ദൂരെ ചാച്ചന്റെ മുക്കലുംമൂളലും കേൾക്കാം. വിളികഴിഞ്ഞപ്പോൾ ചാച്ചന്റെ കണ്ണിൽ ആ ദ്യത്തെ തിളക്കം ഇല്ല. കാരണം വ്യക്തം. 'അവർ നമ്മുടെ സഭയിൽ അ ല്ല, വിട്ടേക്കെടാ കുട്ടായി.' അപ്പൊ അതാ കാര്യം. 'ക്നാനായക്കാരല്ല'

അന്ന് രാത്രി ബസ്സിൽ വച്ചു ഒരു മെസ്സേജ് കിട്ടി 'ഓൾ ദി ബെസ്റ്റ് ഫോർ യുവർ ഫ്യൂച്ചർ സെർച്ചസ്.'

നമ്പർ സേവ് ചെയ്തു വച്ചു, 'മാട്രിമോണി'

കുറച്ചു ദിവസം കഴിഞ്ഞ് ഒരു ഫോർവേഡ് മെസ്സേജ് കിട്ടിയപ്പോൾ ജോൺസി ആണ് ചോദിച്ചത് 'സിബിയേ ഇപ്പോൾ മാട്രിമോണിയിൽ ആണോ ചൂണ്ട'

പിന്നെ രണ്ടാഴ്ച കഴിഞ്ഞാണ് ഒരു മെസ്സേജ് വന്നത്...'ഇയാൾ ഭയ ങ്കര തള്ള് ആണ് അല്ലേ.'

'അതെന്താ അങ്ങനെ ചോദിച്ചത്?'

'പ്രൊഫൈലിൽ ഒരു പാട് ഉണ്ടല്ലോ.'

'എന്താ അതിൽ?'

'ഇന്ററസ്റ്റ്ഡ് ഇൻ ട്രാവൽ, ബുക്സ്, റൈറ്റിംഗ്'

'അത് ചാച്ചൻ ഉണ്ടാക്കിയ അക്കൗണ്ട് ആണ്, ആരുടെയെങ്കിലും ക ട്ട്, കോപ്പി ആൻഡ് പേസ്റ്റ് ആയിരിക്കും.'

'ഫേസ്ബുക്കിൽ ഫുൾ ടൈം ഓൺലൈൻ ആണല്ലോ.'

'അത് ഞാനല്ല, ജോൺസിടെ ലാപ്ടോപ്പിൽ എന്റെ അക്കൗണ്ട് അ വൻ തുറന്നിട്ടിട്ടുണ്ടാവും'

'ഇയാൾ എഴുതാറുണ്ടോ?'

'അതെന്താ അങ്ങനെ ചോദിച്ചത്?'

'കുറച്ചു കവിതകളും, കുറേ ഡയലോഗും.'

'അതാരുടെയെങ്കിലും പോസ്റ്റ് ഷെയർ ഞാൻ ചെയ്തത് ആയിരി ക്കും.'

'അല്ല, കുറുംകവിതകൾ എന്ന് പറഞ്ഞു ഒരെണ്ണം, എനിക്കിഷ്ടായി അത്, ഏതോ ഒരു തോന്ന്യവാസിയെ പറ്റി, ഇയാളാണോ അത്.'

'അയ്യോ അത് ഞാനല്ല. എന്റെ കൂട്ടുകാരന്റെ കവിതയാണ്.'

'ശരിയാവാം ചില തോന്നലുകൾ

അതല്ലെങ്കിൽ തോന്നിയതുമാവാം...

തെറ്റാവാം ചില തോന്നലുകൾ

ഇനി അഥവാ തോന്നിയതും ആവാം

തോന്നിയത് എഴുതുന്നതിൽ കഥയില്ലെങ്കിലും

തോന്നിയവാസിക്കിതു മുതൽക്കൂട്ട്'...

'ഇത് ഏതായാലും കൊള്ളാം, അപ്പോൾ സ്വന്തമായി ഒന്നും ഇല്ല, അല്ലെ'.

'ഏറെക്കുറെ, എവിടെ നിന്നെങ്കിലും കേട്ടതും കണ്ടതും ഒക്കെ ഓർ ത്തു വെക്കും. പിന്നെ ആവശ്യം വരുമ്പോൾ ഇങ്ങനെ എടുത്തു പ്രയോ ഗിക്കും.'

'കുറേ ഫോട്ടോ ഉണ്ടല്ലോ എഫ് ബിയിൽ, പുഴയും, കമ്പിപ്പാലവും, ഇതൊക്കെ ഇയാളുടെ നാട്ടിൽ ആണോ'

'അതേ എന്റെ നാട് ആണ് 'അലക്സ് നഗർ', അമ്പത്താറുന്ന് നാട്ടു കാർ വിളിക്കും. വടക്കേ മലബാറിലെ ആദ്യത്തെ കുടിയേറ്റ ടീം ആണ് ഞങ്ങൾ, മടമ്പം കുടിയേറ്റം പ്രസിദ്ധം ആണ്. നല്ല രസാ എന്റെ നാട്... പുഴയും കുന്നുംമലയും റബറും എല്ലാം ഉണ്ട്..'

'എനിക്കും അതൊക്കെ കാണണം എന്ന് ഉണ്ട്.'

'അത് എളുപ്പം അല്ലേ, പാലായിൽ നിന്ന് ഇങ്ങോട്ടേക്കു ഒരു ബസ് ദിവസവും ഉണ്ട്, ചെറുപുഴ വരെ പോകുന്നത് ആണ്, അതിൽ കേറി യാൽ മതി.'

'അത് പോട്ടെ, അടുത്ത തിങ്കളാഴ്ച എനിക്കൊരു ഇന്റർവ്യൂ ഉണ്ട്, ബാംഗ്ലൂരിൽ, കമ്പനി പേര് 'ബയോകോൺ', തിരിച്ചു വൈകീട്ട് 5 മ ണിക്ക് ആണ് ട്രെയിൻ, പറ്റുമെങ്കിൽ കാണാം.'

'എനിക്ക് പറ്റുമെന്ന് തോന്നുന്നില്ല, അന്ന് കമ്പനിയുടെ എക്സ്പോ ഉണ്ട്, ഞാനാ ഇൻ ചാർജ്... അവിടെ നിന്ന് വരാൻ പറ്റില്ല.'

'അപ്പോൾ അത്രേ ഉള്ളു അല്ലെ കാര്യം, വൈകിട്ടു 5 മണിക്ക് അല്ലെ, സിബിക്ക് പറ്റുമെങ്കിൽ വാ, ബി വൺ , 27 ആണ് ബർത്ത്.'

'എന്നെ പ്രതീക്ഷിക്കണ്ട, ഞാൻ ബുധനാഴ്ചവരെ ഫുൾ തിരക്കിൽ ആയിരിക്കും...

തിങ്കളാഴ്ച മൂന്നര മണിക്ക് തന്നെ എക്സിബിഷൻ സ്ഥലത്തു നി ന്ന് മുങ്ങിയതാണ്, പക്ഷെ നല്ല ട്രാഫിക്, അവളെ വിളിച്ചില്ല, സർപ്രൈ സ് കൊടുക്കാം... ഫോട്ടോ കണ്ടിട്ടുണ്ട്, ആളെ ആദ്യമായിട്ടാണ് കാണു ന്നത്.സ്റ്റേഷനിൽ എത്തിയപ്പോഴേക്കും മണി നാലേ അമ്പത്തി അഞ്. അവളുടെ നമ്പറിൽ രണ്ടു തവണ വിളിച്ചു നോക്കി, നമ്പർ സ്വിച്ച് ഓഫ് ആണ്... അഞ്ചാമത്തെ പ്ലാറ്റ്ഫോമിൽ ആണ് ട്രെയിൻ, അനൗൺസ് മെന്റ് വന്നു, ട്രെയിനിൽ കേറി നോക്കാം, മുന്നിൽ ആണ് ബി കമ്പാർട്ട് മെന്റ്, ട്രെയിൻ പതുക്കെ ചലിക്കാൻ തുടങ്ങി..

ഇവിടെ വന്നത് അവളെ കാണാൻ ആണ്, എന്റെ കയ്യിൽ ഒരു പ്ലാറ്റ് ഫോം ടിക്കറ്റ് പോലും ഇല്ല, കാണാതെ പോവാനും പറ്റില്ല, ഇനി ഏതാ യാലും ട്രെയിനിൽ കയറാം..

ട്രെയിനിനു വേഗം കൈവന്നിരിക്കുന്നു..

ട്രെയിൻ കാന്റോൺമെന്റ് സ്റ്റേഷനിൽ എത്തിയപ്പോൾ ആണ് ബി കൂപ്പയിൽ കയറാൻ പറ്റിയത്...27 ലക്ഷ്യമാക്കി നടന്നു... ഫോൺ ഇ പ്പോഴും സ്വിച്ച് ഓഫ് തന്നെ..27 ൽ അവൾ ഇല്ല, ബാഗും ഇല്ല.. അവിടെ ആരും വന്നില്ല എന്നാണ് അടുത്ത സീറ്റുകാരൻ പറഞ്ഞത്. ഡോറിനടു ത്തു ഒട്ടിച്ചു വച്ച റിസർവേഷൻ ലിസ്റ്റിൽ അവളുടെ പേര് ഉണ്ട്. വ്യക്ത മായി, ബി വൺ 27,രചന മാത്യൂസ്, 25 വയസ്സ്.

ബി 1, ബി 2 തൊട്ട് എസ് 12 വരെ അരിച്ചു പൊറുക്കി അതിൽ ഒന്നും ഇല്ല... ഇനി ട്രെയിൻ മിസ്സ് ആയത് ആണോ..

അതിൽ പിന്നെ രണ്ടു മൂന്നു ദിവസം കൂടി അവളുടെ നമ്പറിൽ വിളി ച്ചു നോക്കിയിരുന്നു... നമ്പർ സ്വിച്ച് ഓഫ് തന്നെ.. പിന്നെ വിളിക്കാൻ തോന്നിയില്ല..

അഞ്ചാറു മാസം കഴിഞ്ഞു. 'ബുസവാലിലേക്ക് ' ട്രെയിൻ കേറാൻ നിൽക്കുമ്പോഴാണ് ഒരു കോൾ, അറിയാത്ത ഏതോ നമ്പർ ആണ്... അവൾ തന്നെ.. 'എന്തൊക്കെയുണ്ട്, ഓർമ്മയുണ്ടോ എന്നെ?'

'ചെറുതായിട്ട്...'

'തിരക്കാണെന്നു അറിയാം, ഒരു കാര്യം പറയാൻ വേണ്ടി വിളിച്ചതാ ണ്, എന്റെ കല്യാണം ആണ് അടുത്താഴ്ച, ഇന്നലെ ആയിരുന്നു മന സമ്മതം, തീർച്ചയായും വരണം.'

കൊള്ളാല്ലോ, നല്ല വിശേഷം ആണല്ലോ, ലാസ്റ്റ് മിനുട്ട് ആണോ വി
ളിക്കുന്നെ,

' നല്ല കാര്യം, നമ്മൾ ഇതിന് മുൻപ് എപ്പോഴാ സംസാരിച്ചത് എ
ന്നോർമ്മയുണ്ടോ, അന്ന് ഞാൻ ശരിക്കും പ്രതീക്ഷിച്ചു ഇയാൾ റെയിൽ
വേ സ്റ്റേഷനിൽ വരും എന്ന് .'

'അന്ന് നിന്റെ നമ്പർ സ്വിച്ച് ഓഫ് ആയിരുന്നില്ലേ..'

'സ്വിച്ച് ഓഫ് ആകാനോ, അന്ന് സ്റ്റേഷനിലേക്ക് വരുന്ന വഴി എന്റെ
പേഴ്സ് മോഷണം പോയി അതിലായിരുന്നു എന്റെ ഫോണും, പണ
വും ടിക്കറ്റും. എല്ലാം പോയി, പിന്നെ ഏതോ ഒരു ചേട്ടൻ ആണ് എനി
ക്ക് നാട്ടിലേക്ക് ടിക്കറ്റ് എടുത്തു തന്നത്, ഞാൻ ജനറൽ കമ്പാർട്ട് മെന്റിൽ
ആണ് പോയത്, ഞാൻ സ്റ്റേഷനിൽ മൊത്തം ഇയാളുടെ മുഖം തിരി
ഞ്ഞു വെറുതെ... അതൊക്ക പോട്ടെ കല്യാണത്തിന് തീർച്ചയായും വര
ണം.. പിന്നെ പുതിയ 'രചനകൾ' ഒന്നും സ്റ്റോക്ക് ഇല്ലേ ഇപ്പൊ'

അങ്ങ് ദൂരെ പച്ച സിഗ്നൽ തെളിഞ്ഞു വിസിൽ അടികൾ മുഴങ്ങി

'എനിക്ക് വരാൻ പറ്റുമെന്ന് തോന്നുന്നില്ല, പുതിയ പ്രൊജക്റ്റ് സൈ
റ്റ് വർക്കിന് പോവുകയാണ്, ഇനി അഞ്ചെട്ട് മാസം അവിടെ ആയിരി
ക്കും, ലീവ് കിട്ടാൻ പ്രയാസം ആണ്.'

'ഇയാൾക്ക് ഒരു മാറ്റവും ഇല്ല അല്ലെ, ശരി ബൈ, ഫോൺ ഞാൻ
വെക്കുവാടാ തോന്നിയവാസി.'

ട്രെയിൻ പതുക്കെ ചലിച്ചു തുടങ്ങി.

ഇച്ചാക്കിന്റെ പാന്റ്

'ഇച്ചാക്ക്', അവൻ എന്നും എന്നിൽ ഒരു അസ്വസ്ഥത ആയിരുന്നു. ആറാംക്ലാസ്സിലോ മറ്റോ ആണ് എന്റെ സ്കൂളിലേക്ക് അവൻ വന്നത്. എന്നും വൈകിയേ ക്ലാസ്സിൽ വരൂ. ഒരു ഒറ്റമുണ്ടും രണ്ടു ബട്ടൻസ് പൊ ട്ടിയ മഷിക്കറ പിടിച്ച കീശയുള്ള വെള്ള ഷർട്ടും ആണ് വേഷം. അവ ന്റെ മുടികൾ ഒരിക്കലും ഒതുങ്ങി നിന്നിരുന്നില്ല. കറ പിടിച്ച പല്ലുകളും എപ്പോഴും ഉന്തി നിക്കുമായിരുന്നു. കായികശേഷിയിൽ ഒരിക്കൽ പോ ലും അവനെ ജയിക്കാൻ ഞാൻ പ്രാപ്തനായിരുന്നില്ല. അവന്റെ കൈ ക്കരുത്ത് എതിർ ടീമിൽ ആയിരിക്കുമ്പോൾ ശരിക്ക് അനുഭവിച്ചതാണ്. അതിന്റെ പ്രതികാരം ഞാൻ തീർക്കുന്നത് ക്ലാസ് ലീഡറിന്റെ സ്പെ ഷ്യൽ പവർ ഉപയോഗിച്ചാണ്. ക്ലാസ്സിൽ സംസാരിച്ചവരുടെ പേര് എഴു തുമ്പോൾ അവന്റെ സ്ഥാനം എപ്പോഴും ആദ്യത്തേത് ആയിരിക്കും. ഇർ ഷാദ് പി.പി എന്ന് സുശീല ടീച്ചർ ഉച്ചത്തിൽ വിളിക്കുമ്പോൾ മാത്രമാ ണ് ഇതാണ് അവന്റെ പേര് എന്ന് ക്ലാസ് മുഴുവൻ ഓർക്കുന്നത്. നിർവി കാരനായി അവൻ കൈ നീട്ടും. ഒരു ക്രിസ്മസ് അവധിക്കാലത്ത് നെ ല്ലിക്കുന്നിലെ മാമന്റെ വീട്ടിൽ പോയപ്പോഴാണ് ഇച്ചാക്കിന്റെ വേറൊരു രൂപം കണ്ടത് ഒരു മീൻ ബക്കറ്റുമായി മീൻകാരൻ ഉമ്പായിക്കയുടെ കൂ ടെ റോഡിലൂടെ നടന്നു പോകുന്നു. അവൻ എന്നെ കണ്ടില്ല. പക്ഷെ അടുത്താഴ്ച ക്ലാസ് മുഴുവൻ മീൻ കൂക്കി വിളിച്ചു അവനെ വരവേറ്റു. അങ്ങനെ എത്ര എത്ര കാര്യങ്ങൾ. ഏഴാം ക്ലാസ്സിൽ സ്കൂൾ തുറന്ന ദി വസം ഇച്ചാക്ക് പാന്റ് ഇട്ടാണ് വന്നത്. ആദ്യമായിട്ടാണ് അവനെ പാന്റിൽ കാണുന്നത്, കുറച്ചു ജാള്യത അവനിൽ പ്രകടം ആയിരുന്നു. പക്ഷെ അവന്റെ മേൽച്ചുണ്ടിൽ ചെറിയ രോമങ്ങൾ മുളച്ചിരിക്കുന്നു. അവനെ ന്തോ പെട്ടെന്ന് വലിയ ആളായ പോലെ. ഇന്റർവെൽ സമയത്ത് സ്കൂൾ മുറ്റത്തെ ചാമ്പരത്തിൽ മുകളിലത്തെ രണ്ടു പഴങ്ങളെ ലക്ഷ്യമാക്കി ആദ്യം വലിഞ്ഞു കേറാൻ ശ്രമിച്ചത് ഞാൻ ആയിരുന്നു. പക്ഷെ എ ന്നെ തട്ടി മാറ്റിക്കൊണ്ട് ഒരു ബലിഷ്ഠമായ രൂപം പാഞ്ഞു കയറി.

ഇച്ചാക്ക്.

അവന് നല്ല ഉയരവും വച്ച പോലെ. മധ്യ വേനലവധി അവനിലെ പൗരുഷം വർധിപ്പിച്ചിരിക്കുന്നു.

ഒരു വർഷം മുഴുവൻ ഇവന്റെ പരാക്രമങ്ങളെ ഇനിയും സഹിക്കാൻ എനിക്ക് സാധിക്കും എന്ന് തോന്നുന്നില്ല. ചിന്തകൾ കാട് കേറുന്നു. ഗ്രൗ

ണ്ടിന്റെ മൂലയിലെ ചവറു കൂനയിലെ ഒരു കഷ്ണം ബ്ലേഡ് ശ്രദ്ധയിൽ പെട്ടു. ആരും കാണാതെ അത് കയ്യിൽ എടുത്തു. ഇച്ചാക്ക് മരത്തിനു മുകളിൽ തന്നെയാണ്. മെല്ലെ ആ ബ്ലേഡ് ആ ചാമ്പത്തടിയിലേക്ക് ഉറപ്പിച്ചു വച്ചു. ക്ലാസ്സിൽ കേറാനുള്ള ബെൽ അടിച്ചപ്പോൾ ധൃതിയിൽ ഊർന്നിറങ്ങിയ ഇച്ചാക്കിന്റെ പാന്റ് ബ്ലേഡിൽ കൊളുത്തി കീറി. സാമാന്യം നല്ല രീതിയിൽ. നീല കളറിൽ അടിവസ്ത്രം എന്ന് തോന്നിക്കുന്ന എന്തോ ഒന്ന് ദൃശ്യമായി. കണ്ടവരെല്ലാം ചിരിച്ചു. കുറച്ചു കൂടുതലായി ഞാനും. പതിവിന് വിപരീതമായി അവന്റെ മുഖം ചുവന്നു. കൂടിനിന്ന കുറേ കൈകൾ എന്റെ നേർക്ക് ചൂണ്ടി. പിടിക്കപ്പെട്ടു. കിട്ടി മുഖത്തിട്ട് തന്നെ. തീക്കനൽ പോലെ, ചുണ്ട് മുറിഞ്ഞു വായിൽ ഒരു ഉപ്പു രസം.

ചോര ഒലിക്കുന്ന മുഖവുമായി സ്റ്റാഫ് റൂം ലക്ഷ്യമാക്കി നടന്നു. ആരും തന്നെ ഇച്ചാക്കിന് വേണ്ടി വാദിച്ചില്ല. ഹെഡ് മാഷിന്റെ ചൂരൽ ഇച്ചാക്കിന്റെ മുതുകിലേക്ക് രണ്ടു മൂന്നു തവണ പ്രവഹിച്ചു.

അന്ന് സ്കൂൾ വിട്ട് വീട്ടിലേക്കുള്ള വഴിയിൽ പുറകിൽ നിന്ന് ആരോ വിളിക്കുന്നത് പോലെ.

ഇച്ചാക്ക്!

ഞാൻ വല്ലാതായി. അടുത്തെങ്ങും ആരും ഇല്ല. രാവിലത്തേതിന്റെ ബാക്കി കണക്ക് തീർക്കാൻ വരുന്നതാകുമോ?

സ്കൂളിന് പുറത്തു നടക്കുന്ന സംഭവങ്ങളുടെ ഉത്തരവാദിത്തം സാറമ്മാർ ഏറ്റടുക്കാറില്ല. കാലുകൾ വിറച്ചു തുടങ്ങി. അവൻ ചിരിച്ചു; ആദ്യമായി എന്നെ നോക്കി. പോക്കറ്റിൽ നിന്ന് എന്തോ എടുത്തു എന്റെ നേർക്ക് നീട്ടി. രണ്ടു ചാമ്പക്ക. എന്നിട്ട് പറഞ്ഞു 'എടാ, ഞാൻ പെട്ടെന്ന് ദേഷ്യത്തിൽ ചെയ്തു പോയതാണ്, ചോര വരും എന്ന് വിചാരിച്ചില്ല. ഈ പാന്റ് മാമ വാങ്ങി തന്നതാണ്. എന്റെ ആദ്യത്തെ പാന്റ് ആണ്. അടുത്താഴ്ച എന്റെ പെങ്ങളുടെ കല്യാണം ആണ്. അതിന് ഇടണ്ടതാണ് ഈ പുതിയ കുപ്പായം, കീറിയപ്പോൾ വിഷമം ആയി, മാമനോട് കുറെ കരഞ്ഞു പറഞ്ഞിട്ട് കിട്ടിയതാണ്. അത് ഓർത്തപ്പോൾ അറിയാതെ അടിച്ചു പോയതാണ്'.

സൂചി മുനപോലത്തെ വാക്കുകൾ.....

എന്റെ ഇച്ചാക്ക്, ഇന്നത്തെ ചാനൽ ചർച്ചയിൽ നിന്റെ പ്രകടനം കണ്ടപ്പോൾ നമ്മുടെ പഴയ കാര്യങ്ങൾ ഓർത്തു പോയതാണ്. നീ പിന്നിട്ട വിജയ വഴികൾ. നിന്റെ തെരഞ്ഞെടുപ്പ് ജയം ഞാൻ നല്ല പോലെ ആഘോഷിച്ചു. ഞാൻ എല്ലാരോടും അഭിമാനത്തോടെ പറയും; നിയുക്ത വ്യവസായ മന്ത്രി ്മ്ടെ കൂടെ പഠിച്ചവൻ ആണെന്ന്. പോവേണ്ടടാ നമുക്ക്...നമ്മുടെ പഴയ സ്കൂളിലേക്ക് ഒരു ദിവസം. ആ ചാമ്പ മരം ഒരു പാട് വളർന്നു കാണും....

ക്വാറന്റൈൻ ഡയറികൾ

ആദ്യ രണ്ടു ദിവസങ്ങൾ നല്ല ബോറടി ആയിരുന്നു. ഇന്നലെ തൊട്ടു ശ്രദ്ധിച്ചു തുടങ്ങിയതാണ് അടുത്ത റൂമിൽ നിന്നൊരു മധുര ശബ്ദം. ജനലിനടുത്ത് ചെന്നാൽ വ്യക്തമായി കേൾക്കാം. ആരോടോ ഫോണിൽ സംസാരിക്കുന്നു. ഇടയ്ക്ക് ചില പാട്ടുകളൊക്കെ മൂളു ന്നുണ്ട്. കൂടുതലും ജോൺസൻ മാഷുടെ ഐറ്റംസ്. ഇന്നലെ ഉച്ച ക ഴിഞ്ഞപ്പോൾ കയ്യിലുള്ള വേണുനാഗവള്ളി ഹിറ്റ്സ് പുറത്തെടുത്തു. മൊബൈലിൽ വോളിയം കൂട്ടി ജനലിന്നടുത്തേക്ക് വച്ചു. അധികം വൈ കിയില്ല, അവിടെനിന്ന് മറുപടി കിട്ടി. ആദ്യമാദ്യം പാട്ടുകളെ കുറിച്ച്, പിന്നെ കറന്റ് അഫേഴ്സ്, പിന്നെ വിഷയങ്ങൾക്ക് പഞ്ഞമില്ലാതായി. എല്ലാവിഷയത്തിലും ഗഹനമായ അറിവ്. ഒരു പാട് ബഹുമാനം തോ ന്നി. ഒടുവിൽ അവർ സ്വന്തം കഥയുടെ ചുരുൾ അഴിച്ചു. ടീച്ചർ ആയി രുന്നു. റിട്ടയർ ആയി. ആകെ ഉള്ള മകൻ വിദേശത്തു കുടുംബത്തോ ടെ സെറ്റിൽ ആയി. അഞ്ച് വർഷം മുൻപ് ഭർത്താവ് മരിച്ചു. പിന്നെ തൊട്ട് ഹോം ക്വാറന്റൈൻ തന്നെ. അന്വേഷിക്കാനോ തേടി വരാനോ ആരും ഇല്ല. വല്ലപ്പോഴും വരുന്ന മകന്റെ വീഡിയോ കോൾ. ആറുമാ സം മുൻപ് മകന്റെ അഭ്യർത്ഥന അമ്മ അങ്ങോട്ട് വരണം. അവിടെ ഒറ്റയ്ക്ക് എന്ത് ചെയ്യാനാ. കാരണം വ്യക്തം. ഭാര്യ പ്രസവിക്കാറായി രിക്കുന്നു. മൂത്ത കുഞ്ഞിനേയും ഭാര്യയെയും രണ്ടു പേരുടെ ജോലി യും കോർത്തിണക്കാൻ പ്രയാസം. മകനല്ലേ... പറ്റില്ല എന്ന് പറയാൻ വയ്യല്ലോ. രണ്ടു മാസം കഷ്ടപ്പെട്ടു പിടിച്ചു നിലക്കാൻ നോക്കി. ഭക്ഷ ണം, മരുന്നുകൾ, ഉറക്കം എല്ലാം താളം തെറ്റി. പോരാത്തതിന് പടർ ന്നു പന്തലിച്ച കോവിഡ് മഹാമാരിയും. ഒടുവിൽ അവർ തീരുമാനി ച്ചു. അമ്മയെ നാട്ടിലേക്ക് തിരിച്ചയക്കാൻ. ഇവിടെ ആരു നോക്കാൻ. ആദ്യത്തെ വിമാനത്തിൽ തന്നെ. ഇപ്പോൾ ഇവിടെ. രണ്ടാഴ്ച കഴി ഞ്ഞാൽ പഴയ പോലെ വീണ്ടും ഹോം ക്വാറന്റൈൻ . 'ആരോടും ഒരു പരാതിയും ഇല്ല മോനെ, എനിക്ക് സ്വാതന്ത്ര്യത്തോടെ എന്റെ വീട്ടിൽ കഴിയാലോ. ഒരു പാട് സ്വപ്നങ്ങൾ കണ്ടു. ഞാനും അദ്ദേഹവും ചേർ ന്ന് വച്ച ഈ വീട്ടിൽ എനിക്ക് സുഖമാണ്...'

അവർ മൂളാൻ തുടങ്ങി; രാഘവൻ മാഷിന്റെ ഒരു പാട്ട്
'സ്വപ്നമാലിനി തീരത്തുണ്ടൊരു കൊച്ചു കല്യാണ മണ്ഡപം
സുന്ദര പ്രേമ നന്ദനൻ മുല്ലപ്പന്തലിട്ടൊരു മണ്ഡപം.'

കൈതക്കടവിലെ 'മൂന്നാം കണ്ണുകൾ'

'കൈതക്കടവ്' ഉത്തര മലബാറിലെ സ്ഥിരം ക്ലീഷേ ശൈലിയിൽ പെട്ട ഒരു മലയോര ഗ്രാമം. മൊത്തത്തിൽ അഞ്ചെട്ട് ചതുരശ്ര കിലോ മീറ്റർ വിസ്തൃതിയിൽ വ്യാപിച്ചുകിടക്കുന്നു. പേര് സൂചിപ്പിക്കുന്നത് പോ ലെ ഒരു ചെറിയ തോട്, അതും കൈതകൾ വളർന്നു നിൽക്കുന്നത്. അ തിനു കുറുകെ ഒരു പാലം. മൂന്നു ബസ്സുകൾ മാത്രമേ ആ റൂട്ടിൽ ഓടി യിരുന്നുള്ളൂ. ശ്രീജ, ശോഭന, പ്രകാശ് മോട്ടോർസ് എന്നിവ. കൈതക്ക ടവ് കഴിഞ്ഞാൽ അടുത്ത ബസ് സ്റ്റോപ്പ് വലതു വശത്തേക്ക് മൂന്നര കി ലോമീറ്റർ പോയാൽ പാരിപ്പുഴയും ഇടതുവശത്തേക്ക് ഒരു രണ്ടര കി ലോമീറ്റർ അപ്പുറം പള്ളിമുക്കും. തൊണ്ണൂറുകളിലെ സത്യൻ അന്തിക്കാ ട് സിനിമപോലെ അവിടെ ഒരു രണ്ടുമുറി പീടിക ഉണ്ട്. ലണ്ടൻ കണ്ണേ ട്ടന്റെ ചായക്കടയും തത്തമ്മ പ്രകാശന്റെ പലചരക്കു കടയും. കണ്ണേ ട്ടൻ ഒരു സാധു മനുഷ്യൻ ആണ്. എത്ര വേണെങ്കിലും കടം പറയാം, ഒരേ ഒരു മാതൃഭൂമി പത്രം എത്ര വേണമെങ്കിലും ഇരുന്നു വായിക്കാം, വഴി ചോദിച്ചാൽ കൃത്യമായി പറഞ്ഞു കൊടുക്കും. പക്ഷേ പ്രകാശൻ ഒരു ജഗജില്ലിയാണ്. പണ്ട് 'തത്തമ്മ' എന്ന ബാലമാസികയുടെ ഏജന്റ് ആയിരുന്നു. ഇപ്പോൾ അതിന്റെ പ്രസിദ്ധീകരണം നിർത്തി എന്ന് തോ ന്നുന്നു. അങ്ങനെ വീണ പേരാണ് തത്തമ്മ പ്രകാശൻ. കച്ചവടത്തിൽ അതിസമർത്ഥൻ ആണ്. ഉദാഹരത്തിന് ആരെങ്കിലും അരക്കിലോ ഉ ള്ളി, ഒരു കഷ്ണം സോപ്പ് എന്നിവ വാങ്ങാൻ വന്നു എന്ന് വിചാരിക്കു ക, പ്രകാശനിലെ ബിസ്സിനസ്സ്കാരൻ ഉണരും ഇങ്ങനെ പറയും ' ജാനു വേച്ചീ, ഉള്ളി അഞ്ഞൂറു തൂക്കിയപ്പോൾ കുറച്ചു അധികം ആയി പോ യി, വലിയ ഉള്ളി അല്ലേ, എഴുന്നൂറു ഗ്രാം ആയി, പിന്നെ മുന്നൂറു തക്കാ ളി കുട്ടി അങ്ങ് തൂക്കി. തക്കാളി ഇല്ലാതെ കറി വെക്കാൻ പറ്റുമോ. പി ന്നെ ഇപ്പോളത്തെ സോപ്പ് മുറിച്ചു കൊടുത്താൽ പെട്ടെന്ന് പൂപ്പൽ വ രും അതു കൊണ്ടു ഫുൾ 'ഗോപുരം' എടുത്തു വച്ചിട്ടുണ്ട് എല്ലാം ചേർ ത്ത് നാല്പത്തി നാലു രൂപ ഇരുപത് പൈസ. ഇതാണ് ഇനം. പ്രകാശ ന്റെ കച്ചോടം മൊത്തം ഇങ്ങനെയാണ്. വേറെ കട ഇല്ലാത്തത് കൊ ണ്ടും മൂന്നാല് കിലോമീറ്റർ അധികം സഞ്ചരിക്കേണ്ടത് കൊണ്ടും നാട്ടു കാർ എല്ലാം സഹിക്കും. കണ്ണേട്ടന്റെ ബെഞ്ചിലെ സ്ഥിരം കുറ്റികളാണ്

പാച്ചനും മനോഹരനും. പാച്ചന് പ്രത്യേകിച്ച് പണിയൊന്നും ഇല്ല, ആള്
ഒരു കൗണ്ടര്‍ എക്സ്പെര്‍ട്ട് ആണ്. തത്തമ്മയ്ക്ക് കട്ട മറുപടി പറയും.
മനോഹരന്‍ ഒരു സൈലന്റ് പാര്‍ട്ടി ആണ്. കുറച്ചു നൊസ്സ് ഉണ്ട്. ഒന്നും
പറയില്ല, ദേഷ്യം വന്നാല്‍ കടിക്കും; അത്ര തന്നെ.

കൈതക്കടവിലെ ജനങ്ങളുടെ ഭൂതകാലവും വര്‍ത്തമാന കാലവും
മനസിലാക്കണമെങ്കില്‍ ആ ബസ് സ്റ്റോപ്പില്‍ ഒരു മണിക്കൂര്‍ ബസ് കാ
ത്തു നിന്നാല്‍ മതി. ഒരു ചെറിയ ഒരു തരി വാക്ക് മതി ആ ചായക്കടയി
ലെ വന്‍ ചര്‍ച്ചയില്‍ എത്താന്‍. ഒരു ചെറിയ സന്ദര്‍ഭം : മൊട്ടമ്മേല്‍ സു
രയുടെ അമ്മ രോഹിണിയേടത്തി നെല്ലുകുത്തിക്കാന്‍ പാരിപ്പുഴ എസ്
കെ ഓയില്‍ ആന്‍ഡ് ഫ്ളോര്‍ മില്ലിലേക്ക് ഒരു ചാക്ക് നിറയെ നെല്ലുമാ
യി ബസ് സ്റ്റോപ്പില്‍ എത്തുന്നു. ഒരു നീട്ടി ചോദ്യം കടേലോട്ട് 'പതി
നൊന്നരടെ ശ്രീജ പോയോ കണ്ണേട്ടാ'

തത്തമ്മ : അതു നേരത്തെ പോയി രോഹിണിഏടത്തി, നിങ്ങക്ക്
ആ ഉണ്ണിന്റെ ഓട്ടോ വിളിച്ചു പൊയ്ക്കൂടാരുന്നോ.

കണ്ണേട്ടന്‍ : അതിന് ശ്രീജ പോയില്ലല്ലോ, ഞാന്‍ കണ്ടില്ലല്ലോ.

തത്തമ്മ : നിങ്ങളാ നാസറിന്റെ പെങ്ങള്‍ സുബൈദ പാലു കൊ
ണ്ടു വന്നിട്ട്, കുപ്പി കഴുകുമ്പോളല്ലേ ശ്രീജ പോയത്.

പാച്ചന്‍ : കണ്ണേട്ടന്‍ സുബൈദത്താനെ നോക്കി നിന്നിട്ടുണ്ടാവും.

കണ്ണേട്ടന്‍ :നീ പോടാ ഉരല്‍ താങ്ങി, ശ്രീജ പോകാന്‍ ഒരു വഴിയും
ഇല്ല.

തത്തമ്മ : എന്റെ കണ്ണേട്ടാ, നമ്മളെ ചാലിപ്രത്തെ സജിത്തിന്റെ പെ
ങ്ങളും കുട്ടിയും അതിലല്ലേ പോയത്.

കണ്ണേട്ടന്‍ : ഏത്, ആ മാവിലായിലോട്ട് കെട്ടിച്ചു വിട്ടതാ, ഓളുടെ
കെട്ടിയോന്റെ അമ്മയല്ലേ സ്വത്ത് ഭാഗിക്കുമ്പോള്‍ അമ്മനെ കൊത്തിയ
ത്?

പാച്ചന്‍ : കണ്ണേട്ടാ,ബിജുന്റെ പെങ്ങളെയാണ്, മാവിലായിലോട്ട് കൊ
ടുത്തത്, ഇവളെ കെട്ടിയത് ഗള്‍ഫ് കാരന്‍ ആണ്.

പ്രകാശന്‍ : ഓന്‍ ഗള്‍ഫ് എല്ലാം മതിയാക്കി വന്നു പോലും, ഓന്റെ
സ്ഥിതി ഭയങ്കര കഷ്ടം ആണ്, കഴിഞ്ഞ പ്രാവശ്യം ഭാര്യ വീട്ടില്‍ പോ
കാന്‍ ബസ് ഇറങ്ങിട്ട് എന്റെ പീടികയിന്ന് ഒരു പാക്കറ്റ് മുറുക്ക് മാത്രേ
വാങ്ങിയുള്ളൂ.

ഇങ്ങനെ സംഭാഷണം മുറുകുന്നതിന് ഇടയില്‍ ശോഭന ബസ് വ
ന്നു. രോഹിണി ഏടത്തി തലയില്‍ ചാക്കുമായി മുന്‍ ഡോറിലൂടെ കേ
റാന്‍ ശ്രമിക്കുകയും, ക്ലീനര്‍ ബാലന്‍ മിന്നല്‍ വേഗത്തില്‍ അത് പിടിച്ചു

വാങ്ങി ബസിന്റെ ആളൊഴിഞ്ഞ ഭാഗത്തോട്ട് തള്ളി. എന്നിട്ട് ഗൗരവ ത്തോടെ വിളിച്ചു പറഞ്ഞു, 'സനിയേ, ഒരു ലഗേജ് മൂന്നൂർപ്പിക മുറിച്ചേ ക്ക്. പോട്ടെ റൈറ്റ്.'

ബസ് ഇരമ്പിച്ചു കൊണ്ടു മുന്നോട്ട് എടുത്തു.

തത്തമ്മയുടെയും പാച്ചന്റെയും അടുത്ത ചർച്ചയ്ക്കുള്ള വിഷയങ്ങൾ ആ ബസിൽ നിന്ന് ഇറങ്ങിയിട്ടുണ്ടാവും.

ഇങ്ങനെ ഇവരെല്ലാം ജീവിച്ചു പോകുമ്പോഴാണ് ഒരു മറുനാട്ടുകാ രൻ പ്രമാണി, ഭാര്യ വിഹിതത്തിലുള്ള വസ്തുവിൽ ഒരു വീട് കഴിപ്പിച്ച ത്. സെൻട്രൽ ഗവണ്മെന്റ് ഉദ്യോഗസ്ഥൻ ആയിരുന്നു. നേരത്തെ വിര മിക്കൽ ചോദിച്ചുവാങ്ങി സ്വസ്ഥമായ ഒരിടം നോക്കി വീട് വച്ചതാണ്. കൈതകടവുകാർക്ക് കുറച്ചധികം ബഹുമാനം ആ മനുഷ്യനോട് തോ ന്നിയിരുന്നു. രണ്ടു നില വീട് വച്ചു, നല്ല പെയിന്റ് അടിച്ചു. മുറ്റമൊക്കെ ഇന്റർലോക്ക് ഇട്ട കുട്ടപ്പൻവീട്. വീടിന്റെ മുന്നിൽത്തന്നെ രണ്ടു നല്ല കു ള്ളൻ തെങ്ങ്. വീട് പണി തുടങ്ങും മുൻപേ വച്ചതിനാൽ അഞ്ചു വർഷം കൊണ്ട് അതു നല്ല പോലെ കായ്ച്ചു. നിറച്ചും ഇളം കരിക്കുകൾ. റോ ഡിലൂടെ പോവുന്നവരുടെയെല്ലാം കണ്ണുകൾ ആ തെങ്ങുകളിലേക്കാ യിരുന്നു. ഒടുവിൽ മൂപ്പരും ഒരു വലിയ കാർബോർഡ് കഷ്ണത്തിൽ എഴുതി 'റോ' എന്ന്. എന്നിട്ടും കണ്ണേറിനു മാറ്റമൊന്നും സംഭവിച്ചില്ല. ഒരു ദിവസം രാവിലെയാണ് ശ്രദ്ധയിൽ പെട്ടത്. താഴത്തെ കുലയിൽ നാലു കരിക്കുകൾ നഷ്ടമായിരിക്കുന്നു. വഴിയേ പോയവർ കഷ്ടം എന്ന് പറഞ്ഞു. ചിലർ ഇതുവരെ കാണാത്ത കുരങ്ങിനെ പഴി ചാരി. പക്ഷെ മൂപ്പർക്ക് ഉറപ്പായിരുന്നു. ഇതേതോ മനുഷ്യക്കുരങ്ങിന്റെ പ്രവൃത്തിയാ ണ് എന്ന്. പുതിയ തലമുറയിൽപ്പെട്ട ആരോ ഒരാൾ പറഞ്ഞു. ഒരു സി സി ടി വി ക്യാമറ ഫിറ്റ് ചെയ്യൂ. എല്ലാം കണ്ടു പിടിക്കാം. പക്ഷെ ആ രോടും പറയരുത് ഇവിടെ ക്യാമറ വച്ചിട്ടുണ്ട് എന്ന്. കൊള്ളാം കൈത കടവിലെ ആദ്യ സിസിടിവി ക്യാമറ. പക്ഷെ സംഭവം വൈറൽ ആയി. പിന്നെ ക്യാമറയിലേക്കായി ആളുകളുടെ നോട്ടം. മൂപ്പർ അതു ശരിക്കും എൻജോയ് ചെയ്തു. അതിക്രമിച്ചു പശുവിനെ മേയ്ക്കാൻ പറമ്പിൽ കടന്നവർ, പാട്ട പെറുക്കാൻ വന്ന തമിഴ് സ്ത്രീകൾ എല്ലാവരെയും ക്യാ മറകണ്ണുകൾ ഒപ്പി എടുത്തു.

ആദ്യമൊക്കെ ഇതൊക്കെ ദിവസവും നോക്കാൻ താല്പര്യം കാണിച്ച ഉടമസ്ഥൻ പിന്നെ മാസത്തിൽ ഒരു തവണ എന്ന തോതിൽ ആയി. പ ക്ഷെ കരിക്കുകൾ എല്ലാം വിളഞ്ഞു, നാളികേരമായി കറിച്ചട്ടിയിൽ സു രക്ഷിതമായി എത്തി. ഒരു ദിവസം ഹാർഡ് ഡിസ്ക് പരിശോധിച്ച അ

യാൾ എന്തോ കണ്ടു അമ്പരന്നു. ഒരാഴ്ച മുൻപാണ്. സമയം രാത്രി 12 :30 എന്തോ ഒന്നു ഓടി മറയുന്നു. റോഡിലൂടെ ആണ്. മനുഷ്യനോ മൃ ഗമോ എന്ന് വ്യക്തമല്ല. പെട്ടെന്ന് ഒരു പ്രത്യേക പ്രകാശത്തിൽ ഒരു ക റുത്ത രൂപം. ക്യാമറയിൽ വ്യക്തമായി പതിഞ്ഞിട്ടുണ്ട്. നീണ്ട വാൽ, കുതിരയുടെ പോലത്തെ മുഖം പക്ഷേ എഴുന്നേറ്റ് നിന്നിട്ട് ആണ് ഓടു ന്നത്, ശരിക്കും പറഞ്ഞാൽ ഒരു കങ്കാരുവിനെ പോലത്തെ സാധനം. കുറേ നിറത്തിലുള്ള പ്രകാശം ആകാശത്തു പരന്നിട്ടുണ്ട്. വല്ല അന്യ ഗ്രഹ ജീവിയാണോ. പറക്കുംതളികയിൽ ഇറങ്ങിയതായിരിക്കുമോ. വെ റും 3 സെക്കന്റ് നേരത്തെക്കാണ് ഇത് എല്ലാം സംഭവിച്ചത്. അപ്പോഴേ ക്കും എല്ലാം ശാന്തം വീണ്ടും ഇരുട്ട് പരന്നു. നക്ഷത്രങ്ങൾ തിളങ്ങി. മൂ പ്പർ കുറേ പ്രാവശ്യം മാറ്റി മാറ്റി കണ്ടു നോക്കി. ഒരെത്തും പിടിയും ഇ ല്ല. എന്താണിത്. ബുദ്ധിമാനായ അയാൾ ഈ സംഭവം അധികം ആ രോടും പറഞ്ഞില്ല. അപ്പുറത്തെ കുഞ്ഞിരാമേട്ടനോട് സൂചിപ്പിച്ചപ്പോൾ മൂപ്പർ ഇങ്ങനെ പറഞ്ഞു. 'ഇത് ഞാനും കണ്ടിട്ടുണ്ട്. അതൊന്നും നോ ക്കാനേ പാടില്ല. അതുവഴി ദേവിയുടെ പോക്കുവരവുണ്ട്. ഭൂതകണങ്ങൾ ആരെങ്കിലും അകമ്പടി സേവിക്കുന്നത് ആയിരിക്കും, ഒരിക്കലും നമ്മൾ അവരെ ബുദ്ധിമുട്ടിക്കരുത്.' മൂപ്പർക്ക് അതു അങ്ങനെ തന്നെ വിഴുങ്ങാൻ പ്രയാസം ആയിരുന്നു.

വേറൊരു അയൽക്കാരൻ പെനാംഗ് കമ്മാരേട്ടൻ, മൂപ്പർ പണ്ട് ഐ. എൻ എ യിൽ സുഭാഷ് ചന്ദ്രബോസിന്റെ കൂടെ ഉണ്ടായിരുന്നു. കാര്യം പറഞ്ഞപ്പോൾ മൂപ്പർ യു.എഫ്. ഒ യുടെ (നമ്മുടെ പറക്കും തളിക, അ ന്യഗ്രഹജീവികൾ)സാധ്യത തള്ളികളഞ്ഞില്ല. പക്ഷെ മൂപ്പരുടെ അ ച്ഛൻ ചാത്തുകുട്ടി നമ്പ്യാർ പഴയ ഒരു അന്ധ വിശ്വാസം പൊളിച്ച കഥ പറഞ്ഞു കൊടുത്തു. ചാത്തുക്കുട്ടി നമ്പ്യാർ വീട്ടുപറമ്പിൽ ധാരാളം ക പ്പയും (മരച്ചീനി) ചേമ്പും കാച്ചിലും എല്ലാം കൃഷി ചെയ്തിരുന്നു. പ ക്ഷെ പെരുച്ചാഴി ശല്യം രൂക്ഷം. ഒരു രക്ഷയും ഇല്ല പാഷാണം വച്ചു നോക്കി. ഏശുന്നില്ല. വലിയ മഞ്ചയിൽ (എലിക്കെണി) കപ്പക്കിഴങ്ങ് ശർ ക്കര ചേർത്ത് വച്ചു നോക്കി. പിറ്റേ ദിവസം കിഴങ്ങ് കെണിയോടെ അ പ്രത്യക്ഷമായി. നഷ്ടങ്ങൾ തുടർന്ന് കൊണ്ടേയിരുന്നു. ഒരു ദിവസം രാ ത്രി ഉറക്കം വരാതെ പായയിൽ തിരിഞ്ഞും മറിഞ്ഞും കിടന്ന ചാത്തു ക്കുട്ടി നമ്പ്യാർ പുറത്തു ആരോ മണി മുഴക്കി കൊണ്ടുപോകുന്ന ശ ബ്ദം കേട്ടു. കതക് തുറന്നു പുറത്ത് വന്ന് നോക്കി ഒന്നും കണ്ടില്ല. തോ ന്നിയതാവും എന്ന് കരുതി. അടുത്ത രാത്രിയിലും ഇത് തന്നെ ആവർ ത്തിച്ചു. പിറ്റേന്ന് കണ്ടത്തിൽ വച്ചു കരുണനോട് ഇതേ പറ്റി പറഞ്ഞു.

കരുണനും കുഞ്ഞിക്കോരനും, നാണിയും എല്ലാരും ഇത് കേട്ടിട്ടുണ്ട്. അവരെല്ലാം പറഞ്ഞു സ്ഥിരം വിശ്വാസം, ദേവിയുടെ പോക്കു വരവ് ആ യിരിക്കും. പിന്നീടുള്ള രാത്രികളിൽ ഈ ശബ്ദം ചാത്തുകുട്ടി നമ്പ്യാരെ കൂടുതൽ അസ്വസ്ഥനാക്കി. ഇത് എന്താണെന്ന് കണ്ടുപിടിച്ചേ അടങ്ങൂ. പിറ്റേന്ന് രാത്രി വീടിന്റെ കോലായിൽ ആണ് കിടന്നത്. ഉറക്കം വരാതെ പിടിച്ചു നിന്നു. കുറച്ചു കഴിഞ്ഞപ്പോൾ ദൂരെയായി ആ മണി മുഴക്കം കേൾക്കാനായി. എഴുന്നേറ്റ് ആ ദിക്കിലേക്ക് നടന്നു. അപ്പോൾ എതിർ ദിക്കിൽ നിന്ന് ശബ്ദം കേട്ടപോലെ. ഒരു ഭ്രാന്ത് പിടിക്കുന്ന അവസ്ഥ. ചാത്തുകുട്ടി നമ്പ്യാർ തലങ്ങും വിലങ്ങും പറമ്പിലൂടെ നടന്നു. അപ്പോൾ കരുണന്റെ പറമ്പിന്റെ അതിർത്തിക്കടുത്തായി മണി ശബ്ദം. അങ്ങോട്ട് നടന്നു. ശബ്ദം അടുത്ത് നിന്ന് കേൾക്കുന്നത് പോലെ. ഒടുവിൽ കണ്ടെ ത്തി പറമ്പിന്റെ ഇടവഴിയിലൂടെ ഏതോ ജീവി നടന്നു പോകുന്നു. ചാ ത്തുക്കുട്ടി നമ്പ്യാർ ടോർച്ച് അടിച്ചു നോക്കി. ഒരു കുറുക്കൻ ആണ്. അ തു നിരങ്ങിയാണ് പോകുന്നത്. അതിന്റെ കാലിൽ എന്തോ കുടുങ്ങിയി ട്ടുണ്ട്. തന്റെ എലിക്കെണി. അതും വലിച്ചു കൊണ്ടു നടക്കുമ്പോൾ ആ ണ് ഈ മണി ശബ്ദം.

'ഇത് പോലത്തെ വല്ലോം ആയിരിക്കും സാറേ, അല്ലാതെ വേറൊ ന്നും ആയിരിക്കില്ല'. എന്തോ, ഈ സംഭവം മൂപ്പർക്ക് വല്ലാത്ത ആത്മ വിശ്വാസം നൽകി. പക്ഷെ അടുത്ത ദിവസങ്ങളിൽ കൈതക്കടവിൽ കു റച്ചധികം സംഭവങ്ങൾ നടന്നു. മാധവിയേടത്തിയുടെ മൂന്നു ആടുകളെ ഏതോ അജ്ഞാത ജീവി കടിച്ചു കൊന്നു. കൃഷിയിടത്തിൽ ഒരു കാൽ പ്പാട്, ഏതോ ജീവിയുടെ.

ആളുകൾ ശരിക്കും പരിഭ്രാന്തരായി. അസാമാന്യമായി ഒന്നും ത ന്നെ ക്യാമറയിൽ കണ്ടില്ല. അയാൾ രണ്ടു ക്യാമറയും റോഡിന്റെ വശ ങ്ങളിലേക്ക് തിരിച്ചുവച്ചു. പിറ്റേന്ന് രാവിലെ കൈതക്കടവിന്റെ ഒരു ഭാഗ ത്തുള്ളവർ ഉറക്കം എഴുന്നേറ്റത് ഒരു ഞെട്ടിക്കുന്ന വാർത്തയുമായിട്ടാ യിരുന്നു. റോഡ് സൈഡിൽ ചെങ്കല്ല് വെട്ടുന്ന കുഴിയിൽ നിന്ന് രൂക്ഷ മായ ദുർഗന്ധം. ആരോ കക്കൂസ് മാലിന്യം തള്ളിയിട്ടുണ്ട്. ആരാണെ ന്ന് ഒരു പിടിയും ഇല്ല. വാർഡ്മെമ്പർ സതീശന്റെ നേതൃത്വത്തിൽ കൈ തകടവുകാർ ഒത്തുകൂടി പ്രതിഷേധം തുടങ്ങി.

ആരോ പറഞ്ഞു, ഏതു വണ്ടിയാണെന്ന് അറിയാൻ സി സി ടി വി നോക്കിയാൽ മതി എന്ന്. കൃത്യമായി ക്യാമറയിൽ പതിഞ്ഞിട്ടുണ്ട്. സമയം 11.45 ഒരു ടാങ്കർ വണ്ടി വീടിനു മുന്നിലൂടെ കടന്നു പോകുന്നു. 12.40 ന് തിരിച്ചും പോയിട്ടുണ്ട്. നമ്പർ, പേര് എല്ലാം വ്യക്തം. പോലിസ്

എത്തി അര മണിക്കൂറിനുള്ളിൽ ടീംസിനെ പൊക്കി.

'നിന്റെയൊക്കെ വിസർജ്യങ്ങൾ ഏറ്റുവാങ്ങാനുള്ളതല്ലെടാ ഞങ്ങളു ടെ നാട്, ഇനി ഈ മാതിരി തോട്ടിപരിപാടിയുമായി ഇറങ്ങിയാൽ ഇതേ പോലെ തൊട്ടിയെടുത്തു കോരേണ്ടിവരും' ടാങ്കർ ഉടമയുടെ കരണം പൊട്ടിച്ചു കൊണ്ടു സതീശൻ ആക്രോശിച്ചു.

ഈ സംഭവത്തിന് ശേഷം കൈതകടവിൽ കൂടുതൽ സീസിടിവി ക്യാമറകൾ പ്രത്യക്ഷപ്പെട്ടു. നാട് ഉറങ്ങുമ്പോഴും അവരുടെ മൂന്നാം ക ണ്ണു തുറന്ന് കണ്ടുകൊണ്ടേയിരുന്നു. മുകളിൽ എല്ലാം കാണുന്നു എ ന്ന ഉത്തമ ബോധ്യം ഉള്ളത് കൊണ്ട് നാട്ടുകാരും പരമാവധി ഡീസന്റ് ആകാൻ ശ്രമിച്ചുകൊണ്ടിരിക്കുന്നു. ഒരു അനർത്ഥ സംഭവങ്ങളും റിപ്പോർ ട്ട് ചെയ്യപെട്ടില്ല. പക്ഷേ അന്നാട്ടിലെ ആദ്യ സീസിടിവി ക്യാമറ ഉടമ സ്ഥൻ ഇപ്പോഴും തിരയാറുണ്ട്; ആ അദൃശ്യജീവിയെ തന്റെ ക്യാമറ യിൽ.

പത്ര വാർത്ത : 03/07/2021

ബംഗ്ലൂരുവിൽ ആകാശത്തു പ്രകമ്പന ശബ്ദം. കാരണം തേടി കാ ലാവസ്ഥ കേന്ദ്രം.

വെള്ളിയാഴ്ച രാത്രി 12.30 ഓടെയാണ് നഗരത്തിന്റെ വിവിധ ഭാഗ ങ്ങളിൽ ഉള്ളവർ ആകാശത്തു നിന്ന് അജ്ഞാത ശബ്ദം കേട്ടത്. ശബ്ദ തി വേഗത്തിൽ വിമാനം പറക്കുമ്പോൾ ഉണ്ടാവുന്ന സോണിക് ബൂം പ്രതിഭാസം ആണെന്ന് സംശയം ഉണ്ടെങ്കിലും ഇത് വ്യോമസേന സ്ഥി രീകരിച്ചിട്ടില്ല. തുടർന്നു ആകാശത്തുണ്ടായ വിവിധ വർണങ്ങൾ ഉത്തര ധ്രുവത്തിലെ 'നോർത്തെൺ ലൈറ്റ്സ്'പ്രകാശ വിസ്മയത്തിന് സമാ നം ആയിരുന്നു എന്നാണ് ദൃക്സാക്ഷികൾ പറയുന്നത്. ഇതൊന്നും ഔദ്യോഗികമായി ആരും തന്നെ സ്ഥിരീകരിച്ചിട്ടില്ല...

ദൈവത്തിന്റെ സ്വന്തം നാട്

രംഗം ഒന്ന്:

കെ.സി.എം.മൾട്ടി സ്പെഷ്യാലിറ്റി ഹോസ്പിറ്റലിന്റെ അഞ്ചാം നില.

'സിസ്റ്റർ ഒന്നു വേഗം വരൂ, ആ റൂം നമ്പർ 502 ലെ പേഷ്യന്റിന് വളരെ കൂടുതലാണ്. ദേഹം മുഴുവൻ വിറയലുണ്ട്, വായിൽനിന്ന് നുരയും പതയും വരുന്നു.'

'നിങ്ങളാരാണ്? വേറെ ആരും അവിടെ ഇല്ലേ.'

'ഞാൻ ബ്ലഡ് കൊടുക്കാൻ വേണ്ടി വന്നതാ. ഒച്ച കേട്ടിട്ട് റൂമിലോട്ട് നോക്കിയതാ. അവിടെ വേറെ ആരും ഇല്ല.'

'അത് അഹമ്മദ് ഹാജിയുടെ റൂം ആണ്. രാവിലെ ഐ.സി.യുവിൽ നിന്ന് റൂമിലേക്ക് മാറ്റിയതേയുള്ളൂ. മൂന്നു മക്കളും കൂടെ ഉണ്ടായിരുന്നു. അവരവിടെ പോയി? ദാ ഡോക്ടർ വരുന്നുണ്ട്. നിങ്ങൾ പുറത്തേക്കു നിൽക്കൂ.'

ഡോക്ടറും നഴ്സും കൂടെ ഒരു പടയും സ്ട്രക്ച്ചറുമായി കുതിച്ചു.

'ഇയാളുടെ മക്കളെല്ലാം എവിടെ പോയി, ഇന്നലെ ഈ വരാന്ത മുഴുവൻ ഇവരുടെ ബന്ധുക്കളായിരുന്നല്ലോ.'

കൂടിനിന്നവരിൽ ആരോ ചോദിച്ചു.

'ഇപ്പൊ വെള്ളിയാഴ്ച ഉച്ചക്ക് പള്ളിയിൽ പോയിക്കാണും അതായിരിക്കും കാണാഞ്ഞത്.' ആരുടെയോ ഉത്തരം.

പെട്ടെന്ന് ആജാനബാഹുക്കളായ മൂന്നു പേർ ഓടിയെത്തി. മൂവരുടെ മുഖത്തും ആശങ്ക. തൊട്ടു പിന്നാലെ തലയിൽ തൊപ്പിവച്ചു താടി നീട്ടിയ ഒരാളും.

ഡോക്ടർ റൂമിൽ നിന്നു ഇറങ്ങി വന്നു. 'കുറച്ചു കൂടുതലായിരുന്നു, ഇപ്പൊ നോർമലായി. ഏതായാലും തക്ക സമയത്തു ഇയാൾ കണ്ടത് നന്നായി.'

മൂവരും എന്റെ നേർക്ക് നോക്കി. കൃതജ്ഞതയോടെ കൈ പിടിച്ചു.

'ഞങ്ങൾ മക്കളാണ് . ഇത് നമ്മളുടെ മാമനാണ്.' താടിക്കാരനെ പ രിചയപ്പെടുത്തി.

'ദൈവമാണ് നിങ്ങളെ അവിടേക്ക് അയച്ചത്, അല്ലേ മാമ, നിങ്ങൾ കണ്ടില്ലായിരുന്നെങ്കിൽ ഒരു പക്ഷെ...'

'മക്കളേ അത് നമ്മളുടെ പ്രാർത്ഥനയുടെ ഫലമാണ്. ദൈവത്തി ന്റെ പുസ്തകത്തിൽ പറഞ്ഞിട്ടുണ്ട്, എന്റെ രക്ഷിതാവ് അടുത്ത് തന്നെ യുള്ളവനും ഉത്തരം നല്കുന്നവനും ആകുന്നു. എന്താ നിങ്ങളുടെ പേ ര്?'

'എന്റെ പേര് ബാബു, ഞാൻ ചെയ്തത് വലിയ കാര്യമായിട്ടൊന്നും എനിക്കു തോന്നുന്നില്ല. എന്റെ സ്ഥാനത്തു ആരായാലും ഇതൊക്ക ത ന്നെയേ ചെയ്യൂ.'

'മകനേ നീ ചെയ്തത് ദൈവ നിശ്ചയം. നീ എന്ത് നല്ലത് ചെയ്താ ലും അത് നിന്റെ മാതാ പിതാക്കൾക്കും അടുത്ത ബന്ധുക്കൾക്കും അ നാഥർക്കും അഗതികൾക്കും വഴി പോക്കർക്കുമാണ് ചെയ്യേണ്ടത്. നീ എന്ത് ചെയ്താലും സർവ്വശക്തനായ ദൈവം അത് അറിയുന്നു. നി ങ്ങൾ ദൈവ വിശ്വാസിയാണോ? '

'അല്ല, തൊട്ടടുത്ത വാർഡിലെ വിശ്വാസി അല്ലാത്ത സുഹൃത്തി ന്റെ അച്ഛന് ബ്ലഡ് കൊടുക്കാൻ വന്നതാണ് ഞാൻ. ലോറി ഡ്രൈവർ ആണ്. ഫുൾ ലോഡ് വണ്ടി താഴെ പാർക്ക് ചെയ്തു വച്ചിട്ടുണ്ട്. ഇന്ന് വൈകുന്നേരത്തിനു മുൻപെ ലോഡ് എത്തിക്കണം. ഞാൻ അദ്ധ്വാനി ച്ചാലെ അത് എവിടെ എത്തൂ.'

'ആകാശങ്ങളെയും ഭൂമിയെയും മുൻമാതൃക ഇല്ലാതെ സൃഷ്ടിച്ചവൻ, നമ്മൾ എന്ത്തന്നെ തീരുമാനിച്ചാലും അവന്റെ തീരുമാനങ്ങളെ ഇവി ടെ നടക്കൂ. നിങ്ങൾക്കും കുടുംബത്തിനും ദൈവം നല്ലതേ വരുത്തൂ.'

'ശരി ഞാനിറങ്ങുന്നു. എന്തായിരുന്നാലും മൂന്നു മക്കളിൽ ഒരാൾ ക്കു ബാപ്പയ്ക്ക് കൂട്ടിരിക്കാമായിരുന്നില്ലേ. നിങ്ങളുടെ വിശ്വാസവും പ്രാർ ത്ഥനയും നിങ്ങൾക്കും ലോകത്തിനും നല്ലത് വരുത്തട്ടെ. എന്റെ അ ദ്ധ്യാനം എന്റെ കുടുംബത്തിനും.'

രംഗം രണ്ട് :

'ഈശോ മിശിഹായ്ക്കും സ്തുതി ആയി ഇരിക്കട്ടെ.'

പ്രാർത്ഥന ഹാളിന്റെ മൂലയിൽ മുട്ട് കുത്തിയിരിക്കുന്നയാളെ അപ്പോ ളാണ് ഫാദർ ശ്രദ്ധിച്ചത്.

അയാൾ ഉറക്കെ പ്രാർത്ഥിക്കുന്നു 'ഞാൻ വിളിച്ചപേക്ഷിച്ച നാളിൽ അവിടുന്ന് എനിക്കുത്തരം അരുളി. അവിടുന്ന് എന്റെ ആത്മാവിൽ ധൈര്യം പകർന്ന് എന്നെ ശക്തിപ്പെടുത്തി, ഇന്ന് അങ്ങയെ ആരു രക്ഷിക്കും.' അയാൾ വിതുമ്പലോടെ വിളിച്ചു പറഞ്ഞു.

'മകനേ എന്താണ് നിന്റെ ദുഃഖം, എന്തായാലും കർത്താവിനോടു പറയൂ..'

ഒരു പൊട്ടിക്കരച്ചിലായിരുന്നു മറുപടി.

'സമാധാനിക്കൂ. എന്തിനും പരിഹാരം ഉണ്ടാക്കാം. ആത്മ നിയന്ത്രണം ഇല്ലാത്ത മനുഷ്യൻ കോട്ടകളില്ലാത്ത നഗരം പോലെയാണ്.'

'ഇല്ലച്ചോ, ഈ ലോകം മുഴുവൻ ചെകുത്താന്മാരുടെ കൈയിലാണ്. അതു കൊണ്ടല്ലേ ഇവിടെ കല്ലുമഴ പെയ്തത്, പ്രളയം ഉണ്ടായത് '

'അതൊക്കെ ദൈവനിശ്ചയം. മകനേ, നീ ആരാണ്.. എവിടെ നിന്നു വരുന്നു?'

'ഞാൻ മിഖായേൽ. എന്റെ പൂർവികർ താഴ്ന്ന ജാതിയിൽപ്പെട്ട ഹൈന്ദവരായിരുന്നു. തെക്കൻ തിരുവിതാംകൂർ ദേശക്കാർ. 99 ലെ വെള്ളപ്പൊക്കം ഞങ്ങൾക്ക് കിടപ്പാടവും കൃഷിയും ഇല്ലാതാക്കി. പട്ടിണി കിടന്ന് മരിക്കാറായപ്പോൾ ദൈവത്തിന്റെ ദൂതന്മാരായി അവർ വന്നു. ഞങ്ങൾക്ക് ഭക്ഷണവും വസ്ത്രവും തന്നു. തിരുസന്നിധിയിലേക്കുള്ള മാർഗം കാണിച്ചു തന്നു. അവരുടെ കൂടെ ക്രൈസ്തവരായി വടക്കൻ മലബാറിലെ മലയോരമേഖലയിലെത്തി. അദ്ധ്വാനികളായിരുന്നു അവർ. മലയോടും കാട്ടുമൃഗങ്ങളോടും പടവെട്ടി. അവരുടെ പ്രവർത്തികൾ ദൈവ വിചാരത്തോട് കൂടിയായിരുന്നു. ദൈവം അവർക്ക് വഴി തെളിച്ചു കൊടുത്തു. മണ്ണിൽ പൊന്നു വിളയിച്ചു. റബ്ബറും കാപ്പിയും നല്ല പോലെ വിളഞ്ഞു. സ്കൂളുകളും ആശുപത്രിയും ഉണ്ടാക്കി. പ്രാർത്ഥനക്കായി മല മുകളിൽ ഒരു ആരാധനാലയവും. എന്റെ തലമുറയും നല്ല പോലെ അധ്വാനിച്ചു. ദൈവമാർഗത്തിൽ ജീവിച്ചു. കൃഷി ലാഭം നൽകിയില്ലെങ്കിലും കൃഷി ഭൂമി പണയം വച്ചു മക്കളെ പഠിപ്പിച്ചു. ഞങ്ങൾ ഉറച്ച തീരുമാനത്തോടെ ഉറങ്ങി. സംതൃപ്തിയോടെ എഴുന്നേറ്റു. കൃഷി ഭൂമികൾ ബ്ലേഡ്കാർ കൊണ്ടുപോയെങ്കിലും കിടപ്പാടങ്ങൾ നഴ്സുമാരായ മക്കൾ വിദേശജോലികൊണ്ട് തിരിച്ചു പിടിച്ചു തന്നു. നഷ്ടപെട്ട കൃഷിഭൂമികൾ ഭൂ മാഫിയയുടെ കൈയിലായി. അവർ കുന്നുകൾ ഇടിച്ചു നിരത്തി ഖനനം തുടങ്ങി. താഴ്‌വരകളിൽ റിസോർട്ടുകൾ പണിതു..

പിന്നീട് ഉണ്ടായതൊക്ക അച്ചനറിയാവുന്നതല്ലേ. ഈ നൂറ്റാണ്ടിലെ മഹാപ്രളയം. ഉരുൾ പൊട്ടി വലിയ പാറക്കെട്ടുകൾ കല്ല് മഴപോലെ വീ

ട്ടിലേക്കാണ് പതിച്ചത്. ഞങ്ങളുടെ കിടപ്പാടം മണ്ണിനടിയിലായി. ഞാനി പ്പോൾ അഭയാർത്ഥി ക്യാമ്പിൽ നിന്നാണ് വരുന്നത്. മക്കൾ വിദേശത്തേ ക്കു ചെല്ലാൻ വിളിക്കുന്നു, എല്ലാം വിട്ടേച്ചു അവരുടെ കൂടെ ചെല്ലാൻ . ഒന്നും എനിക്കു സന്തോഷം തരുന്നില്ലച്ചോ'

'മകനെ ഒന്നിനും സന്തോഷം തോന്നുന്നില്ല എന്നു പറയുന്ന നീ ദു രിതങ്ങളും വർഷങ്ങളും ആഗമിക്കും മുൻപ് യൗവ്വനകാലത്തെ സ്രഷ്ടാ വിനെ സ്മരിക്കുക.'

'ഇപ്പോൾ ഗവണ്മെന്റ് റിപ്പോർട്ട് വന്നിരിക്കുന്നു. എന്തോ ഗാഡ്ഗിൽ എന്നോ കസ്തൂരി രംഗൻ എന്നോ പേരിൽ. എന്റെ മലയോരഗ്രാമം പരി സ്ഥിതിലോല പ്രദേശമാണത്രെ. അവിടെയുള്ള എല്ലാം അനധികൃത കെട്ടിടങ്ങളും പൊളിച്ചു മാറ്റണമത്രേ. മലമുകളിലെ പള്ളിയും അതിൽ പെടും. പൊളിക്കാനായി ആളുകൾ പുറപ്പെട്ടു കഴിഞ്ഞു. ചെറുപ്പം മുത ലേ ഞാൻ വിശ്വസിച്ച ആരാധനാലയം. വിളിക്കും മുൻപേ അവൻ എ നിക്കു ഉത്തരം നൽകി, പ്രാർത്ഥിച്ചു തീരും മുന്നേ അവൻ അതു കേട്ടു തീർപ്പു കല്പിച്ച സ്ഥലം. ഇനി ഞാൻ ദൈവത്തെ തേടി എങ്ങോട്ട് പോ കും. എന്റെ ദൈവത്തെ ആരു രക്ഷിക്കും'

'മകനേ നിന്നോട് കരുണയുള്ള കർത്താവ് അരുളി ചെയ്യുന്നു, മല കൾ അകന്നു പോയേക്കാം. കുന്നുകൾ മാറ്റപ്പെട്ടേക്കാം. എന്നാൽ എ ന്റെ അചഞ്ചലമായ സ്നേഹം നിന്നെ വിട്ടു പിരിയുകയില്ല.'

'ഇല്ല അച്ചോ, ഈ ലോകം ഇന്ന് ഭരിക്കുന്നത് ചെകുത്താന്മാരാണ്. അവർക്ക് ദൈവത്തെ അറിയില്ല. ഇവർക്കുള്ള ശിക്ഷ ആരു കൊടുക്കും? ആരാണ് പ്രകൃതിയെ നശിപ്പിച്ചത്? ആരാണ് പ്രളയം ഉണ്ടാക്കിയത്? എവിടെയാണ് ദൈവമിരിക്കുന്നത്?'

'മകനേ അവൻ പറഞ്ഞിട്ടുണ്ട്, നിങ്ങൾ എന്നെ അന്വേഷിക്കൂ. പൂർണ്ണ ഹൃദയത്തോടെ അന്വേഷിക്കുമ്പോൾ എന്നെ കണ്ടെത്തും. ദൈവം ത ന്റെ പുത്രനെ ലോകത്തിലേക്ക് അയച്ചത് ശിക്ഷ വിധിക്കാനല്ല. അവൻ വഴി ലോകം രക്ഷ പ്രാപിക്കാനാണ്.'

രംഗം : മൂന്ന്

കാല് നല്ലപോലെ വേദനിച്ചു തുടങ്ങിയിരിക്കുന്നു. കൂടെ മസിലുകൾ ക്ക് നല്ല പിടുത്തവും. ശബരീഷ് എന്ന പേരുണ്ടായിട്ടും ആദ്യമായിട്ടാ ണ് മല ചവിട്ടുന്നത്. കൂടെ ആരുമില്ല ഒറ്റയ്ക്കാണ്. ഗുരുസ്വാമിയില്ലാ തെ കന്നിസ്വാമിമാർ മലചവിട്ടാൻ പാടില്ല. പക്ഷെ എന്റെ കാര്യത്തിൽ

അതില്ല. പമ്പയിൽ മുങ്ങി കുളിച്ചുകയറിയപ്പോഴും അതിന്റെ ചുറ്റുപാടു കൾ വൃത്തിഹീനമായിരുന്നു. പമ്പ ഗണപതിക്ക് തേങ്ങയുടച്ചു അർദ്ധ രാത്രി മലകയറാൻ തുടങ്ങിയതാണ്. വഴിനീളെ നല്ല തിരക്കാണ്. ക ല്ലും മുള്ളും നിറഞ്ഞ കാനനപാത മനുഷ്യപാദസ്പർശമേറ്റ് മിനുസപ്പെ ട്ടിരിക്കുന്നു. ചെങ്കുത്തായ നീലിമല കയറ്റം കഴിഞ്ഞപ്പോൾ നന്നായി കിതയ്ക്കുന്നുണ്ടായിരുന്നു. 90 കിലോ അല്ലേ ഭാരം. ഇനിയുമുണ്ട് കു റേ താണ്ടാൻ. അമ്പലത്തിൽ മാലയിടുമ്പോൾ ശരണം ഉച്ചത്തിൽ വി ളിക്കാൻ മടിച്ചപ്പോൾ ഗുരുസ്വാമി പറഞ്ഞതോർമയുണ്ട്. 'യേന്തി യേ ന്തി അയ്യപ്പാ എന്നു വിളിക്കേണ്ടിവരും, എന്നാലേ മല കയറാൻ പറ്റൂ.' അത് അന്വർത്ഥമായി. 41 ദിവസം കഠിനവ്രതം തന്നെയാണ് എടുത്തത്. അതായിരിക്കണം ബുദ്ധിമുട്ടില്ലാതെ കയറാൻ പറ്റിയത്. ശരംകുത്തി യും മരക്കൂട്ടവും കഴിഞ്ഞു നടപന്തലിൽ എത്തിയപ്പോഴേക്കും ക്യൂ തു ടങ്ങി. ബാരിക്കേഡുകൾ വച്ചു തരം തിരിച്ചിരിക്കുന്നു. നല്ല തിരക്കുണ്ട്. പല ഭാഷ സംസാരിക്കുന്നവർ.എങ്ങും ശരണമന്ത്ര മുഖരിതം. എല്ലാ വർക്കും ഒരേ ഒരു ലക്ഷ്യം ദിവ്യദർശനം. ദൈവദർശനം. ഓരോ തവണ ഗേറ്റ് തുറന്നപ്പോഴും ആളുകൾ തിക്കിക്കയറാൻ തുടങ്ങി. കൂടെ നല്ല പോലെ തള്ളാനും. ഇരുമുടിക്കെട്ട് ബലമായി പിടിച്ചിട്ടുണ്ട്. രാത്രി മുത ലേ ഒന്നും കഴിച്ചിട്ടില്ല. വയറു കത്തിയെരിയുന്ന പോലെയുണ്ട്. മൂന്നു നാലു മണിക്കൂറായി ക്യുവിൽ. പതുക്കെപ്പതുക്കെ ലൈൻ നീങ്ങുന്നു ണ്ട്. അഗ്നികുണ്ഡത്തിലെ പുക അന്തരീക്ഷം മുഴുവൻ വ്യാപിച്ചു കിട ക്കുന്നു. ഇനി കുറച്ചുദൂരം കൂടി എനിക്കും ഭഗവാനുമിടയിൽ. തേങ്ങയു ടച്ച ശേഷം പതിനെട്ടാം പടിയിൽ കാലുവച്ചു. ആദ്യ അഞ്ചുപടികൾ ന മ്മുടെ പഞ്ചേന്ദ്രിയങ്ങളെ പ്രതിനിധീകരിക്കുന്നു. അത് ചവിട്ടികൊണ്ട് കയറി. അവയല്ലേ നമ്മെ ഈ ലോകത്ത് ബന്ധിച്ചിടുന്നത്. പിന്നീടുള്ള എട്ടു പടികൾ. കാമം, ക്രോധം തുടങ്ങിയ അഷ്ടരാഗങ്ങളെ സൂചിപ്പി ക്കുന്നു. അത് എട്ട് പോലീസുകാർ ചേർന്ന് വലിച്ചു കയറ്റി. അടുത്ത മൂ ന്നു പടികൾ സത്വ രജസ് തമോ ഗുണങ്ങളെ പ്രതിനിധാനം ചെയ്യുന്നു അത് ശരണം വിളിച്ചു കൊണ്ട് മുന്നോട്ട് വച്ചു. ഒടുവിലത്തെ രണ്ടെണ്ണം വിദ്യയും അവിദ്യയും കയറി മുകളിലെത്തി. നേരെ ശ്രീകോവിലിനു മു ന്നിലേക്ക്. കഴിഞ്ഞ നാൽപത്തിയൊന്ന് ദിവസത്തെ പ്രാർത്ഥനയുടെ ഫലം ഞാനും തിരുസന്നിധിയിൽ. എന്തു പറ്റി എന്നറിയില്ല കണ്ണുക ളിൽ ഇരുട്ട് കയറുന്നു. ഭഗവാനെ കാണാൻ പറ്റുന്നില്ല. കാലുകൾ പി ന്നോട്ട് വലിക്കുന്നു. പിറകോട്ടു വീഴുന്നപോലെ. പുകച്ചുരുകൾക്കിടയിൽ അവ്യക്തമായി കണ്ടു. അവിടെ എന്തോ എഴുതിവച്ചിരിക്കുന്നു.

'തത്ത്വമസി'.

അതേ ആർഷഭാരത സംസ്കാരം ലോകത്തിന് മുന്നിൽ വച്ച നാലു മഹാവാക്യങ്ങളിലൊന്ന്. തത്ത്വമസി. അത് നീ തന്നെ. ഈശ്വരൻ നീ യാണെന്ന ഓർമ്മപ്പെടുത്തൽ. അഹങ്കാരവും അറിവില്ലായ്മയും ഇല്ലാ തായി ഈശ്വരനും ഭക്തനും ഒന്നാകുന്ന സമത്വത്തിന്റെ പരമ പദം.

ശരിയാണ്, ഞാൻ ആരെ തേടി വന്നുവോ അത് ഞാൻ തന്നെയാ ണ്. പരമാത്മാവ് നിന്നിലും എന്നിലും സകല ചരാചരങ്ങളിലും കുടി കൊള്ളുന്നു. അതിനെ നിന്നിൽ നിന്ന് വേർതിരിച്ചെടുക്കാൻ ആവില്ല.

ഇപ്പോഴും ഞാൻ വായുവിൽ തന്നെയാണ്. അല്ല ആരോ എന്നെ എ ടുത്ത് കൊണ്ട് നടക്കുകയാണ്. ഒരു കാക്കി ഷർട്ട്. കണ്ണു തുറന്നപ്പോൾ അയാളുടെ നെയിം ബോർഡ് അവ്യക്തമായി തെളിഞ്ഞു.

പി.കെ അബ്ദുൾ നവാസ്...

മതിൽക്കെട്ടുകൾ

മൂന്നു ദിവസത്തിന് ശേഷം ആദ്യമായിട്ടാണ് ആകാശത്തു ചെറിയ തിളക്കം കണ്ടത്.

'നാശം പിടിച്ച മഴ.' സ്വയം പിറുപിറുത്തു കൊണ്ടു അവർ മുറ്റത്തേ ക്കിറങ്ങി. മുറ്റത്ത് ചിലയിടങ്ങളിൽ വെള്ളം കെട്ടിക്കിടക്കുന്നു, നല്ല പോ ലെ പായൽ പിടിച്ചിട്ടുണ്ട്. കിണറ്റിന്റെ തടം നല്ല പോലെ വഴുതുന്നുണ്ട്. മുറ്റത്തെ വെള്ളം ഒഴുകി പോകാനുള്ള പൈപ്പ് ബ്ലോക്ക് ആയി കിടക്കു ന്നു. ഓവ് ചാലിൽ നല്ല പോലെ വെള്ളം ഉണ്ട്. മാവില വീണു ബ്ലോക്ക് ആയതാണ്. മുറ്റം മുഴുവനും കരിയില നിറഞ്ഞു കിടക്കുന്നു. മുറ്റം അ ടിച്ചു വരാനുള്ള ബുദ്ധിമുട്ട് കാരണമാണ് നല്ല പോലെ കായ്ക്കുന്ന സി ന്ദൂരി മാവ് മുറിച്ചു കളഞ്ഞത്.. മാങ്ങ മുഴുവൻ വവ്വാൽ കൊണ്ടു പോ കും. പിന്നെ പുഴു നിറഞ്ഞതും ചപ്പിയതും മുറ്റത്തു വീണുകിടക്കും. അല്ലേലും മാങ്ങ തിന്നാൻ ആരു വരാനാ.. പക്ഷെ ഈ ഇല മുഴുവൻ അപ്പുറത്തെ സരോജിനിയുടെ മാവിൽ നിന്നാണ്. അവളോട് പണ്ടേ പ റഞ്ഞതാണ് ഇങ്ങോട്ട് ചാഞ്ഞ കൊമ്പ് മുറിച്ചു കളയാൻ, അഹങ്കാരി കേട്ട ഭാവം കാണിച്ചില്ല. മതിലിനപ്പുറം ഒരു ആൾ അനക്കം.. അവൾ ത ന്നെ. ചേനയ്ക്ക് തടം എടുത്ത് കൊണ്ടിരിക്കുകയാണവൾ. വച്ചിട്ടുണ്ടെ ടീ നിനക്ക്...

'എടീ സരോജിനി നിന്നോട് പല പ്രാവശ്യം പറഞ്ഞിട്ടുണ്ട്. നിന്റെ മാവിന്റെ കൊമ്പ് മുറിച്ചു കളയാൻ, ഇല അടിച്ചു വാരി എന്റെ നടു ഒടി ഞ്ഞു, നിന്റെയൊക്കെ വിഴുപ്പ് വാരലല്ല എന്റെ ജോലി.'

'നല്ല കാര്യം ആയിപ്പോയി, തടിയൊക്കെ ഒന്ന് അനങ്ങട്ടെ, നിങ്ങളു ടെ ഓല വീണു എന്റെ കോഴിക്കൂടു പൊളിഞ്ഞത് കണ്ടില്ലായിരിക്കും. കുല വരാറായ വാഴയാ ഒടിഞ്ഞു കിടക്കുന്നത്.'

'കാറ്റിൽ ഓല അങ്ങോട്ട് വീണതിന് ഞാൻ എന്ത് പിഴച്ചു, മതിലിൽ തട്ടി വീണതാണ്.'

'മതിലിന്റെ കാര്യം മിണ്ടരുത്, ഞാൻ പരാതി കൊടുത്തിട്ടുണ്ട്, അ

വർ അളക്കാൻ വരും, എന്റെ സ്ഥലം ചേർത്ത് മതിൽ കെട്ടുമ്പോൾ ആ ലോചിക്കണം.'

'അവർ വരട്ടെ, ചരിത്രം മൊത്തം എന്നെക്കൊണ്ടു പറയിക്കണ്ട, ഞാ നും ഒരുങ്ങിത്തന്നെയാ, ഇനി എന്റെ മുറ്റത്തു ഇല വീണാൽ നിന്റെ കൊമ്പ് ഞാൻ തന്നെ കേറി അറുക്കും..'

'അങ്ങനെ ആണേൽ നിങ്ങളുടെ തെങ്ങും മതിലും ഞാൻ ജേസി ബി കൊണ്ടു കോരിയെടുക്കും, ഒരു വലിയ മജിസ്ട്രേട്ട് വന്നിരിക്കുന്നു.'

'ഇവളോടൊന്നും പറഞ്ഞിട്ട് കാര്യമില്ല. വിവരം കെട്ട ജന്തുക്കൾ. അവർ മനസ്സിൽ പിറുപിറുത്തുകൊണ്ടു അകത്തേക്ക് കയറി.

'നിങ്ങൾ ഇതുവരെ കഴിച്ചുകഴിഞ്ഞില്ലേ മനുഷ്യാ?'

'നല്ല മീൻകറി, അസ്സലായിട്ടുണ്ട് നിന്റെ കൈപ്പുണ്യം പോയിട്ടേ ഇല്ല.'

'അയ്യടാ നല്ല പഞ്ചാര, കയ്പ്പുണ്യം മാത്രം അല്ല, ഞാനും ഇവിടെ തന്നെ യുണ്ട്, പിന്നെ മീൻകറി..അത് രാവിലെ സരോജിനി കൊണ്ടു ത ന്നതാ, എനിക്ക് കാലു പൊങ്ങുന്നില്ല. ഇന്ന് ഒന്നും ഉണ്ടാക്കിയില്ല, വ ല്ലോം അറിയുന്നുണ്ടോ ആവോ.'

'രാവിലെ തന്നെ കലിപ്പ് മൂഡിൽ ആണല്ലോ, ബഹളം കേട്ടല്ലോ അ പ്പുറത്ത് നിന്ന്, സരോജിനിയുടെ മോൾ വന്നിട്ടുണ്ടോ.'

'പിന്നെ അത് തിരിഞ്ഞു നോക്കിയിട്ട് അഞ്ചെട്ട് മാസം ആയി, എല്ലാ വരുടെ അവസ്ഥയും കണക്കാ.'

'നീ എന്തിനാ എല്ലാരോടും ചാടിക്കടിക്കാൻ പോകുന്നെ?'

'അത് നല്ല കൂത്ത്, എനിക്കാരോടെങ്കിലും മിണ്ടണ്ടേ, നിങ്ങളാണെ ങ്കിൽ ഫുൾ ടൈം മൊബൈൽ അല്ലെങ്കിൽ ടീവിയിൽ, പിള്ളേർ വിളിച്ചി ട്ട് ഒന്നുരണ്ടാഴ്ചയായി ഇതിനകത്തു കിടന്നു എനിക്ക് ശ്വാസം മുട്ടുന്നു, ഞാൻ ഒരു ജീവി ഇവിടെയുണ്ടെന്നൊരു ചിന്ത ആർക്കെങ്കിലും ഉണ്ടോ, ഞാൻ പോണു. നിങ്ങളോടൊക്കെ പറഞ്ഞിട്ട് ഒരു കാര്യവും ഇല്ല, ഇനി യും ഇങ്ങനെ തന്നെ പോയിക്കൊണ്ടേയിരിക്കും..'

കുറച്ചുദിവസം കഴിഞ്ഞു. ഇടിമിന്നലോടു കൂടിയ ഒരു രാത്രി...

'ദേ ഒന്ന് എണീക്കുവോ, ഞാൻ എന്തോ ശബ്ദം കേട്ടു.'

'നിനക്ക് തോന്നിയത് ആയിരിക്കും, പാതിരാത്രിയിൽ മനുഷ്യനെ മെ നക്കെടുത്താതെ.'

'അല്ല ആരോ വീഴുന്ന ശബ്ദം ആണ്, അപ്പുറത്ത് നിന്ന്, സരോജിനി യുടെ ഭർത്താവിന് സുഖമില്ലാത്തതല്ലേ, ചെന്നു നോക്കാം, അവരും ഒറ്റ ക്കല്ലേ.'

അയാളുടെ കൈകൾ ടോർച്ചിനായി തിരഞ്ഞു....

വിരൂപസാഹിത്യം

വികാരാധീനനായി ആ മദ്ധ്യ വയസ്കൻ പാർക്ക് ചെയ്തിരിക്കുന്ന കാറിന്റെ സൈഡ് മിററിൽ നോക്കി..

ഇല്ല എല്ലാം പഴയ പടി... ആദ്യമായി ഈ സുന്ദര മുഖത്തിനു കിട്ടിയ കമെന്റ്...

പതിനേഴു സംവത്സരങ്ങൾക്കു മുൻപ്.. അതും കന്നഡത്തിൽ... ആ ഹുടുക മുഖ കൊതി തരാ ഇതേ (ആ ചെക്കന്റെ മോന്ത കുരങ്ങനെ പോലെയുണ്ട്)...ഹൂ കാണോ കപ്പു നായി തരാ (അതേടീ കറുത്ത നായി പോലെ).... പിന്നെയും കേട്ടു വെവ്വേറെ ഭാഷകളിൽ തൂ ദികിനെ മേം സുന്ദർ ഹേ ബന്ദർ ജൈസേ.... ഇല്ല ഒരു കണ്ണാടി നശിപ്പിച്ചതു കൊണ്ടൊന്നും ഒന്നും അവസാനിക്കുന്നില്ല.

അല്ലേലും അതെല്ലാം അയാൾ നന്നായി ആസ്വദിച്ചിരുന്നു. റോഡ് ക്രോസ്സ് ചെയ്തു മുന്നോട്ടു നടന്നു... നടക്കുമ്പോൾ അയാളുടെ ഷോൾഡർ ഇരു വശത്തേക്കും കുലുങ്ങുന്നുണ്ടായിരുന്നു.. കൂടെ തലയും... പണ്ട് കൂട്ടുകാർക്കും അയാളുടെ നടത്തം കോമഡി ആയിരുന്നു... ഒരു സൂപ്പർസ്റ്റാർ ഇപ്പോഴും തോള് ചെരിക്കുന്നതും കൈയും തലയും കുലുക്കുന്നതും ഇവർ ശ്രദ്ധിക്കുന്നില്ലേ.... മെയിൻ റോഡിന്റെ ഇടതു വശത്തായി ഒരു ചെറിയ അരുവിയുണ്ട്.... ആ ചായക്കടക്കാരൻ വെള്ളം എടുക്കുന്നത് അവിടുന്നാണ്.. അയാൾ അതിന്റെ തീരത്തേക്ക് പോയി.... കുറെ സീനി ചെടികൾ പൂ വിരിഞ്ഞു നിൽക്കുന്നുണ്ട്... പണ്ടേ ഇഷ്ടമാണ് ഈ പൂക്കളെ... പഴയ സ്കൂൾ യൂണിഫോം ഷർട്ടുകളിൽ ഒരുപാട് മാർക്ക് ഉണ്ടാക്കിയിട്ടുണ്ട് ഇതു വച്ചിട്... അയാൾ ഒരുപാട് പൂ പറിച്ചു... 6 ഇതളുകൾ അതിന്റെ എല്ലാ ഇതളുകൾക്കും ഒരേ വലുപ്പം ഒരേ ഷേപ്പ്, സൈസ് , symmetry എല്ലാം കിറുകൃത്യം... ലോകത്തിൽ ഏറ്റവും മികച്ച ഡിസൈനറുടെ കലാസൃഷ്ടി.... ബാക്കിയുള്ള ആറു പൂക്കളും cut and paste കോപ്പികൾ... ഏത് tool ആവുമോ അങ്ങേരുടെ കയ്യിൽ... ചെരുപ്പഴിച്ചു വെള്ളത്തിൽ കാല് വെച്ചു.... ഒരു കോരിത്തരിപ്പ്.. ക

ണ്ണാടിചില്ലുപോലുള്ള വെള്ളം... കോരി മുഖത്തു ഒഴിച്ചു... ആ നനഞ്ഞ മുടി... കറുപ്പ് നല്ല പോലെ പൂശിയിട്ടും വെള്ള രോമങ്ങൾ അങ്ങ് ഇങ്ങ് തെളിയുന്നു...

നല്ല തെളിച്ചമുണ്ട് മുടിക്ക്... എപ്പോഴും പൊങ്ങി നിൽക്കുന്ന മുടി യിലെ ചുഴി പ്രൗഢമായി ഉണർന്നു നിൽക്കുന്നു.. പുരികം കട്ടി കൂടി ഗൗരവം നടിക്കുന്നു.... ആരോ പണ്ട് കോങ്കണ്ണ് എന്നു പറഞ്ഞ കണ്ണു കൾ പ്രതീക്ഷയോടെ അയാളെ നോക്കി... ജ്വലിക്കുന്ന തീഷ്ണതയോ ടെ.... മൂക്കിന്റെ ഇരുവശത്തുള്ള കറുത്ത പാടുകൾ സമദൂരം പാലിച്ചു മാറി നിൽക്കുന്നു.... ഒന്നു ചിരിക്കാൻ ശ്രമിച്ചു.... ഏറ്റവും വികൃതമായ പല്ലുകൾക്ക് ഇടയിലെ വിടവ്.. ഇല്ല രണ്ട് പല്ലുകൾ മനോഹരമായി തെ ന്നി രണ്ട് വശത്തു മാറിനിൽക്കുന്നു.. താഴത്തെ വരിയിൽ ഒരു ഷേപ്പ് സ മ്മാനിച്ചുകൊണ്ട്... ആ വലിയ ചെവിയിലെ അറ്റം നീണ്ടു നിൽക്കുന്ന ചെവിക്കുട. പണ്ട് ചന്ദ്രൻമാഷിന് എന്റെ ചെവി പിടിക്കാൻ ആവേശം ആയിരുന്നു... ആന ചെവിയൻ എന്നാണ് വിളിച്ചത്... അതും രണ്ട് ചെ വിയിലും ഒരേ പോലെ... അത്ഭുതം ആയ മറ്റൊരു symmetry .... ഒരു പെർഫെക്ട് മിസ്റ്റേക്ക് ഓഫ് ഗോഡ്... അതെ. ഞാൻ വളരെ വ്യത്യസ് തനാണ്...ഈ ലോകത്തിലെ മനോഹരമായ സൃഷ്ടി... അയാൾ മുഖം ഉയർത്തി.... ഉയർത്തെഴുന്നേറ്റ പോലെ നടന്നു....എതിരെ കടന്നു പോ യ രണ്ടുപെൺകുട്ടികളുടെ മുഖത്തേക്ക് അയാളുടെ കോമളനയനങ്ങൾ കള്ളച്ചിരിയോടെ കണ്ണുകളുമായി ഉടക്കി. മുഖമുയർത്തി അയാൾ നേ രെ നടന്നു പോയി. പിന്നിൽ നിന്ന് അവരുടെ കാക ദൃഷ്ടികൾ അയാളെ കൊത്തി വലിക്കുന്നുണ്ടായിരുന്നു. റോഡിനു നീളം വളരെ കൂടുതലാ ണ്. ഇതേ വേഗത്തിൽ ഇനിയും പോവണം....ചടുലമായ താളത്തോ ടെ.... പണ്ട് കുട്ടിക്കാലത്തു അച്ഛനും ടീച്ചർമാരും അയാളോട് ചോദി ച്ചു, 'വലുതാവുമ്പോൾ മോന് ആരാവാനാണ് ആഗ്രഹം?'

'എനിക്കു ഞാനയാൾ മതി. വേറെ ആരും ആവണ്ട.' അയാൾ നട ന്നു തോളും തലയും കുലുക്കിക്കൊണ്ട്, അയാളായി തന്നെ.

ശവതാളത്തിലെത്തും മുൻപ് ജീവിതത്തിൻ കൊടിപ്പടം താഴ്ത്താ തിരിക്കാൻ.

മായക്കണ്ണാടികൾ

കുറേ നേരമായി വിജനമായ ഈ റോഡിലൂടെ കാർ ഓടിക്കുന്നു. എങ്ങോട്ടാണ് പോവുന്നത് എന്ന് ഒരു നിശ്ചയവുമില്ല. റോഡിലൊന്നും ഒരു സൈൻബോർഡ് പോലുമില്ല. ഫോൺ ഫുൾ ഡെഡ് ആണ്. പവർ ബാങ്കിൽ കുത്തിയിട്ട് പോലും ഒരു തുള്ളി ചാർജ് കയറുന്നില്ല. ഇങ്ങ നെ ഒരു അവസ്ഥ തീരെ പ്രതീക്ഷിക്കാത്തതാണ്. ജീവിതത്തിലെ ആ ദ്യത്തെ ഗുരുവായൂർ യാത്ര. അതും സ്വന്തം കാറിൽ. 4പേർ ചേർന്ന് പ്ലാൻ ചെയ്തതാണ്. അവസാന നിമിഷം എല്ലാവരും കാലുമാറി. ഒരി ക്കൽ തീരുമാനിച്ചതാണ്, കാർ വാങ്ങിയാൽ ഒരു ഗുരുവായൂർ യാത്ര. ഇതുവരെ ഗുരുവായൂരിൽ പോയിട്ടില്ല. ഇതുവരെ ഇത്ര ദൂരം ഒറ്റയ്ക്ക് കാർ ഓടിച്ചിട്ടുമില്ല. മാഹിയിൽ നിന്നു ഫുൾ ടാങ്ക് പെട്രോൾ അടിച്ചു നേരെ കോഴിക്കോട് താണ്ടിയപ്പോഴും ഗൂഗിൾ മാപ്പ് കൃത്യമായി വഴി പ റഞ്ഞു തന്നിരുന്നു. പൊന്നാനി കഴിഞ്ഞപ്പോഴാണ് ഒരു ഷോർട്ട് കട്ട് റോഡ് കാണിച്ചത്. നേരെ റോഡ് ബ്ലോക്ക് ആണെന്നും ഇതുവഴി പോ യാൽ 7 കിലോമീറ്റർ സേവ് ചെയ്യാമെന്നും ഗൂഗിൾ ചേച്ചി പറഞ്ഞത് അ പ്പാടെ വിഴുങ്ങി. ഇപ്പോൾ റൂട്ടും അറിയില്ല ഫോൺ ഡെഡ് ആവുക യും ചെയ്തു. എന്തായാലും മുന്നോട്ടു തന്നെ. റോഡിലൊന്നും ഒരാള് പോലുമില്ല. എതിരെ ഒരു വാഹനം പോലും. നെൽപ്പാടം പിന്നിട്ടു ഒഴു കിയെത്തുന്ന വള്ളുവനാടൻ കാറ്റിന് ഭാരതപുഴയുടെ മണം. മുന്നിൽ ഒരു കൂറ്റൻ വളവ്...അത് കടന്നതും എന്തോ ഒരു ശൂ... എന്ന ശബ്ദം. വ ണ്ടിക്കൊരു കുലുക്കം അലൈൻമെന്റ് പ്രോബ്ലം. സൈഡാക്കി ഇറ ങ്ങി. പണി പാളി!

പഞ്ചർ ആണ്. ബാക്ക് ടയർ. ഒരു സ്ക്രൂ ഡ്രൈവറിന്റെ വലുപ്പത്തിൽ ഒരു ആണിയോ കമ്പിയോ കേറിയിട്ടുണ്ട്. അള്ളു വച്ചത് തന്നെ.

എന്റെ കൃഷ്ണാ...

ജീവിതത്തിൽ ഇതുവരെ ടയർ മാറ്റി ഇട്ടിട്ടില്ല. ഇതുവരെ പഠിക്കാ ത്ത പാഠങ്ങൾ നീ പഠിപ്പിക്കാൻ തുടങ്ങിയിരിക്കുന്നു.

ചുറ്റിലും ഒരു പൂച്ചക്കുഞ്ഞുപോലും ഇല്ല. ഡിക്കിയിൽ നിന്നും ജാ ക്കിയും സ്പാനറും എടുത്തു. സ്റ്റെപ്പിനി എടുത്തു പുറത്തിട്ടു..ആകാശ ത്തിലേക്ക് നോക്കി. അരികിൽ ഒരു ഇലഞ്ഞി മരം അതിന്റെ ചില്ലയിൽ ഒരു ചെറിയ ഫ്ളക്സ് ബോർഡ് തൂക്കിയിട്ടുണ്ട്. ശ്രീ ഗുരുവയുരപ്പൻ ജുവല്ലേഴ്സ് അരീക്കോട്.... കൂടെ വെണ്ണ കട്ടുതിന്നുന്ന ഉണ്ണികണ്ണന്റെ ഫോട്ടോയും. ശരിയാ. കറക്റ്റ് സ്ഥലത്തിന് മുന്നിൽ വച്ചാണ് പഞ്ചർ ആയത്...

ജാക്കി വച്ചു പൊക്കി. സ്പാനർ വച്ചു ടയർ കുനിഞ്ഞിരുന്ന് അഴി ക്കാൻ നോക്കി. അനങ്ങുന്നില്ല.. മുട്ട് നല്ല പോലെ വേദനിക്കുന്നു. അടു ത്ത കാലത്തൊന്നും ഇങ്ങനെ കുത്തിയിരിക്കേണ്ടി വന്നിട്ടില്ല. എന്തൊ രു ടൈറ്റ്.. സകലശക്തിയും പ്രയോഗിച്ചു.. എന്റെ കണ്ണാ നിന്നെ കാ ണാൻ വേണ്ടി കഷ്ടപ്പെട്ട് വരുന്ന ഈയുള്ളവനെ നീ പരീക്ഷിക്കുകയാ ണോ...

'എന്തു പറ്റി?'

അപ്രതീക്ഷിതമായി ഒരു ബാലന്റെ ശബ്ദം.. പുറകിൽ നിന്നാണ്. ഒ രു ആറു വയസ്സുകാരൻ.

കയ്യിൽ ഒരു പഴയ ടയർ ഉരുട്ടി കൊണ്ടാണ് വരുന്നത്.

'ഇവിടെ വല്ല വർക്ക്ഷാപ്പും ഉണ്ടോ, ടയർ പഞ്ചർ ആയി.'

'ഇവിടൊന്നും ഇല്ല. അതൊക്കെ ബസ് പിടിച്ചു ടൗണിൽ പോണം, കൊറച്ചങ്ങോട്ട് പോയാൽ നെല്ലുകുത്തുന്ന ഒരു മില്ല് ഉണ്ട്.'

'നെല്ല് കുത്തുന്ന മില്ലോ, ഞാൻ ആരോടാണ് ചോദിക്കുന്നത്.'

അവൻ നോട്ടം ടയറിൽ തന്നെയാണ്.

'അതേ, ഈ പുതിയ ടയർ ഇട്ട് കഴിഞ്ഞാൽ പഴയ ടയർ എനിക്കു തരുമോ, വേണമെങ്കിൽ ഞാൻ സഹായിക്കാം.'

'പിന്നേ നീ സഹായിക്കാൻ? നിന്റെ വീട് എവിടെയാ?'

അവൻ എങ്ങോട്ടോ ചൂണ്ടി.

'വാടാ സഹായിക്കെടാ.'

'വേണ്ടാ, ചേട്ടൻ തന്നെ ചെയ്താൽ മതി, അവനവനിൽ വിശ്വാസം ഉള്ളത് കൊണ്ടല്ലേ ഒറ്റയ്ക്ക് ഇറങ്ങി തിരിച്ചത്, ഈ കാര്യത്തിലും അ ങ്ങനെ തന്നെ മതി, ഇവിടാരും സഹായിക്കാൻ വരാൻ പോകുന്നില്ല.'

അവൻ ടയർ ഉരുട്ടികൊണ്ട് നടന്നു.

ചെറിയ വായിൽ വലിയ വർത്താനമോ.. പക്ഷെ അവൻ പറഞ്ഞതി ലും കാര്യമുണ്ട്. എന്റെ കൈകളെ ഞാൻ അല്ലാതെ വേറെ ആരു വിശ്വ സിക്കും. വീണ്ടും സ്പാനർ എടുത്തു ആഞ്ഞു പിടിച്ചു. ഇത്തവണ ബോൾ

ട്ട് ഇളകി. ടയർ ഊരി എടുത്തു. ആശ്വാസത്തിന്റ ഇളം കാറ്റ് വീശി. മുക ളിൽ നിന്ന് ഇലഞ്ഞിപ്പൂക്കൾ വർഷിച്ചു. അവൻ എങ്ങോട്ടോ നടന്നു മറ ഞ്ഞിരുന്നു. സമയം അധികം വൈകിച്ചില്ല. പെട്ടെന്ന് തന്നെ ടയർ മാറ്റി. എല്ലാം എടുത്തു ഡിക്കിയിൽ വച്ചു....

കടുത്ത മൂത്രശങ്ക...

റോഡിൽ മുന്നോട്ടു തെല്ലൊന്നു മാറി ചെമ്മണ്ണിട്ട ഒരു പോക്കറ്റ് റോ ഡ് കാണുന്നുണ്ട്.. അങ്ങോട്ട് പിടിക്കാം..

തലേന്ന് പെയ്ത മഴ കാരണമായിരിക്കാം ആ മൺറോഡിന്റെ പത്ത മ്പത് മീറ്റർ ദൂരം ചളിവെള്ളം മൂടിക്കിടക്കുന്നു. വെള്ളത്തിൽ ചവിട്ടാതെ റോഡിലൂടെ നടക്കാനാവില്ല.. ശക്തമായ ഒരു കാറ്റടിച്ചു. എവിടെ നി ന്നോ ഒരു തീപ്പൊരി പാറിയപോലെ. ഇലക്ട്രിക് ലൈൻ കമ്പിയിൽ നി ന്നാണ്. ഒരു മാവിന്റെ കൊമ്പ് അതിൽ പൊട്ടി വീണിട്ടുണ്ട്. ഇന്നലെ വ ല്ലോം സംഭവിച്ചതായിരിക്കാം... ഒരു ലൈനുംപൊട്ടി താഴെ ഞാന്നു കി ടക്കുന്നു .. ദൈവമേ അതു ചെളിവെള്ളത്തിൽ മുട്ടിയിട്ടാണുള്ളത്. രണ്ട ടി പിന്നോട്ട് വച്ചു പോയി... അറിയാതെ ഒരടി കൂടി മുന്നോട്ട് വച്ചിരുന്നെ ങ്കിൽ എന്റെ ഗുരുവായൂരപ്പാ !

ദൂരെ നിന്നൊരു കലപില ശബ്ദം.. എന്റെ അമ്മേ! ഒരു കൂട്ടം സ്കൂൾ കുട്ടികളാണ്... എതിർ വശത്തു നിന്നാണ്. ഒരു നൂറു മീറ്റർ അകലം എ നിക്കും അവർക്കുമിടയിൽ... സർവ്വ ദൈവങ്ങളെയും ധ്യാനിച്ചു തൊണ്ട പൊട്ടുമാറുച്ചത്തിൽ വിളിച്ചു കൂവി

' മക്കളേ അരുത്.'

ഒരു പക്ഷെ എല്ലാം ഒരു നിമിത്തമാവാം. എന്റെ മായക്കണ്ണാ, ഇന്ദ്ര ജാലക്കാരാ... ഞാൻ ഇതു കണ്ടില്ലായിരുന്നെങ്കിൽ. ഒരു നിയോഗം പോ ലെ എന്നെ നീ വഴി തെറ്റിച്ചിവിടെ വരുത്തി. അല്ലെങ്കിൽ ഈ കേരള നാട് ഒരു ദാരുണ ദൃശ്യത്തിന് കൂടി സാക്ഷ്യം വഹിച്ചേനെ.. എല്ലാം നി ന്റെ പരീക്ഷണങ്ങൾ.....

ഞാനിപ്പോൾ വലിയെരു ക്യൂവിലാണ്.. ഗുരുവായൂർ അമ്പലനടയിൽ. ഒരു പാട് പേർ എന്റെ മുന്നിലും പിന്നിലും ഉണ്ട്. ഈ തിരക്കിനിടയിൽ എവിടെയോ അവനെ ഞാൻ തേടുന്നു. അവൻ ഇവിടെതന്നെയുണ്ട്. പുഞ്ചിരിയാകുന്ന ദിവ്യഔഷധം തൂകി ഓടി മറയുന്ന അമ്പാടി കണ്ണ ന്റെ മോഹന രൂപം. എല്ലാം നിന്റെ മായ...

ഒരു വാലന്റൈൻസ് ഡേ

ഫെബ്രുവരി 14 ആയിട്ടും ബാംഗ്ലൂരിലെ നിരത്തുകൾക്ക് ഒരു മാറ്റ വും തോന്നിയില്ല.. ട്രാഫിക്കും തുടരെത്തുടരെയുള്ള ഹോൺ അടിയും അങ്ങനെ തന്നെ.. പെട്ടെന്ന് വീട്ടിൽ എത്താം എന്ന് കരുതി ആണ് ഓ ഫീസിൽ നിന്ന് വേഗം ഇറങ്ങിയത്. പക്ഷെ തുഴച്ചിൽ തന്നെ ശരണം. ഉ ച്ചവെയിലിൽ നല്ല പോലെ ദേഹം പൊള്ളുന്നുണ്ട്. ഒരു വലിയ ട്രക്ക് സിഗ്നലിൽ നിന്ന് യു ടേൺ എടുക്കുക ആണ്... അതാണ് ഇത്ര ബ്ലോ ക്ക്.. ആളുകൾ ബൈക്ക് ഫുട്പാത്തു വഴി കയറിപ്പോകാൻ ശ്രമിക്കു ന്നുണ്ട്.. ഒരു ശ്രമം നടത്തിയാലോ വേണ്ട, പോലീസിന്റെ അടി...

ഒരു ആക്ടിവ പുറകെനിന്ന് കുറെ നേരമായി ഇരമ്പിക്കുന്നു... ഫുട് പാത്തിലേക്ക് കേറാനുള്ള ശ്രമം ആണ്. ഒരു വയസ്സൻ ആണ് ഡ്രൈ വർ. ചെറിയ ടയർ അല്ലെ പ്രയാസപ്പെടും..ഹെൽമെറ്റ് കയ്യിൽ ആണ് തൂക്കിയിട്ടുള്ളത്. അയാൾ ഒരുവിധം വിജയിച്ചു മുന്നോട്ടു വന്നപോലെ തോന്നി... അടുത്തെത്തിയപ്പോൾ ബൈക്കും ഞാനും ഒന്നുപോലെ ആ ടി . മൊത്തത്തിൽ ശരീരം വിറച്ചു. അയാൾ കുറച്ചു മുന്നോട്ടു പോയി തിരിഞ്ഞു നോക്കി. എന്റെ സൈഡ് മിറർ ഇളകി തൂങ്ങി നിൽക്കുന്നു. അയാൾ നിർവികാരനായി എന്നെ നോക്കി പിന്നെ വണ്ടി മുന്നോട്ട് എടു ത്തു.. എനിക്ക് നല്ല പോലെ കലി വന്നു. ആദ്യം വിചാരിച്ചു വണ്ടി മു ന്നോട്ടു എവിടെ എങ്കിലും നിർത്താനുള്ള പരിപാടി ആണെന്ന്.. അല്ല അയാൾ ബഹുദൂരം മുന്നോട്ട് പോയിരിക്കുന്നു. പുറകെ പിടിക്കുക ത ന്നെ.. കുറേ പോയിക്കാണും അയാളെ കാണുന്നെയില്ല. മുന്നിൽ പോ ലീസ് ഉണ്ട്. അയാൾ രക്ഷപെട്ടു എന്ന് തോന്നുന്നു. ഓരോരോ മാരണ ങ്ങൾ.... അടുത്ത സിഗ്നലിൽ എത്തിയപ്പോൾ വണ്ടി സൈഡ് ആക്കാൻ തോന്നി... മിററിൽ ചെറിയ പൊട്ടലുണ്ട്. എന്തായാലും മാറ്റേണ്ടി വരും. വേറെ കുഴപ്പമൊന്നും ഇല്ല.. ചുറ്റും നോക്കി അടുത്തുള്ള ഫ്ലവർ ഷോ പ്പിൽ നല്ല തിരക്കുണ്ട്. പല നിറത്തിലുള്ള പൂക്കൾ, ബൊക്കെകൾ...ഒ രു വലിയ ബൊക്കെയുമായി ഒരാൾ ഷോപ്പിന് പുറത്തിറങ്ങി.. അടുത്ത്

പാർക്ക് ചെയ്ത ആക്ടിവയിൽ കയറി സ്റ്റാർട്ട് ചെയ്യാൻ തുടങ്ങി. ഇത് അയാൾ തന്നെ അല്ലേ.. ശെടാ എനിക്കിട്ട് പണിയും തന്നിട്ട് പൂവും വാങ്ങി പോവുകയാണോ... വിടില്ല ഞാൻ. കുറെ പുറകിൽ നിന്ന് വിളിച്ചു.. കേട്ട ഭാവം ഇല്ല. അയാൾ ഊടുവഴിയിലൂടെയാണ് പോവുന്നത്. പുറകിൽ തന്നെ ഞാനും ഉണ്ട്. അയാൾ ശ്രദ്ധിക്കുന്നേയില്ല. കുറേ പോയി ക്കാണും ഒരു ടാങ്കർ ലോറി എതിരെ വന്നു. അയാൾ വീണ്ടും മിസ്സായ പോലെ.. കുറച്ചു കൂടി മുന്നോട്ട് പോയി. ഒരു രണ്ടുനില ബിൽഡിങ്ങി ന്റെ മുന്നിലായി അയാളുടെ വണ്ടി കാണാം. നമ്പർ അത് തന്നെ. അ യാൾ സ്റ്റെപ്പ് കേറി മുകളിലോട്ട് പോകുന്നുണ്ട്. കയ്യോടെ പിടിക്കാം. സ്റ്റെപ്പ് കേറി മുകളിൽ എത്തിയപ്പോൾ അയാൾ ചെരുപ്പ് അഴിക്കാൻ ശ്ര മിക്കുക ആണ്. കോളിങ് ബെല്ലിന്റെ ശബ്ദവും കേൾക്കാം. എന്നെ ക ണ്ടതും അയാൾ ഒന്ന് പകച്ചു.. പിന്നെ ചിരിച്ചു.

'നിങ്ങൾ അത് ഇനിയും വിട്ടില്ല അല്ലേ?'

എന്റെ മറുപടിക്ക് മുൻപേ ആ വാതിൽ തുറക്കപ്പെട്ടു.. ഒരു മധ്യവ യസ്ക പുറത്തേക്ക് മുഖം കാണിച്ചു. അയാൾ ആ ബൊക്ക അവർക്ക് നേരെ നീട്ടി. അവരുടെ മുഖത്തു അത്ഭുതവും ആശ്ചര്യവും കലർന്ന ഭാവം.. 'ഓ... താങ്ക് യു ജിറൂഡ്, സോ സ്വീറ്റ് ഓഫ് യു'. അവർ അയാ ളെ കെട്ടിപ്പിടിച്ചു. 'അകത്തേക്ക് വരൂ...' അയാൾ സന്തോഷത്തോടെ ക്ഷണിച്ചു. ഇങ്ങോട്ട് വരണ്ടായിരുന്നു എന്ന് തോന്നി. വെറുതെ ഇവരു ടെ നല്ല നിമിഷങ്ങൾ ഞാൻ കാരണം നശിക്കരുത്.. പക്ഷെ അയാൾ നിർബന്ധിച്ചു അകത്തേക്ക് കൂട്ടി കൊണ്ടുപോയി സോഫയിൽ ഇരി ക്കാൻ പറഞ്ഞു. ഹാളിലെ ചുമർ മുഴുവൻ ഫോട്ടോകൾ ആണ്. ഇവരു ടെ പല പ്രായങ്ങളിൽ എടുത്തത്. മക്കൾ ഇല്ലെന്ന് തോന്നുന്നു. വേറെ ആരുടെയും ഫോട്ടോ കാണുന്നില്ല..

'ഹലോ, ഞാൻ സേവ്യർ, അയാം റിയലി സോറി, പെട്ടെന്ന് മുന്നോ ട്ടു എടുത്തപ്പോൾ കണ്ടില്ല.'

'വൈഫ് വേറെ എന്തോ പേരല്ലേ വിളിച്ചത്.'

'സോറി, അവൾ കുറച്ചു എക്സൈറ്റഡ് ആയിപ്പോയി.. അവൾക്കു കുറച്ചു ഓർമ കുറവുണ്ട്, ജിറൂഡ് അവളുടെ പഴയ ബോയ് ഫ്രണ്ടിന്റെ പേര് ആണ്.. ആൾ ഇപ്പോഴും പഴയ വാലന്റെൻ ഓർമയിൽതന്നെയാ ണ്...' അപ്പോഴേക്കും ആ സ്ത്രീ ഒരു വലിയ ബോട്ടിൽ വൈനും മൂന്നു ഗ്ലാസും ആയി വന്നു.

'കം ഓൺ, ജോയിൻ അസ്, ഹാപ്പി വാലന്റൈൻസ് ഡേ.'

എന്റെ നാട്ടിലെ ഷമ്മി

ഞങ്ങൾ ആറു പേരായിരുന്നു ടീം.. എപ്പോഴും ഒരുമിച്ചാണ്... ആദ്യ മൊക്കെ വലിയ വലിയ കളിസ്ഥലങ്ങളിൽ വിഹരിച്ച ഞങ്ങളെ കോൺ ക്രീറ്റ് കാടുകളുടെ ആധിക്യം ചെറിയ പ്ലോട്ടുകളിലേക്കു ചുവടു വെ ക്കാൻ നിർബന്ധം പിടിച്ചു. കളിയുടെ നിയമങ്ങളിൽ മാറ്റം വന്നു. സി ക്സറുകൾ നിരോധിച്ചു... ബൗളിംഗ് ആക്ഷൻ മാങ്ങായേറായി രൂപാ ന്തരപ്പെട്ടു. കവർ ഡ്രൈവ്, സ്ട്രൈറ്റ് ഡ്രൈവ് മുതലായവ കൈയിൽ ഉ ള്ളവർ യഥേഷ്ടം സ്കോർ ചെയ്തു. ഇല്ലാത്തവർ റൺസ് കണ്ടെത്താൻ പാട് പെട്ടു.. മെഷീൻ കല്ല് വെട്ടൽ ഒരു പുതിയ ഗ്രൗണ്ട് നമുക്ക് സമ്മാ നിച്ചു... ഒരു പത്തു സെന്റ് ഫ്ളാറ്റ് ആയ കുഴി. മഴക്കാലത്തു വെള്ളം നിറയും വേനൽക്കാലം വരണ്ട് ഉണങ്ങിയും... പിന്നെ അതായി നമ്മുടെ സ്വിമ്മിംഗ് പൂൾ കം ക്രിക്കറ്റ് ഗ്രൗണ്ട്. മേലിൽ നിന്നു കാണികൾക്കു ക ളി കാണാനും പറ്റും. ഒരേ ഒരു ഷോട്ട് അവിടെ കളിക്കാൻ പറ്റില്ല. ലെഗ് സൈഡിൽ വിക്കറ്റ് കീപ്പറുടെ ഇടതു വശത്തേക്ക് പൊക്കി അടിക്കൽ പറ്റില്ല .. ഞങ്ങൾ അതിനെ അട്ടപ്പാടി ഷോട്ട് എന്നു വിളിക്കും.. നേരെ ബോൾ ചെല്ലുന്നത് അനിതേച്ചിയുടെ വീട്ടിലേക്കാണ്. ബോൾ പിന്നെ കിട്ടില്ല.. കൂടെ കുറെ ചീത്തയും ഫ്രീ ആയി കിട്ടും.. കുറെ ബോൾ അ ങ്ങനെ മിസ്സായിട്ടുണ്ട്.. അവർ കേസ് കൊടുത്തിട്ടാണ് അവിടത്തെ കല്ല് വെട്ടൽ നിന്നതും ഈ ഗ്രൗണ്ട് നമ്മൾക്ക് കിട്ടിയതും.. അനിതേച്ചിയുടെ ഭർത്താവ് ഗിരീഷേട്ടൻ ഗൾഫിൽ ആണ്.. ആയിടെ ഗിരീഷേട്ടൻ ലീവിന് വന്നു.. പുതിയ ഒരു കാറും വാങ്ങി; ഹോണ്ട സിറ്റി. വെളുത്ത കാർ മൂ ളികൊണ്ട് പറക്കും. ബുക്ക് ചെയ്ത ദിവസം തന്നെ ഞങ്ങൾക്ക് വാ ണിംഗ് കിട്ടി. കാറിനു നേരെ വല്ലോം അടിച്ചാൽ എല്ലാത്തിനെയും തീർ ക്കും എന്ന്... പിന്നെ ഇവർക്ക് മാത്രേ ഉള്ളു ലൊട്ടെല ഒരു കാർ എന്ന രീതിയിൽ ഞങ്ങൾ കളിയും തുടർന്നു.... കളി നല്ല രീതിയിൽ ചൂട് പിടി ച്ച ഒരു ദിവസം മൂന്നു ബോളിൽ അഞ്ചു റൺസ് ജയിക്കാൻ. ലാസ്റ്റ് വി ക്കറ്റ് ആണ്. ലെഗ് സ്റ്റമ്പ് ലക്ഷ്യമാക്കി ഒരു സ്ലോ ഫുൾടോസ്. ജി

ത്തുവിന്റെ ബാറ്റ് ഇടത്തേക്ക് ചലിച്ചു. ടൈമിംഗ് കൃത്യം. അട്ടപ്പാടി ഷോട്ട്. പന്ത് ഉയർന്നു. തേർഡ് മാൻ ഫീൽഡറേയും കടന്ന് അനിതേ ച്ചിയുടെ മുറ്റത്തേക്ക്. കറക്റ്റ് ആയിട്ട് കാറിന്റെ ചില്ലിൽ തന്നെ കൊ ണ്ടു. ചില്ല് ചിലന്തി വല പോലെയായി. ഒച്ച കേട്ടു ഗിരീഷേട്ടൻ പുറ ത്തേക്ക് വന്നു. അമ്പരപ്പോടെ കാറിന്റെ ചില്ലിനെയും ഞങ്ങളെയും നോ ക്കി. അനിതേച്ചി ഉറഞ്ഞു തുള്ളികൊണ്ട് ഞങ്ങളുടെ നേരെ അലറി. എ ല്ലാവരും തരിച്ചു നിൽക്കുകയാണ്. ഗിരീഷേട്ടന്റെ നോട്ടം ഗ്രൗണ്ടിലുള്ള ഞങ്ങളുടെ നേരെ തിരിഞ്ഞു. ഞാൻ പുറകോട്ടു നോക്കി എല്ലാരും ഓ ടി രക്ഷപ്പെട്ടിരുന്നു... ഞാനും വിട്ടു...അന്ന് രാത്രി ആർക്കും ഉറങ്ങാൻ സാധിച്ചില്ല.. വീട്ടിൽ കാര്യം ഇതുവരെ അറിഞ്ഞിട്ടില്ല.. നാളെ മിക്കവാ റും എന്തെങ്കിലും നടക്കും. അതിരാവിലെ ഒരു ടീം മീറ്റിംഗ് കൂടി.. ഒടു വിൽ അത് തീരുമാനിച്ചു, തെറ്റ് ഏറ്റു പറഞ്ഞു മാപ്പ് ചോദിക്കാം, ചീത്ത എത്ര വേണേലും കേൾക്കാം. അത് നന്നാക്കാനുള്ള പൈസ എങ്ങനെ യെങ്കിലും സംഘടിപ്പിക്കാം. നേരെ അനിതേച്ചിയുടെ വീട്ടിലേക്ക്. അവി ടെ എന്തോ ഒരു മാറ്റം. വീടിന്റെ സൈഡിൽ ഗ്രൗണ്ടിന്റെ ഭാഗത്തു ഒരു വലിയ വല വലിച്ചു കെട്ടിയിരിക്കുന്നു. രണ്ടു ഫ്ളെക്സിന്റെ വലുപ്പ ത്തിൽ. ഞങ്ങൾ അത്ഭുതത്തോടെ നോക്കി.

അപ്പോൾ ഗ്രൗണ്ടിൽ നിന്നൊരു വിളി. അവിടെ ഒരു ബാറ്റും പിടിച്ചു കൊണ്ടു നിൽക്കുകയാണ് ഗിരീഷേട്ടൻ... 'കേറിവാടാ മക്കളേ...'

ഒരു ഡെലിവറി കഥ

'മീൽ ബോക്സ്' റെസ്റ്റോറന്റിന്റെ റിസപ്ഷനിൽ റിയാസ് അക്ഷമ നായിരുന്നു. ഡെലിവറി ലേറ്റ് ആണ്. അയാൾ വാച്ചിൽ നോക്കി. സമയം 1.10. അബു ബക്കർ മസ്ജിദിൽ നിന്നുള്ള ജുമാ പ്രഭാഷണം വ്യക്തമാ യി കേൾക്കാം. പന്ത്രണ്ട് മണിക്ക് തീരേണ്ടതാണ് തന്റെ ഡ്യൂട്ടി. ഇത് ലാസ്റ്റ് ഓർഡർ ആണ്. ഇതും കൂടി കിട്ടിയാലേ ടാർഗറ്റ് തികയ്ക്കാൻ പ റ്റൂ. പെട്ടെന്ന് അയാളുടെ ഫോൺ റിങ് ചെയ്തു. ശരീഫിക്കയാണ്.

'എടാ നീ ചോദിച്ച പൈസ റെഡി ആയിട്ടുണ്ട്, എത്രമണിക്കാണ് നി ന്റെ ഫ്ലൈറ്റ്, നീ റൂമിൽ എത്തിയോ?'

'താങ്ക്സ് ഇക്കാ, ഫ്ലൈറ്റ് 5 മണിക്ക് ആണ്, ഒരു ഡെലിവറി കൂടി ഉ ണ്ട്, ഇത് കഴിഞ്ഞാൽ ഞാൻ റൂമിൽ പോയി, സാധനം എടുത്തു എയർ പോർട്ടിൽ പോകും.'

'ഞാൻ ഡ്യൂട്ടിക്ക് കേറുവാ, നിന്നെ സജീഷ് ഡ്രോപ് ചെയ്യും, അമീ റയുടെ ഡേറ്റ് എപ്പോഴാ?'

' അടുത്താഴ്ച അഡ്മിറ്റ് ആക്കണം എന്നാണ് ഡോക്ടർ പറഞ്ഞത്.'

'ശരിയെടാ, എന്നാൽ പിന്നെ കാണാം. ലഡ്ഡുവുമായി വരണം കേട്ടോ. ഇൻഷാ അള്ളാ.'

മറുപടി കാത്തുനിൽക്കാതെ ഫോൺ കട്ട് ആയി.

ഒരു പ്രാവശ്യം കൂടി റിയാസ് മൊബൈലിൽ ടിക്കറ്റ് നോക്കി, ജൂ ലൈ 3, ദുബായ് ടു കണ്ണൂർ.

പാർസൽ വാങ്ങി പുറത്ത് ഇറങ്ങിയപ്പോൾ സൂര്യൻ തീക്കനൽ വർ ഷിക്കുന്ന പോലെ തോന്നി.

മാപ്പിൽ അഡ്രസ് കാണിച്ചു

ഫ്ളാറ്റ് നമ്പർ 709, ക്യുസൈസ് ക്രെസ്റ്റ്, ബ്ലോക്ക് എഫ്,42,11 ബി സ്ട്രീറ്റ്, അൽ ക്യു സൈസ്.

ഇനി എട്ടു മിനിറ്റ് കൂടി മാത്രമേ ഉള്ളൂ. ഇല്ലെങ്കിൽ ഫ്രീ ഡെലിവറി ചെയ്യേണ്ടി വരും. ഈ ഓർഡർ തനിക്കു ജീവൻമരണ പോരാട്ടമാണ്.

അയാൾ അമീറയുടെ മുഖം ആലോചിച്ചു. പാവം തനിക്കു വേണ്ടി ഒരു പാട് കഷ്ടം സഹിക്കുന്നുണ്ട്. വീട്ടുകാരെ ധിക്കരിച്ചു തന്റെ കൂടെ ഇറ ങ്ങി വന്നവൾ, തന്റെ ദാരിദ്ര്യത്തിന്റെ ഭാഗമായി ഉമ്മയെയും രണ്ടു അനി യത്തിമാരെയും അനിയനെയും പൊന്നുപോലെ നോക്കുന്നവൾ. ഒരു പ്രത്യേക എനർജി കിട്ടിയ പോലെ ബൈക്ക് സ്റ്റാർട്ട് ചെയ്തു, മുന്നോട്ട് കുതിച്ചു. ദേഹം പൊള്ളി പതക്കുന്നപോലെ അയാൾക്ക് തോന്നി.

ഫോൺ വീണ്ടും ചിലച്ചു. നാട്ടിൽ നിന്ന് അനിയൻ മുനീർ. ഡിസ്പ്ല യിൽ പേര് തെളിഞ്ഞു

ഫോൺ എടുക്കണോ എന്ന് റിയാസ് ഒരു നിമിഷം ശങ്കിച്ചു. ഇനി ക ഷ്ടിച്ചു എഴുന്നൂറ് മീറ്റർ മാത്രമേ ബാക്കിയുള്ളൂ. എടുത്തേക്കാം. അൽ നദാ മെട്രോ സ്റ്റേഷന്റെ അടുത്ത് വണ്ടി സൈഡാക്കി.

'ഇക്കാക്ക, ഇത്തക്ക് വേദന തുടങ്ങി, നമ്മൾ ഹോസ്പിറ്റലിലേക്ക് പോകുവാ, റഷീദിക്ക വരാന്ന് പറഞ്ഞിട്ടുണ്ട്. ഉമ്മ സാധനങ്ങൾ ഒക്കെ എടുത്തിട്ടുണ്ട്, ഞാൻ ഉമ്മാക്ക് കൊടുക്കാം'

'മോനെ ഓൾക്ക് വേദന തുടങ്ങിട്ടുണ്ട്, ഇത് അതിന്റെ തന്നെയാ, മോൻ ബേജാറാവണ്ട, പടച്ചോൻ കാത്തോളും.'

ഫോൺ കട്ടായി.

റിയാസ് ഒരു നിമിഷം സ്തബ്ധനായി നിന്നു. ഫോണിൽ നോക്കി. ഇ നി മൂന്നു മിനിറ്റ് മാത്രമേ ഉള്ളൂ. തിരിച്ച് ഒന്ന് കൂടെ വിളിക്കണോ, വേ ണ്ട ഉമ്മയുണ്ടല്ലോ.. ബൈക്ക് വീണ്ടും സ്റ്റാർട്ട് ചെയ്തു. മെയിൻ ഗേ റ്റിൽ എൻട്രി ചെയ്തപ്പോൾ സെക്യൂരിറ്റി പറഞ്ഞു.'നേരെ പോയി വല ത്തോട്ട്'.

വണ്ടി മുന്നോട്ടെടുത്തു.

വെള്ളിയാഴ്ച ഉച്ചയായത് കൊണ്ടായിരിക്കാം, ഒരു മനുഷ്യജീവിയെ പ്പോലും കാണാനില്ല. വലത്തോട്ട് തിരിഞ്ഞപ്പോൾ ഒരേ പോലെ രണ്ടു ബ്ലോക്കുകൾ. രണ്ടിലും ഒരു പന്ത്രണ്ട് നിലയെങ്കിലും കാണും. ഇതിൽ ഏതാണ് ഇ, ഏതാണ് എഫ്... ഒരു ബോർഡ് പോലും ഇല്ല, ആരോട് ചോദിക്കാൻ.

നല്ല പോലെ ദാഹം തോന്നുന്നുണ്ട്. രക്തംപോലും ആവിയായി പോ കുന്ന ചൂട്.ഗേറ്റ് കടന്ന് മുന്നോട്ടു വരുമ്പോൾ ഇരു വശങ്ങളിലുമായി ര ണ്ടു വീതം ബ്ലോക്കുകൾ പിന്നിട്ടത് അയാൾ ഓർത്തു അത് എ മുതൽ ഡി വരെ ആയിരിക്കാം. അപ്പോൾ ഇതിൽ ഒരെണ്ണം ഇ, മറ്റേത് എഫ്.

വരുന്നത് വരട്ടെ റിയാസ് തന്റെ വലതു വശത്തേക്കുള്ള ബിൽഡി ങ്ങിലേക്ക് കയറി. ഏഴാമത്തെ നിലയാണ് അയാൾ ലിഫ്റ്റിന്റെ ബട്ടൺ

അമർത്തി. ഒന്നും തന്നെ സംഭവിക്കുന്നില്ല. ലിഫ്റ്റ് കേടാണെന്ന് തോ ന്നുന്നു.സ്റ്റെപ് തന്നെ ശരണം. വീണ്ടും മുനീറിന്റെ വിളി 'ഇക്കാ ഞ ങ്ങൾ ആശുപത്രിയിലേക്ക് പോയികൊണ്ടിരിക്കുവാ, റഷീദിക്കയുണ്ട്, ബ്ലഡ് വേണ്ടി വരുമോ, ഇക്ക റെഡി ആക്കിയവരോട് ഒന്ന് വിളിച്ചു പറ യുമോ പെട്ടെന്ന് വരാൻ.'

പെട്ടെന്നാണ് അതോർത്തത്, സ്റ്റെപ് കയറുന്ന വേഗം കുറഞ്ഞു. എ നെഗറ്റീവ് ആണ് അമീരെടെ ബ്ലഡ് ഗ്രൂപ്പ്. രണ്ടു പേരുടെ കോൺടാക്ട് നമ്പർ ഉണ്ട്. നാട്ടിലെ കൂട്ടുകാരൻ ഒപ്പിച്ചു തന്നതാണ്. അവരോടു അടു ത്താഴ്ച വരാനാണ് പറഞ്ഞത്. പെട്ടെന്ന് വിളിച്ചു പറഞ്ഞാൽ അവർക്ക് വരാൻ പറ്റുമോ എന്നറിയില്ല.

'ഞാൻ വിളിച്ചു നോക്കട്ടെ, നിങ്ങൾ ഹോസ്പിറ്റലിലേക്ക് ചെല്ല്.' കാ റിൽ നിന്ന് അമീറയുടെ നിലവിളി വ്യക്തമായി കേൾക്കാം.

നാലു നില പിന്നിട്ട് കഴിഞ്ഞു, ഇനി മൂന്നെണ്ണം കൂടി. ഫോണെടു ത്ത് ആദ്യത്തെ നമ്പർ ഡയൽ ചെയ്തു.

ജയരാജൻ ബ്ലഡ് ഡോണർ.

റിങ് ചെയ്യുന്നുണ്ട് എടുക്കുന്നില്ല.

ആറാമത്തെ നിലയിൽ എത്തി.

അടുത്ത നമ്പർ ജനീഷ് മൊകേരിയുടേത്. അവർക്ക് കോൾ പോകു ന്നെയില്ല. ബദരിങ്ങളെ.

എസ്റ്റിമേറ്റഡ് ഡെലിവറി ടൈം പിന്നിട്ട് കഴിഞ്ഞു, ഫോണിൽ റെ ഡ് ഫ്ലാഗ് കാണിച്ചു തുടങ്ങി. സാരമില്ല ലിഫ്റ്റിന്റെ കാര്യം പറഞ്ഞു കാലു പിടിച്ചു നോക്കാം.. മനുഷ്യരല്ലേ കാര്യം പറഞ്ഞാൽ മനസിലാ കുന്നവരല്ലേ. നാട്ടിലെ സുനേഷിനെ വിളിച്ചു നോക്കാം

'എടാ സുനേശാ, നീ അന്ന് തന്ന രണ്ടു നമ്പറും എടുക്കുന്നില്ല, അ മീറാനെ ആശുപത്രിയിലോട്ട് കൊണ്ടു പോകുന്നുണ്ട്. അർജന്റ് ആയി എ നെഗറ്റീവ് ബ്ലഡ് വേണം, കോപ്പറേറ്റീവ് ഹോസ്പിറ്റലിൽ ആണ് പോകുന്നത്.'

'നീ ടെൻഷൻ ആകേണ്ട, ഞാൻ ഒന്ന് നോക്കട്ടെ. ഈ ലാസ്റ്റ് മിനു ട്ടിൽ എ നെഗറ്റീവ് കിട്ടാനൊക്കെ നല്ല പാട് ആണ്'

709 ന്റെ കാളിങ് ബെൽ അമർത്തിയപ്പോൾ ഒരു മറുപടിയും ഇല്ല. വാതിലിന്റെ മുന്നിൽ പൊടി പിടിച്ചു കിടക്കുന്നു.

കസ്റ്റമർ മൊബൈലിക്ക് വിളിച്ചു നോക്കി അത് എൻഗെജ് ആണ്.

രണ്ടു പ്രാവശ്യം കൂടി ട്രൈ ചെയ്തു നോക്കി.

സുനേഷിന്റെ വക വോയിസ് മെസ്സേജ്.

'എടാ ഒന്ന് രണ്ടു ബ്ലഡ് ബാങ്കിൽ നോക്കി, അവിടെയൊന്നും എ നെഗറ്റീവ് ഇല്ല, ഞാൻ കുറച്ചു സംഘടനകളുമായി ബന്ധപ്പെട്ടിട്ടുണ്ട്. കുറച്ചു ഗ്രൂപ്പിലും മെസ്സേജ് പാസ്സ് ചെയ്തിട്ടുണ്ട്'.

തന്റെ കാൽ പെരുമാറ്റം കേട്ടിട്ടാവണം 708 ൽ നിന്നും ഒരു സുഡാനി സ്ത്രീ വാതിൽ തുറന്നു നോക്കി. റിയാസ് വീണ്ടും കോളിങ് ബെൽ അമർത്തി.

'അവിടെ ആരും താമസിക്കുന്നില്ല, അവർ നാട്ടിലാണ്.'

'ഈ അഡ്രസിലേക്കാണല്ലോ ഡെലിവറി പറഞ്ഞിരിക്കുന്നത്.'

അവരെ അഡ്രസ് കാണിച്ചു.

'ഇത് ഇ ബ്ലോക്ക് ആണ്, നിങ്ങൾക്ക് പോകേണ്ടത് എഫ് ബ്ലോക്കിൽ ആണ്...അടുത്ത ബ്ലോക്കിൽ.'

റിയാസിന് കണ്ണിൽ ഇരുട്ട് കയറുന്ന പോലെ തോന്നി. അവൻ സ്റ്റെപ് ഓടി ഇറങ്ങാൻ തുടങ്ങി.

വാട്സ്ആപ്പ് വോയ്സ് മെസ്സേജ് വന്നു കൊണ്ടെയിരുന്നു,

'ഇക്കാ, ഇത്തയെ ലേബർ റൂമിലേക്ക് കയറ്റിട്ടുണ്ട്, അവർ ബ്ലഡിന്റെ ആൾക്കാരെ റെഡി ആക്കാൻ പറഞ്ഞിട്ടുണ്ട്, ഇക്കാ അവരെ വിളിച്ചി ല്ലേ..'

എന്ത് പറയണം എന്ന് റിയാസിന് ഒരു എത്തും പിടിയും ഇല്ലായിരു ന്നു.

ഫോണിൽ കസ്റ്റമറിന്റെ കാൾ എടുക്കും മുൻപേ കട്ട് ആയി. തിരി ച്ചു വിളിച്ചു നോക്കിയപ്പോൾ കാൾ പഴയ പോലെ എൻഗേജ്. താഴെ എ ത്തി ലിഫ്റ്റിൽ വിരൽ അമർത്തി. ഭാഗ്യം എഫ് ബ്ലോക്കിൽ ലിഫ്റ്റ് വർ ക്ക് ആകുന്നുണ്ട്. ലിഫ്റ്റ് അഞ്ചാമത്തെ ഫ്ലോറിൽ നിന്ന് താഴേക്ക് വ രുന്നുണ്ട്. വീണ്ടും ഓടി കയറാനുള്ള ശക്തി ഇല്ല. ലിഫ്റ്റിന്റെ വാതിൽ തുറന്നു. പർദ്ദ ധരിച്ച ഒരു സ്ത്രീയും ഒരു അഞ്ചു വയസ്സുകാരനും പുറ ത്തേക്ക് വന്നു. റിയാസ് ധൃതിയിൽ അകത്തേക്ക് കയറി, ഏഴാമത്തെ ന മ്പർ പരതി. അതിൽ ഒന്ന് മുതൽ പതിനൊന്നു വരെ ഞെക്കി വച്ചിട്ടു ണ്ട്, ആ ചെറുക്കന്റെ പണി ആയിരിക്കും. ആരോട് പറയാൻ..അമീറയു ടെ നില വിളി മാത്രം കാതിൽ മുഴങ്ങുന്നു

ലിഫ്റ്റ് മുകളിലോട്ട് പോകാൻ തുടങ്ങി. റിയാസ് ഒരു മൂലയിൽ ചാ രി നിന്നു.. ലിഫ്റ്റിന്റെ വാതിൽ ഓരോ ഫ്ലോറിലും തുറക്കപ്പെട്ടു കൊ ണ്ടേ ഇരുന്നു. വോയിസ് മെസ്സേജുകൾ വന്നു കൊണ്ടെയിരുന്നു

' മോനെ അവൾ ഉള്ളിലുണ്ട്, മോൻ ബേജാറാവണ്ട, റഷീദ് ബ്ലഡ് നോക്കാൻ പോയിട്ടുണ്ട്. ഓളുടെ ഉപ്പയെ വിളിച്ചു പറഞ്ഞിട്ടുണ്ട്. മോൻ

ദേഷ്യം തോന്നണ്ട. ഈ സമയത്തു ആരെ കൊണ്ടാ സഹായം കിട്ടുക എന്ന് പടച്ചോന് മാത്രമേ പറയാൻ പറ്റൂ'

ഏഴാമത്തെ ഫ്ളോറിന്റെ വാതിൽ തുറന്നു. ഫോൺ അടിച്ചു. സീറ്റാ കസ്റ്റമർ കെയർ സെന്ററിൽ നിന്നാണ്.

'നിങ്ങൾ ഏത് നരകത്തിലാണ് ഉള്ളത്, കസ്റ്റമർ വിളിച്ചു കംപ്ലയിന്റ് ചെയ്തിട്ടുണ്ട്. ഓർഡർ ഫ്രീ ആയി ഡെലിവറി ചെയ്യേണ്ടി വരും, അവർ എടുത്തിട്ടില്ലേൽ റിസ്ക് നിനക്കായിരിക്കും പൈസ നിന്റെ അക്കൗണ്ടിൽ നിന്ന് പോകും.'

'സർ ലിഫ്റ്റ് കംപ്ലയിന്റ് ആയിരുന്നു അതാണ്.'

'അതൊന്നും ഒരു കാരണമേ അല്ല മിസ്റ്റർ, എങ്ങനെയെങ്കിലും പറഞ്ഞു മനസ്സിലാക്കി ഡെലിവറി ചെയ്തിട്ട് വാ.'

കോൾ കട്ട് ആയി.

709 ന്റെ കാളിങ് ബെൽ അടിച്ചു. ഒരു മറുപടിയും ഇല്ല, ഫോൺ പഴയ പോലെ ബിസി. അഞ്ചു മിനിറ്റ് കഴിഞ്ഞപ്പോൾ വാതിൽ തുറന്നു. ഒരു സ്ത്രീ വാതിൽ തുറന്നു, ഒരു പത്തിരുപത്തിയഞ്ചു വയസ്സ് പ്രായം തോന്നിക്കും, ഷോർട്സും ടി ഷർട്ടും ആണ് വേഷം, ഒരു കണ്ണട വച്ചിട്ടുണ്ട്. മുക്ക് കുത്തിയിട്ടുണ്ട്. കയ്യിലേതോ വിലകൂടിയ ഫോൺ. മുഖത്തു നല്ല ദേഷ്യം കാണാം.

പൊട്ടിത്തെറിച്ചു കൊണ്ടു പറഞ്ഞു. ' ഇനി ഇതെനിക്ക് വേണ്ട, ഞാൻ കസ്റ്റമർ കെയറുമായി സംസാരിക്കുകയായിരുന്നു, തിരിച്ചു കൊണ്ടു പോയിക്കോളൂ. കൃത്യ സമയത്തു ഡെലിവറി ചെയ്യാൻ കഴിയില്ലെങ്കിൽ താനൊന്നും ഈ പണിക്ക് നിൽക്കണ്ട, വിശന്നിട്ടാടോ ആളുകൾ ഓർഡർ ചെയ്യുന്നത്, ലജ്ജ വേണം.'

'മാഡം പ്ളീസ്, പത്തു മിനിറ്റ് മാത്രമാണ് ലേറ്റ് ആയത്, ബ്ലോക്ക് മാറി കയറിപ്പോയി, അതിൽ ലിഫ്റ്റ് വർക്ക് ആകുന്നില്ല, പൊരി വെയിലത്തു നിന്ന് വന്നതല്ലേ പെട്ടെന്ന് മനസിലായില്ല, ദയവ് ചെയ്തു ഇത് സ്വീകരിക്കണം, ക്യാൻസൽ ചെയ്യരുത്. ഞാനും വിശപ്പ് മാറ്റാനാണ് ഈ പണിക്ക് വന്നത്.'

'എനിക്ക് വേണ്ടെന്ന് പറഞ്ഞില്ലേ, കൂടുതൽ ബഹളം ഒന്നും വേണ്ട, ഇന്നലെ രാത്രി മൊത്തം ഞാൻ ഉറങ്ങിട്ടില്ല, രാവിലെ തൊട്ട് ഒന്നും കഴിച്ചിട്ടും ഇല്ല, വെറുതെ എന്റെ ബിപി ഹൈ ആക്കണ്ട, കൊണ്ടു പോകാൻ നോക്ക്.'

അവർ വാതിൽ അടക്കാൻ തുനിഞ്ഞു.

റിയാസ് വാതിലിൽ കൈ വച്ചു കൊണ്ടു പറഞ്ഞു, 'മാഡം ഇത്

ഫ്രീ ആയി എടുത്തു കൊള്ളൂ, ക്യാൻസൽ ചെയ്താൽ എന്റെ റേറ്റിംഗി
നെ ബാധിക്കും, ഇന്ന് നാട്ടിൽ പോകാനുള്ളതാണ്. കഴിഞ്ഞ ആറേഴു
മാസത്തെ അധ്വാനമാണ്, എന്റെ ബോണസിനെ ബാധിക്കും പ്ലീസ് .'

അവർ അതൊന്നും ശ്രദ്ധിക്കുന്നതേ ഇല്ല. ഡോർ ബലമായി അട
ക്കാൻ ശ്രമിക്കുകയാണ്. ഡോർ ചെയ്ൻ അവരുടെ മൂക്കുത്തിയിൽ ഇ
ടിച്ചു. മൂക്കുത്തി ഇളകി, മൂക്കിൽ നിന്ന് രക്തം വരാൻ തുടങ്ങി.

റിയാസ് പകച്ചു നിന്നു.

അവർ ഫോൺ എടുത്തിട്ടുണ്ട്, ക്യാമറ ഓൺ ചെയ്തിട്ടുണ്ട്. ലൈവ്
പോവുകയാണ്.

ചോരയൊലിക്കുന്ന മൂക്ക് ക്യാമറയോട് അടുപ്പിച്ചു കൊണ്ടു അവർ
ഇങ്ങനെ പറയുന്നു.

' ഹാലോ ഞാൻ അർപ്പിത ബാനർജി, അൽ ക്യുസൈസ് ക്രെസ്റ്റ്
അപാർട്ട് മെന്റിൽ ഫ്ളാറ്റ് നമ്പർ 709 ൽ താമസിക്കുന്നു, ആരെങ്കിലും
വന്നു രക്ഷിക്കണം, ഞാൻ സീറ്റോ ആപ് വഴി ഫുഡ് ഓർഡർ ചെയ്തി
രുന്നു. തീരെ വയ്യാത്തതിനാൽ ഓർഡർ ചെയ്തതാണ് 1.15 എത്തേണ്ട
ഫുഡ് എത്തിയത് 2.15ൽ ആണ്, ലേറ്റ് ആയതു കൊണ്ടു ഓർഡർ ക്യാൻ
സൽ ചെയ്തു, ഇപ്പോൾ ഡെലിവറി ബോയ് വന്നിട്ട് അത് എടുക്കാൻ
പറയുന്നു. വേണ്ട എന്ന് പറഞ്ഞപ്പോൾ ബലം പ്രയോഗിച്ചു അകത്തു
കയറുകയും എന്നെ മർദ്ധിക്കുകയും ചെയ്തു. എന്റെ മുഖത്ത് ഇടിച്ച
താണ്, ചോര വരുന്നുണ്ട്. ഇതാ നോക്കു, ഇയാളാണ് ഡെലിവറി ബോ
യ് അയാൾ ഇവിടെ തന്നെയുണ്ട് പ്ലീസ് രക്ഷിക്കൂ..'

റിയാസ് കൈ കൊണ്ടു അരുതേ എന്ന് വിലക്കി. അവർ പിന്നെയും
എന്തൊക്കയോ പറഞ്ഞു കൊണ്ടിരിക്കുന്നു. റിയാസ് പാർസലുമായി
പുറകോട്ട് നടന്നു...

ഫോൺ അടിക്കുന്നുണ്ട് റിയാസ് നോക്കി. മുനീറാണ്.

'ബിസ്മില്ലാഹ് റഹ്മനുൽ റഹിം, മോനെ അമീറാ പ്രസവിച്ചു പെൺ
കുഞ്ഞാണ്, സുഖപ്രസവം. എല്ലാം പടച്ചോൻ കാത്തു..'

അയാൾ സന്തോഷത്തോടെ സ്റ്റെപ് ഇറങ്ങാൻ തുടങ്ങി.

റിയാസിന്റെ മൊബൈൽ ശബ്ദിച്ചു കൊണ്ടേയിരുന്നു, പലയിടത്തിൽ
നിന്നും അയാൾക്ക് കോളുകൾ വന്നു കൊണ്ടേയിരുന്നു. റിയാസ് ആ
റിങ് ടോൺ ആസ്വദിച്ചു കൊണ്ടു പതിയെ നടന്നു

'നീ അല്ലാതാരുണ്ടെന്നുടെ പ്രണയപ്പുഴയിൽ ചിറ കെട്ടാൻ,
നീ അല്ലാതാരുണ്ടെനിക്ക് നിത്യം നിത്യം കത്തെഴുതാൻ.'

ലെയ്സുകൾ
തുന്നിച്ചേർത്ത തട്ടങ്ങൾ

ഞായറാഴ്ച ആയിട്ടും സ്കൂളിൽ വരേണ്ടി വരുന്നത് എന്നെ സംബ
ന്ധിച്ചിടത്തോളം വിഷമം പിടിച്ച കാര്യം ആണ്. വർഷം മുപ്പതുകഴി
ഞ്ഞു ഈ സ്കൂളിൽ പ്യൂൺ ആയി ജോലി ചെയ്യാൻ തുടങ്ങിയിട്ട്. അ
ന്നൊന്നും ഇല്ലാത്ത കാര്യമാണ് ഇപ്പോൾ. പഴയ ബാച്ചിന്റെ റീ യൂണി
യൻ. ഞായറാഴ്ച മാത്രമേ ഇവർക്ക് വെക്കാൻ കണ്ടുള്ളു. ഇപ്പൊ വ
ന്നു വന്ന് എല്ലാ ആഴ്ചയും ഉണ്ട്. കുറേ പേർ വരും. ഫോട്ടോ എടു
ക്കും. പോകും. ഈ ആഴ്ച്ചയും അങ്ങനെ തന്നെ. ജൂലൈ – ഓഗസ്റ്റ് മാ
സങ്ങളിലാണ് കൂടുതൽ. ഈ സമയത്ത് വിദേശത്തൊക്കെ സ്കൂൾ അ
വധി ആണത്രേ. അല്ലേലും പ്രവാസികൾക്ക് ഏറ്റവും കൂടുതൽ നൊ
സ്റ്റു അടിക്കുന്ന സ്ഥലം ആണല്ലോ പഠിച്ച സ്കൂൾ.

ഇന്ന് ഏതോ 2000 ബാച്ചിന്റെ ഗെറ്റ് ടുഗെതർ ആണ്. വലിയ ബാ
നർ ഒക്കെ വച്ചിട്ടുണ്ട്. പുറത്ത് വിപണിയിൽ അത്യാവശ്യം വിലയുള്ള
കാറുകൾ എല്ലാം കാണാം. വരുന്നോരൊക്ക നല്ല രീതിയിൽ തന്നെയാ
ണ് വരുന്നത്. യാഥാർഥ്യം എന്തായാലും.

വരാന്തയിലൂടെ ഒന്ന് നടന്നപ്പോൾ അകത്തു നിന്ന് കൂട്ട വിളി.
'വിനുവേട്ടാ, ബാ ചായ കുടിക്കാം'

പിള്ളേർക്കൊന്നും ഒരു മാറ്റവും ഇല്ല, ചിലർക്ക് മുടി പോയിട്ടുണ്ട്,
ചിലർക്ക് നരച്ചിട്ടുണ്ട്, പെൺകുട്ടികളൊക്കെ കുറച്ചു മാറിയിട്ടുണ്ട്. ചി
ലർ ഫാമിലി ആയിട്ടാണ് വന്നിരിക്കുന്നത്. പിള്ളേർ നമ്മളെ മറന്നാലും
നമ്മക്ക് അവരെ മറക്കാൻ പറ്റൂല്ലല്ലോ. നമ്മൾക്ക് ഇത് തന്നെ ആണ
ല്ലോ ലോകം.

കൂട്ടത്തിൽ ഒരു പർദ്ദയിട്ട കണ്ണുകൾ ഒരു പരിചയഭാവം കാണിച്ചു.
മുഖം വ്യക്തമല്ല. കുറച്ച് മാറി പെൺകുട്ടികളുടെ സൈഡിൽ മുന്നിലെ
ബെഞ്ചിൽ തനിച്ചാണ് ഇരിക്കുന്നത്. ആ കണ്ണുകൾ എല്ലാവരോടും പ
രിചയം കാണിക്കുന്നുണ്ട്. അധികം ആരും അവരുടെ അടുത്തേക്ക് പോ
കുന്നില്ല. ഇനി ആരുടെയെങ്കിലും ഫാമിലി ആണോ എന്നറിയില്ല.

വേറെയും പർദ്ദയിട്ട സ്ത്രീകളും കുട്ടികളും പിന്നോട്ട് മാറി ഇരിക്കു
ന്നുണ്ട്. കൂട്ടത്തിൽ ഒരു ചെറിയ കുട്ടി ഓടി വന്നു. അവരുടെ കയ്യിൽ
തൊട്ട് പിന്നോട്ട് ഓടി കളിക്കുന്നു.

പുരുഷ കേസരികളെല്ലാം വൻ സംവാദത്തിൽ ആണ്.

യോഗം തുടങ്ങി. പഴയ ക്ലാസ് ലീഡർ സ്വാഗതം പറഞ്ഞു, പിന്നെ
ഓരോരുത്തരായി വന്നു സ്വയം പരിചയപ്പെടുത്തി. തങ്ങൾ പിന്നിട്ട ക
നൽ വഴികളെപ്പറ്റിയും, കീഴടക്കിയ പർവ്വതങ്ങളെപ്പറ്റിയും തിരിച്ചു കി
ട്ടാത്ത നഷ്ട ബാല്യങ്ങളെ പറ്റിയും ഘോര ഘോരം സംസാരിച്ചു.

ഒടുവിൽ ലീഡർ ചോദിച്ചു, 'ഇനി ആരെങ്കിലും ബാക്കി ഉണ്ടോ?'

സ്ത്രീകളുടെ സൈഡിൽ ഒരു പർദ്ദയിട്ട കൈ പൊങ്ങി. അവർ സാ
വധാനം എഴുന്നേറ്റു. മുഖാവരണം മാറ്റി.

പുറകിൽ ആരോ കുശു കുശുക്കുന്നു

'ഇങ്ങനെ ഒരാൾ നമ്മളുടെ കൂടെ പഠിച്ചിട്ടുണ്ടോ?'

അവർ സംസാരിക്കാൻ തുടങ്ങി.

'ഹലോ ഞാൻ സബീന, എനിക്ക് നിങ്ങളെ എല്ലാവരെയും അറി
യാം. പക്ഷെ നിങ്ങൾക്ക് എന്നെ ഓർമയുണ്ടാവാൻ വഴി ഇല്ല. ഇപ്പോൾ
നിങ്ങൾ വിചാരിക്കുന്നുണ്ടാകും ഞാൻ ഒരു പക്ഷെ ക്ലാസ്സ് മാറി കയറി
യതോ, ബാച്ച് മാറി വന്നതോ അല്ല. ഞാനും നിങ്ങളുടെ കൂടെ പഠിച്ച
യാൾ ആണ്. നിങ്ങളിലെ അമ്പരപ്പ് എനിക്ക് മനസ്സിലാകും. നിങ്ങളുടെ
കൂടെ പഠിച്ച സംഗീതിനെ ഓർമ്മയുണ്ടോ? മെലിഞ്ഞിട്ട് മൂന്നാമത്തെ
ബെഞ്ചിൽ ഇരിക്കുന്ന സൈലന്റ് ആയ കുട്ടി.'

'സംഗീതിന്റെ ആരെങ്കിലും ആണോ?' പുറകിൽ നിന്ന് ഒരു ചോദ്യം

'സംഗീതിന്റെ ആരെങ്കിലും അല്ല. സംഗീത് തന്നെയാണ് ഞാൻ.'

ആളുകളുടെ മുഖത്ത് ഒരു അമ്പരപ്പ്.

'ഉൾക്കൊള്ളാൻ പ്രയാസം അല്ലെ? എനിക്ക് ആദ്യം അങ്ങനെ ത
ന്നെ ആയിരുന്നു. കുട്ടിക്കാലത്തു എനിക്കിഷ്ടപ്പെട്ട കളിപ്പാട്ടം ഒരു പാവ
ക്കുട്ടി ആയിരുന്നു. അതിനെ കൺമഷിയും പൊട്ടും തൊട്ട്, ഞാൻ ഒരു
ക്കുമായിരുന്നു. ഒരു ദിവസം ഞാനും അതേ പോലെ ഒരുങ്ങി. കണ്ണാടി
യിൽ നോക്കി. ആദ്യമായി എന്റെ കണ്ണുകളിലെ തിളക്കം ഞാൻ കണ്ടു.
എനിക്കെന്തോ ആൺകുട്ടികളെ പോലെ മരം കയറാനും വേഗത്തിൽ
ഓടാനും പറ്റുമായിരുന്നില്ല. പണ്ടേ ഞാൻ എന്താണെന്ന ആശയ കുഴ
പ്പത്തിലായിരുന്നു. സ്കൂൾ വിട്ടാൽ ബസിന് ലൈനിൽ നിൽക്കാൻ എ
ല്ലാവരും ഓടുമായിരുന്നു. അങ്ങനെ ഒരു ഓട്ടത്തിൽ എന്റെ കുടയിൽ ത
ട്ടി നമ്മുടെ ക്ലാസ്സിലെ തട്ടമിട്ട കുട്ടിയുടെ മുത്തു മാല പൊട്ടി. അവൾ

2000 Batch
Ge ether

അത് ശ്രദ്ധിക്കാതെ മുന്നോട്ടു ഓടി. ആ നിലത്തു വീണ മുത്തുകൾ ഞാൻ പെറുക്കിയെടുത്തു. ഒരു ചെറിയ മാലയുണ്ടാക്കി. അടുത്ത ദിവ സം ആ മാലയുമായി ക്ലാസ്സിൽ എത്തിയപ്പോഴാണ് ആദ്യമായി അവളെ ഞാൻ ശ്രദ്ധിച്ചത്. അവളുടെ കയ്യിൽ നിറയെ കുപ്പി വളകൾ ഉണ്ടായിരു ന്നു. കയ്യിൽ മൈലാഞ്ചിയും. തട്ടത്തിനിടയിലൂടെ ഒഴുകി വരുന്ന മുടിയി ഴകൾ അവളുടെ കണ്ണിലേക്കു തെന്നി വീഴുന്നുണ്ടായിരുന്നു. അന്ന് എ ന്തോ ആ മാല കൊടുക്കാൻ എനിക്ക് തോന്നിയില്ല. വീട്ടിലെത്തി ആദ്യ മായി ആ മാല കഴുത്തിലിട്ടു നോക്കി. ഒരു രസം അവളെ പോലെ ഒരു തട്ടവും ഇട്ടു. കയ്യിൽ ക്യുടെക്സ് കൂടെ ഇട്ടപ്പോൾ ഞാൻ അവളെക്കാ ളും സുന്ദരി ആയ പോലെ തോന്നി. ഒന്ന് പുനർ ജനിച്ചപോലെ. ഇനി മുതൽ ഞാൻ ഇങ്ങനെ തന്നെ ആയിരിക്കും എന്ന് തീരുമാനിച്ചു. എ ന്നെ ഇങ്ങനെ അംഗീകരിക്കാൻ എന്റെ ചുറ്റിലും ഉള്ളവർക്ക് ബുദ്ധിമു ട്ടായിരുന്നു. പക്ഷെ എനിക്ക് ഞാനായിട്ടല്ലേ ജീവിക്കാൻ പറ്റൂ. അന്ന് തൊട്ടുള്ള പോരാട്ടമാണ് ഇത് വരെ. എനിക്ക് വേണ്ടിയുള്ള പോരാട്ടം എന്റെ ഐഡന്റിറ്റിക്ക് വേണ്ടിയുള്ള പോരാട്ടം. പക്ഷെ ഇന്ന് കാര്യങ്ങൾ ഒരു പാട് മാറിയിട്ടുണ്ട്. ആളുകൾ എന്നെ ഞാനായിട്ട് തന്നെ അംഗീക രിച്ചു തുടങ്ങി. ഇതാണെന്റെ യാത്ര. സംഗീതിൽ നിന്നും സബീനയിലേ ക്ക്.'

പുറകിൽ നിന്ന് ഒരു ചോദ്യം, ' സംഗീത്, സോറി സബീന ഇപ്പോൾ എന്ത് ചെയ്യുന്നു?'

'ഒൻപതാം ക്ലാസ്സിൽ ഒരു ടീച്ചർക്ക് മാത്രമേ എന്നെ ഇഷ്ടമുണ്ടായിരു ന്നുള്ളൂ. ആ ടീച്ചറെ ഒരു ആൺകുട്ടിയും ഇഷ്ടപ്പെട്ടിട്ടുണ്ടാകും എന്ന് എ നിക്ക് തോന്നുന്നില്ല. നമ്മുടെ തുന്നൽ ടീച്ചർ നിങ്ങളുടെ 'തൂശി ഇളേ മ്മ'. ഞാൻ നല്ല പോലെ തുന്നുമായിരുന്നു. ഇപ്പോഴും അത് തന്നെയാ ണ് തൊഴിൽ. സ്കാർഫുകളും, ദുപ്പട്ടകളും, ഹിജാബുകളും ആണ് സ് പെഷ്യൽ. പിന്നെ ഞാൻ ഇന്ന് ഇവിടെ വന്നപ്പോൾ ഇരുന്നത് എന്റെ പ ഴയ കൂട്ടുകാരി ഇരുന്ന ബെഞ്ചിൽ ആണ്. ഞാൻ അവളെ കാത്തിരിക്കു കയാണ്. അവൾക്ക് കൊടുക്കാൻ ഒരു സ്പെഷ്യൽ ലേസ് പിടിപ്പിച്ച ത ട്ടവും കൊണ്ടു വന്നിട്ടുണ്ട്. അവളാണല്ലോ എന്നെ കണ്ടെത്തിയത്.'

അവൾ എല്ലാവർക്കും നന്ദി പറഞ്ഞു കൊണ്ട് ആ പഴയ ബെഞ്ചിലേ ക്ക് പോയിരുന്നു. ആ പർദ്ദയ്ക്കുള്ളിൽ ആ മുഖം സാമാന്യം നല്ല പോ ലെ തിളങ്ങുന്നത് ആയി തോന്നി...

□

www.ingramcontent.com/pod-product-compliance
Lightning Source LLC
LaVergne TN
LVHW042155190726
843493LV00006B/1676